જીવતરના અત્તર જેવી સુગંધકથાઓ

આંખ છીપ, અંતર મોતી

આચાર્ય 'વાત્સલ્યદીપ' સૂરિજી

— પ્રાપ્તિસ્થાન —

ગૂર્જર સાહિત્ય ભવન

રતનપોળનાકા સામે, ગાંધીમાર્ગ, અમદાવાદ 380001
ફોન: 079-22144663, 22149660
e-mail: goorjar@yahoo.com web: gurjarbooksonline.com

ગૂર્જર સાહિત્ય પ્રકાશન

102, લૅન્ડમાર્ક બિલ્ડિંગ, ટાઈટેનિયમ સિટી સેન્ટર પાસે, સીમા હૉલ સામે
100 ફૂટ રોડ, પ્રહ્લાદનગર અમદાવાદ-380015
ફોન: 26934340, 98252 68759 ▢ gurjarprakashan@gmail.com

કિંમત : ₹ 250

પ્રથમ આવૃત્તિ : 2017

AANKH CHHIP, ANTAR MOTI
by Acharya Vatsalyadipsuri
Published by Gurjar Prakashan, Gandhi Road,
Ahmedabad, India

© આચાર્ય 'વાત્સલ્યદીપ'સૂરી

પૃષ્ઠ : 8+232

ISBN : 978-93-5162-459-2

નકલ : 750

પ્રકાશક : ગૂર્જર ગ્રંથરત્ન કાર્યાલય

અમરભાઈ ઠાકોરલાલ શાહ : રતનપોળનાકા સામે, ગાંધી માર્ગ, અમદાવાદ-380 001

ફોન : 22144663 ▪ e-mail : goorjar@yahoo.com

ટાઇપસેટિંગ : શારદા મુદ્રણાલય

201, 'તિલકરાજ', પંચવટી પહેલી લેન, એલિસબ્રિજ,

અમદાવાદ – 380 006 : ફોન : 26564279

મુદ્રક : ભગવતી ઑફસેટ

સી/16, બંસીધર એસ્ટેટ, બારડોલપુરા, અમદાવાદ – 380 004

પ્રસ્તાવના

થાક ઉતારી દે તેનું નામ કથા. અહીં સરસ અને પ્રેરક કથાઓ મૂકી છે. કથાનું સંમોહન ક્યારેય ઓછું થયું નથી ને થવાનું નથી, પણ આજની માનવીય રફતાર જોતાં એ વિચાર તો આવે જ છે કે હવેના સમયમાં કથાઓ પણ કેટલી વંચાશે ? બદલાતી જીવનશૈલી, રોજિંદી દોડધામ, ગુજરાતી ભાષાનું ઘટતું પ્રભુત્વ, મોબાઈલમાં વધેલાં સાધનોની વચમાં આ સાહિત્ય તેના આંતરિક સત્ત્વના જોર પર અને જિનતત્ત્વના પ્રેરક આકર્ષણના કારણે ટકી તો રહેશે જ. મૂળભૂત રીતે માનવીને કોઈપણ કથામાં જ પોતાનો હમસફર મળે છે ને તે જ તેને ખેંચે છે. આ તથ્યનો કદી અંત નહીં આવે : અને એટલે જ, કથાઓ વંચાતી તો રહેશે જ. હવે એવું બનશે કે દીર્ઘકથાઓ ઓછી વંચાય. કથાનું લઘુ અને રસાળ સ્વરૂપ પોતાનું સ્થાન જાળવી રાખશે તેવું મને લાગે છે. વળી, એ ક્યારેય ભૂલવું ન જોઈએ કે માનવીને વધુમાં વધુ ઉત્તમ અને પરિપકવ બનવામાં વાર્તા જ સહાયક બને છે.

આ કથાઓ આપને ગમશે તેમ હું માનું છું. 'ગૂર્જર'ના શ્રી મનુભાઈ શાહનો ભક્તિભાવ આ પ્રકાશનમાં નિમિત્ત છે.

આચાર્ય 'વાત્સલ્યદીપ'સૂરિજી

આચાર્યશ્રી વાત્સલ્યદીપસૂરિજીનાં પુસ્તકો

નવલકથા

મહાસતી અંજના	(૨૦૦૫)

લઘુનવલકથા

મહાન મંદિર, મહાન માનવી	(૧૯૯૭)
મહાસતી પદ્માવતી	(૧૯૯૮)

વાર્તા

ઝાકળ બન્યું મોતી	(૧૯૭૭)
ઓસ બના મોતી (હિન્દી)	(૧૯૭૭)
રણથી ઝરણ	(૧૯૮૦)
મેઘધનુષ્યની માયા	(૧૯૯૧)
એક ખોબો ઝાકળ	(૧૯૯૧)
કલ્પતરુ	(૧૯૯૧)
અંતર જ્યોતિ ઝળહળે	(૧૯૯૧)
ભીતર સૂરજ હજાર	(૧૯૯૨)
કોઈ ડાળી, કોઈ ફૂલ	(૧૯૯૨)
જૈન સ્ટોરીઝ ફ્રોમ મુનિ વાત્સલ્યદીપ (અંગ્રેજી)	(૧૯૯૩)
આકાશને દરવાજે સૂરજ	(૧૯૯૫)
ધરતીના દરિયા પર	(૧૯૯૫)
પ્રેરક જૈન કથાઓ	(૨૦૦૧)
ફૂલ વીણ, સખે !	(૨૦૦૩)
'જૈન ધર્મની આગમકથાઓ'	(૨૦૦૫)
અમાસ અને પૂનમ	(૨૦૦૬)
કીર્તિકળશ	(૨૦૦૭)
ત્યાગનો વૈભવ	(૨૦૦૮)
અમૃતધારે વરસો	(૨૦૧૧)
હૈયાથી હોંકારો	(૨૦૧૩)
મેરુથીયે મોટાં !	(૨૦૧૩)
ત્યાગાચે વૈભવ (મરાઠી)	(૨૦૧૪)
શ્રાવકકથાઓ (પરિચય ટ્રસ્ટ, મુંબઈ)	(૨૦૧૪)
શ્રમણકથાઓ (પરિચય ટ્રસ્ટ, મુંબઈ)	(૨૦૧૫)

ચિંતન

રાત ગઈ, હવે જાગો	(૧૯૮૦)
ગાતાં ગુલમહોર	(૧૯૮૭)
તુમ ચંદન, હમ પાની	(૧૯૯૨)

૪

બોધસૂત્ર (૧૯૯૩)
પર્યુષણ (૧૯૮૧)
પ્રભાવના (૨૦૦૫)
સુખ તમારી પ્રતાક્ષા કરે છે (૨૦૧૪)

પ્રવચન

જૈન ધર્મ અને ગીતા ધર્મ (૧૯૮૬)
ભવનો ભય (૧૯૮૮)
શ્રી સ્નાત્રપૂજાનાં રહસ્યો (૨૦૧૦)

ધર્મ

જૈન ધર્મ (૧૯૯૩)
જૈનીઝમ (૧૯૯૭)
ભગવાન મહાવીરની આગમવાણી (૨૦૦૬)

સર્જન અંક

સુવિચાર (૧૯૯૩)
સુઘોષા (૧૯૯૬)
દુર્લભ ધર્મ (૧૯૯૭)
સુઘોષા - ભગવાન મહાવીર ૨૦૦૬મું જન્મકલ્યાણક વર્ષ (૨૦૦૧)

જીવનકથા

વિશ્વવંદ્ય વિભૂતિ (૨૦૦૨)

સંશોધન

કથાછત્રીસી (૧૯૯૪)
જૈન સાહિત્ય : એક છબી (૧૯૯૩)

સંપાદન

યોગનિષ્ઠ આચાર્યશ્રીની આતમવાણી (૨૦૦૩)
જૈનોપનિષદ (૨૦૦૯)

વિવેચન

જૈન સજ્ઝાય અને મર્મ (૨૦૦૬)

પ્રકીર્ણ

અક્ષર અને અસ્તિત્વ (૨૦૦૬)
શ્રી જૈન મહાવીર ગીતા : એક દર્શન (૨૦૧૫)

પ્રાપ્તિ સ્થાન :

ગૂર્જર સાહિત્ય ભવન

રતનપોળનાકા સામે, ગાંધી માર્ગ, અમદાવાદ - ૩૮૦ ૦૦૧

ફોન : ૦૭૯-૨૨૧૪૪૬૬૩

અનુક્રમ

૭

૧

અમદાવાદનાં પ્રસિદ્ધ હઠીસિંહનાં દેરાં

દોસ્ત એટલે દિલનો ટુકડો. હૃદયની મૈત્રી મોસમની જેમ બદલાતી નથી.

મુંબઈના નામાંકિત નાગરિક શેઠ મોતીશા અને અમદાવાદના શેઠ હઠીસિંહ કેસરીસિંહ બંને અભિન્ન મિત્રો હતા. શેઠ હઠીસિંહ અમદાવાદમાં શેઠ મોતીશાના આડતિયા તરીકે કામ કરતા હતા. બંને શેઠિયાઓ જૈન ધર્મમાં માને. બંને પાકા શ્રાવક. બંનેની મૈત્રીમાં ધર્મની સુગંધ મહોરે.

વિ. સં. ૧૮૮૦ની વાત છે. શેઠ હઠીસિંહ ગિરનારની યાત્રાનો સંઘ લઈને ગયેલા તે પાછા વળતા ચોરવાડ આવ્યા. મુંબઈથી શેઠ મોતીશા ગિરનારની યાત્રાનો સંઘ લઈને નીકળેલા તેઓ પણ ચોરવાડ આવ્યા. ચોરવાડમાં બંને શેઠિયાઓ દિલના ઉમળકાથી મળ્યા અને ભેટ્યા.

શેઠ હઠીસિંહને દિલમાં ખુશી સમાય નહીં. એમણે શેઠ મોતીશાના નામે ચોરવાડ અને આજુબાજુનાં ગામોને જમવાનું નિમંત્રણ પાઠવ્યું. હૈયાના હેતથી સૌને જમાડ્યા. તે જમાનામાં રૂપિયા સાત હજાર ખર્ચ્યા !

શેઠ મોતીશા આ બધું જોયા કરે. મુંબઈ આવીને તેમણે શેઠ હઠીસિંહના નામે પાલી અને રતલામથી અફીણ ખરીદ્યું અને ચીનમાં વેચ્યું. તેના નફાના રૂપિયા ત્રણ લાખ શેઠ

હઠીસિંહના નામે જમા કરી દીધા! શેઠ મોતીશા અને શેઠ હઠીસિંહની મૈત્રીનાં સર્વત્ર વખાણ થયાં.

શેઠ હઠીસિંહનો જન્મ શેઠાણી સૂરજબહેનની કૂખે સં. ૧૮૫૨માં થયો હતો.

પ્રતાપી હઠીસિંહ શેઠ પ્રભાવશાળી વ્યક્તિત્વ ધરાવતા હતા. પડછંદ શરીર, સત્તાવાહી અવાજ, ખાનદાની ખમીર અને વેપાર-ધંધાની અદ્‌ભુત કુનેહને કારણે તેમનું નામ દેશ-વિદેશમાં ફેલાઈ ગયું. અપાર સંપત્તિમાં ઊછરેલા અને અપૂર્વ સુખસાહ્યબી જોઈ ચૂકેલા હઠીસિંહમાં અભિમાનનો એક અંશ ન મળે. ગરીબોને મદદ કરવા હંમેશાં અગ્રેસર રહે.

સૂરજબહેને આપેલા ધર્મના સંસ્કાર હઠીસિંહના જીવનમાં વણાઈ ગયેલા. તીર્થયાત્રા કરવાનું તેમને હંમેશાં ગમે. દેવદર્શન કદી ન છોડે. ખાવા-પીવાના શોખીન. શેઠ હઠીસિંહ ખવરાવવામાં પણ તેટલો જ ઉમળકો દાખવે. તે જમાનામાં અમદાવાદમાં હૉસ્પિટલ બાંધવા માટે તેમણે રૂપિયા બાવન હજારનું દાન કર્યું અને અમદાવાદમાં કૉલેજ સ્થાપવા માટે રૂપિયા દસ હજારનું દાન કર્યું!

શેઠ હઠીસિંહનાં લગ્ન શેઠ પ્રેમાભાઈની બહેન રુક્ષ્મિણી શેઠાણી સાથે થયાં હતાં. સંસ્કારી રુક્ષ્મિણી શેઠાણીનું આંખના વ્યાધિને કારણે નાની વયમાં મૃત્યુ થયું. શેઠ હઠીસિંહનાં બીજાં લગ્ન હેમાભાઈ શેઠની બીજી પુત્રી પરસનબહેન સાથે થયાં. તે પણ નાની વયમાં મૃત્યુ પામ્યાં. શેઠ હઠીસિંહનાં ત્રીજાં લગ્ન ઘોઘાનાં હરકુંવરબહેન સાથે થયાં. આ હરકુંવર શેઠાણી પદમણી નારી કહેવાતાં. એમના પુણ્યશાળી પગલે શેઠ હઠીસિંહનો વેપાર ખૂબ વધ્યો. શેઠ હઠીસિંહનાં ત્રણ લગ્ન થયાં પણ તેમને સંતાનસુખ પ્રાપ્ત ન થયું, એટલે તેમણે કુટુંબના જ પુત્રો જેશીંગભાઈ અને મગનભાઈને દત્તક લીધા.

ધર્મની ખરા હૃદયની ભક્તિ કરનારા શેઠ હઠીસિંહને વિચાર આવ્યો કે અમદાવાદમાં મારે ભવ્ય બાવન જિનાલય બાંધવું છે. દિલ્હી દરવાજા બહાર આવેલી પોતાની વિશાળ જમીનમાં સં. ૧૯૦૧ના મહા મહિનામાં તેમણે જિનાલયનો પાયો નાંખ્યો. કલાકોતરણીવાળું ભવ્ય જિનાલય બાંધવા માટે કુશળ શિલ્પીઓ રોક્યા પણ કુદરતની કળા માનવીની ધારણાથી ભિન્ન હોય છે. સં. ૧૯૦૧માં શ્રાવણ સુદ પાંચમના દિવસે શેઠ હઠીસિંહે દેહ છોડ્યો!

અમદાવાદમાં હાહાકાર ફેલાઈ ગયો.

અત્યંત બુદ્ધિશાળી હરકુંવર શેઠાણીએ મન મક્કમ રાખીને શેઠ હઠીસિંહની પેઢીનો વહીવટ પોતાના હાથમાં લીધો. કરોડોનો કારોબાર હતો. શેઠાણીએ વેપારના કાર્યમાં કુનેહથી કામ લીધું. પેઢીનો યશ વધાર્યો. સૌથી મોટું કામ તો બાવન જિનાલયના નિર્માણનું હતું.

હરકુંવર શેઠાણીએ જિનાલયના નિર્માણમાં રૂપિયાનો ધોધ વહાવ્યો. સ્થાપત્યની તમામ રચના પર પૂરતું ધ્યાન આપ્યું. એક નમૂનેદાર અને શ્રેષ્ઠ જિનાલય તૈયાર થયા પછી સં. ૧૯૦૩ના મહાસુદ પાંચમના રોજ તેની પ્રતિષ્ઠા થઈ. પ્રતિષ્ઠાના સમયે પણ હરકુંવર શેઠાણીએ અનન્ય કૌશલ્ય દાખવ્યું. પ્રતિષ્ઠાના સમયે ગુજરાત અને ગુજરાત બહારથી લગભગ એક લાખ માણસો પ્રતિષ્ઠા માટે આવ્યા! શેઠાણીએ સ્વયં સૌના ઉતારાની, ખાવા-પીવાની, પૂજન-ક્રિયામાં લાભ લઈ શકે તે માટેની તમામ વ્યવસ્થા ગોઠવી. એમ કહેવાય છે કે હઠીસિંહના દેરાસરની પ્રતિષ્ઠાના સમયે હરકુંવર શેઠાણીએ રૂપિયા પાંચ લાખ ખર્ચ્યા! હરકુંવર શેઠાણીએ અનેક તીર્થોના સંઘો કાઢ્યા સમેત્તશિખર તીર્થનો મોટો સંઘ કાઢ્યો. અનેક જિનમંદિરોના જીર્ણોદ્ધાર કરાવ્યા. સરકારે તેમને 'નેક નામદાર સખાવતે બહાદુર'નો ખિતાબ આપ્યો.

જાજરમાન હરકુંવર શેઠાણી હઠીસિંહના દેરાસરનું નિર્માણ કરાવતાં હતાં ત્યારે ભક્તિ અને ભાવનાનો સમુદ્ર હિલોળા લેતો હતો. શેઠાણી હરકુંવર પ્રતિપળ વિચારતાં કે ધનના સદુપયોગની આવી અનુપમ વેળા, જનમ-જનમનાં પુણ્યે મળી છે એને હવે મહાન બનાવવી રહી. પ્રભાતના પ્રારંભથી સંધ્યાના સમય સુધી કારીગરોનાં ટાંકણાંનો નર્તનરવ ગુંજતો. સાંજના ડેલી પાસે એક ગાદી પર શેઠાણી બેસતાં. એમની આંખોમાંથી સૌ પ્રત્યે અમી ઝરતું. સસ્તાઈનો જમાનો. સૌને આઠ આનાનું વેતન મળે. શેઠાણી ગાદી નીચેથી પૈસા કાઢે અને સૌને ચૂકવે.

કોઈ કારીગરના મનમાં થયું કે શેઠાણી રોજ ગાદી નીચેથી પૈસા કાઢીને આપે છે, નક્કી ગાદીની નીચે ખજાનો દાટેલો હોવો જોઈએ!

એક વાર કારીગરે રાત્રે ત્યાં પહોંચીને ઝડપથી ગાદી દૂર ફેંકી પણ કંઈ દેખાયું નહીં. કારીગરે જમીન ખોદવા માંડી. અવાજ થયો અને બંગલામાં રહેતાં શેઠાણી ઝબકી ગયાં. ઝરૂખામાંથી એમણે જોયું ને કારીગરે ઊંચું જોયું. બંનેની નજર મળી પણ શેઠાણી જાણે કંઈ જ બન્યું નથી એમ સૂઈ ગયાં. કારીગરની શરમનો પાર નહીં. પ્રભાત થયું. એ કારીગર પણ કામે આવ્યો.

સંધ્યા થઈ. શેઠાણી સૌને મહેનતાણું આપવા બેઠાં. પેલો કારીગર આવ્યો એટલે શેઠાણીએ એને આઠ આનાના સિક્કાને બદલે એક રૂપિયો આપ્યો ! કારીગરને અચંબો થયો : 'આમ કેમ ?' શેઠાણી હસ્યાં : 'ભાઈ, આઠ આના તારી આજની મજૂરીના અને આઠ આના કાલની રાતપાળીના !' કારીગર પગમાં પડી ગયો : 'દેવી, મને ક્ષમા કરો.'

શેઠાણીની આંખમાં અમી હતું : 'ભાઈ, કેમ કોઈ મુશ્કેલી છે ?'

'જી. ઘરે માંદગી છે, પુત્રીનો અવસર છે. મને ક્ષમા કરો. કેમ કે મેં પાપ કર્યું છે.'

શેઠાણીએ તે જ સમયે મુનીમને સૂચના આપી કે કાલથી ગાદી નીચે બમણા પૈસા મૂકવા કેમ કે સૌનું મહેનતાણું બમણું કરવાનું છે. અને વધારામાં સૂચના આપી કે આ કારીગરના ઘરે અનાજ, તેલ વગેરે હમણાં જ પહોંચાડો !

આવાં હતાં હરકુંવર શેઠાણી.

જાજરમાન, બુદ્ધિમાન અને ધર્મવાન હરકુંવર શેઠાણીએ નિર્મેલું એ બાવન જિનાલય આજે અમદાવાદમાં છે અને 'હઠીસિંહનાં દેરાં' તરીકે ખ્યાતનામ છે. એ ડેલીમાંથી આજેય ભક્તિની સુગંધ વહી આવે છે, સૌને પાવન કરે છે.

પ્રભાવના

જે કામ કરતાં 'શું થશે ?' એવી ચિંતા થાય, તેવું કામ કરવાનું ટાળીએ તો ? અને, જે કામ કરતાં 'આ સારું કર્યું' એવું થાય તેવું કામ અચૂક કરીએ તો ? તમારો વિવેક એ જ તમારી સંપત્તિ.

૨

ક્ષમાધર્મી સ્વામી રામકૃષ્ણ પરમહંસ

ફૂલની ફોરમ સર્વત્ર ફેલાય છે.

કોલકાતાની ધનાઢ્ય સ્ત્રી હતી. સૌ એને રાણીના નામથી ઓળખતા હતા. પરગજુ અને ઉદાર સ્વભાવ હતો એનો, એટલે લોકોએ તેનું નામ રાણી પાડી દીધું.

રાણી જ્યાં જાય ત્યાં મંદિરોમાં દાન આપે, સંતોની સેવા કરે, ગરીબોને મદદ કરે, રાણીના આંગણે જે આવે તે ખાલી હાથે પાછો ન જાય.

રાણી જેવી પરદુઃખભંજન એવી જ ધર્મપરાયણ નારી હતી. એણે કોલકાતામાં એક કાલિકા દેવીનું મંદિર પણ બંધાવેલું. મંદિર ઘણું વિશાળ અને સુંદર હતું.

રાણીબહેને એ મંદિરના પૂજારી તરીકે એક સંતની નિમણૂક કરેલી.

એ સંત અલગારી સંત હતા. કાલિકામાતાની ખૂબ ભાવથી પૂજા અને અર્ચના કરતા હતા. કાલિકામાતા એટલે જાણે સંતની માતા. જ્યારે કાલિકામાતાની ભક્તિ કરે ત્યારે ઘેલા-ઘેલા થઈ જાય, ઉલ્લાસથી નૃત્ય કરે, આંખમાંથી પાણીની ધારા વહે.

એ સંત પોતાની ભક્તિમાં મસ્ત રહે. દેહની કશી પડી નહોતી. વસ્ત્રોની કંઈ તમા નહીં. સ્વભાવથી શાંત અને શીતળ. ક્રોધ કદી કરે નહીં. જે જુએ તેને સાચા સંતને

મળ્યાનો આનંદ થાય.

રાણી તેમને ખૂબ માન આપે.

સંત રાણીને હંમેશાં ખૂબ આશીર્વાદ આપે.

એક વાર એ પૂજારી રાણીના મહેલમાં પહોંચી ગયા. મુખ્ય દીવાનખંડમાં મસ્તીથી બેઠા.

એ સમયે પૂજારી તો મસ્તરામની જેમ દીવાનખંડમાં બેઠા. ધીમેધીમે ભગવાનનું ભજન શરૂ કર્યું. મહેલમાં ભજનના એ સૂરો ફેલાઈ ગયા.

રાણીને ત્યાં અનેક કર્મચારીઓ કામ કરતા હતા. રાણીએ પોતાના અંગત ગોર તરીકે એક બ્રાહ્મણની નિમણૂક કરેલી. રાણી જેવા પુણ્યાત્માનો ગોર હોવા છતાં રાગદ્વેષથી તે ભરેલો હતો. જબરો ક્રોધી અને ખૂબ લોભી હતો એ ગોર.

રાણી આ સંતને ખૂબ સન્માન આપે તે વાત આ ગોરથી સહન થતી ન હતી. મનમાં ધૂંવાપૂંવાં થાય. એને હંમેશાં ડર લાગે કે જો આ સંત રાણીના મહેલમાં પ્રવેશ કરશે તો પોતાને મળતા પૈસા બંધ થઈ જશે. ગોર હંમેશાં વાટ જોતો હતો કે સંતને એકલા મળવાનું થાય તો બહુ સારું. એમને સમજાવી પણ લેવાય, જરૂર પડે તો એકાદ ધોલ-થપાટ કરી લેવાય : સંત રાણીનું નામ પણ ભૂલી જાય, મંદિર છોડીને ભાગી જાય.

ગોર સદાયે આ માટેની તક શોધે.

પણ સંત કદીયે એકાકી જોવા જ ન મળે. એમની સાથે કોઈ ને કોઈ હોય જ. ગોર આ વાતથી ડરે. એને થાય કે હું કંઈક કરવા જઈશ અને રાણીને ખબર પડશે તો મારું આવી બનશે !

કિંતુ આજે ગોરનાં તકદીર સીધાં હતાં.

મહેલમાં સંત એકલા બેઠા હતા. રાણીના મહેલના દીવાનખંડમાં બીજું કોઈ ન મળે.

ગોરના દિલમાં ધરબાયેલો ગુસ્સો એકસાથે બહાર આવી ગયો. એણે સંતને ગાળો દેવા માંડી. જેમ ફાવે તેમ બોલવા માંડ્યો. એણે કહેવા માંડ્યું કે, તું અહીં કેમ બેઠો છે ? તું અહીંથી જતો રહેતો કેમ નથી ? તને હું મારીશ. ખૂબ ફટકારીશ. તને જ્યાં સુધી હું નહીં મારું ત્યાં સુધી તું જાય તેવું લાગતું નથી. તું રાણીસાહેબને લૂંટવા આવ્યો છે. બાબુસાહેબનું બધુંયે ધન તું લૂટી જવાનો છે !

ગોર બોલતો જ રહ્યો, સતત બોલતો રહ્યો.

પણ વાહ રે સંત!

સંત તો ચૂપચાપ બેસી રહ્યા. સંત એટલે જાણે હિમની શિલા. એમણે ભગવાનનું ભજન ચાલુ રાખ્યું. પોતાની મસ્તીમાં તન્મય રહ્યા. ન હાલે કે ન ચાલે.

કિંતુ સંતની શાંતિથી ગોર વધુ અકળાયો. વધારે ઊકળ્યો. એનો ગુસ્સો એટલો વધી ગયો કે એણે સંતને પોતાના પગની લાત મારવા માંડી!

પણ સંત તો બરફ બની ગયા હતા!

સંત તો ભગવાનનું ભજન જ કરતા હતા! એ ગોરની સામે પણ જોતા ન હતા. એમણે ક્રોધ પર વિજય મેળવી લીધો હતો.

અચાનક ગોરને થયું કે ઘણો સમય થઈ ગયો છે. ક્યાંક હમણાં રાણી આવી ચડશે! એને ડર લાગ્યો. એ ભાગી ગયો. જતાંજતાં પણ એ ગાળો જ બોલતો હતો.

સંત તો એમ જ બેઠા હતા. એ ભગવાનનું ભજન કરતા હતા. એમને આંખ સામે રાધા-કૃષ્ણ દેખાતાં હતાં. જેને પોતાની આંખ સામે પરમાત્મા દેખાતા હોય તેને ગોરની સામે જોવાનું મન કેમ થાય?

એ સમયે રાણી આવી.

રાણીએ સંતને જોયા. તેને ખૂબ આનંદ થયો. તેણે સંતની સેવામાં અનેક સામગ્રી હાજર કરી. પોતાની ગેરહાજરીમાં કોઈ તકલીફ પડી નથી ને તેમ પૂછ્યું.

પણ સંત કશુંય ન બોલ્યા.

એમણે ફરિયાદનો એક શબ્દ પણ ન ઉચ્ચાર્યો. જાણે એમણે ક્રોધને સંપૂર્ણ જીતી લીધો હતો!

થોડાક સમય પછી રાણીએ ગોરના વર્તન વિશે જાણ્યું ત્યારે સંતની મહાનતા જોઈને રાણી આફરીન થઈ ગઈ.

સંત તદ્દન નિસ્પૃહ હતા. મંદિરમાં વાસ કરવો, કાલીમાતાની સેવા કરવી અને ભક્તોને ઉપદેશ આપવો એ એમનું જીવન. જે એમનો બોધ સાંભળે તે ધર્મી બની જાય.

સંતનું ભક્તવૃંદ વધ્યું હતું. બંગાળમાં એમના ચાહકો ઠેર-ઠેર ફેલાઈ ગયા હતા. શ્રીમંત ભક્તો આવીને કંઈક લાભ આપવા વિનંતી કરતા હતા.

સંત તેનો સ્વીકાર કરતા ન હતા. એક વાર રાણીએ આવીને એ સમયે રૂપિયા ૧૫૦૦ની કીમતી શાલ સંતને ઓઢાડી. સંતે હસતાં-હસતાં પાછી આપી દીધી. સંતે કહ્યું કે, 'આવી કીમતી શાલ રાખું તો મને રાત્રે નિંદ ન આવે. ભગવાનનું ભજન ન થાય. રોજ ડર લાગ્યા કરે કે કોઈ આ શાલ ચોરી જશે તો?'

એક વાર એક મારવાડીએ આવીને સંતને ભક્તિપૂર્વક દસ હજાર રૂપિયા આપવા માંડ્યા. સંતે તેનો સ્વીકાર ન કર્યો. સંત સાચા દિલથી ભગવાનની ઉપાસના કરવા માંગતા હતા. એમને પરિગ્રહ જોઈતો નહોતો.

સંત કાલીકામાતાની ઉપાસનામાં તન્મય થઈ ગયેલા. સંત માટે કહેવાય છે કે એ સાધનામાં બેસતા ત્યારે તેમને હંમેશાં ભગવાનનાં દર્શન થતાં. કાલિકામાતા સંતને પોતાનો પુત્ર હોય તેમ સાચવતાં હતાં. તેવી સંતની અનુભૂતિ હતી.

કાલિકામાતાના મંદિરમાં પ્રાતઃકાળે અને સંધ્યાસમયે ઝાલર વાગતી ત્યારે ભક્તોના પગ નૃત્ય કરવા માંડતા. ભક્તોનાં દિલ ઝંકૃત થઈ ઊઠતાં.

કાલિકામાતાની મૂર્તિમાંથી પ્રસન્ન હાસ્ય રેલાતું.

આ સંત તે સ્વામી રામકૃષ્ણ પરમહંસ. ભારતીય સંતપરંપરાના ઉત્તમ સંત અને સ્વામી વિવેકાનંદના ગુરુ.

પ્રભાવના

રોડ અને અકસ્માતનો સંબંધ બહુ જૂનો છે. જીવનભર ચાલવાનું વ્રત લઈને નીકળેલાં જૈન સાધુ-સાધ્વીઓને થતા અકસ્માતો ખરેખર ચિંતાનો વિષય ગણાય. નિયમિત ચાલવાની ટેવવાળાં જૈન સાધુ-સાધ્વીઓ ટ્રાફિકના નિયમોનું પાલન કરે જ છે. જૈન સાધુ-સાધ્વી વહેલી પરોઢે અંધારામાં વિહાર કરે છે તે બંધ કરીને થોડું અજવાળું થાય પછી જ પ્રવાસનો પ્રારંભ કરવો જોઈએ. અકસ્માતનું મુખ્ય કારણ ડ્રાઈવરની બેદરકારી, દારૂ, સવારમાં આવી જતી ઊંઘ છે : જૈન સમાજે તાત્કાલિક સાવધાન થવું જોઈએ અને જૈન સાધુ-સાધ્વીઓની સાથે વિહાર કરનારા શ્રાવકોની ટીમ તૈયાર કરવી જોઈએ. સાધુ અને સાધ્વી એ જૈન સંઘની મહાન સંપત્તિ છે. ભારત સરકાર અને ગુજરાત સરકાર ક્યારે જાગશે?

૩

દિલનો દયાળુ અને પ્રજાનો પ્રેમી રાજા શંકરદેવ

સાકેતપુરનો રાજા. નામે શંકરદેવ.

દિલનો દયાળુ અને મનનો મોટો એવો એ રાજા હતો. પ્રજામાં અત્યંત લોકપ્રિય હતો. પ્રજાના સુખમાં સુખી હતો, પ્રજાના દુઃખમાં દુઃખી હતો. પ્રજા પણ રાજા શંકરદેવને ખૂબ પ્રેમ કરતી હતી. પ્રજા જાણતી હતી કે, રાજા શંકરદેવ જેવો ભલો અને દયાળુ રાજવી આ પૃથ્વી પર બીજો થશે નહીં.

રાજા શંકરદેવ અને તેનો પરિવાર ત્યાગના પંથે ચાલતા હતા. કોઈને આપીને રાજી થતા હતા, કોઈનું ભલું કરીને પ્રસન્ન થતા હતા. રાજા શંકરદેવ સદાયે એક વાક્ય બોલે કે 'જે આપે તેનું ઘર ભરાય.'

શંકરદેવ રાજાનું આ વાક્ય દેશવિદેશમાં જાણીતું થઈ ગયેલું.

કુદરતની લીલા અકળ છે. સાકેતપુરમાં તે સમયે બાર વર્ષનો દુકાળ પડ્યો.

તે સમયના લોકો પોતાના ઘરની નીચે મોટી ખાણ ખોદતા. એ ખાણમાં અનાજ ભરી રાખતા. એ, અનાજ બગડતું નહીં કે સડતું નહીં. લોકોને હંમેશાં તે અનાજ ઉપયોગમાં આવતું. માનવી અને પશુનું જીવન એ અનાજથી સુરક્ષિત રહેતું.

સાકેતપુરમાં પડેલા બાર વર્ષના ભયંકર દુકાળથી રાજા અને પ્રજા સર્વે આકુળવ્યાકુળ

થઈ ગયાં. રાજાએ પોતાના ધનના અને ધાન્યના ભંડારો પ્રજા માટે ખુલ્લા મૂકી દીધા. પણ આ તો આભ ફાટ્યું હતું, ત્યાં થીંગડું ક્યાં દેવાય? પ્રજા ત્રાહિમામ્ પોકારી ગઈ. માનવી, પશુ અને પંખી ટપોટપ મરવા લાગ્યાં. ચારેકોર હાહાકાર ફેલાઈ ગયો. અનાજ તો ઠીક, પાણીના બુંદ-બુંદ માટે સૌ વલખાં મારતાં હતાં.

રાજા શંકરદેવ કુદરતની આ આફત જોઈને અપાર દુઃખ પામી રહ્યો હતો. એને સૌની સખત ચિંતા થતી હતી. એ સતત વિચારતો હતો કે ધરતી પર આકાશનું અમૃતજળ જલદી વરસે તો સારું!

પણ આકાશ રૂઠ્યું હતું. અગિયાર-અગિયાર વર્ષથી આકાશમાંથી વરસાદ તો શું વરસે એક વાદળ પણ ઘેરાતું નહોતું! હવે તો માનવીની આંખોમાંથી આંસુ પણ સુકાઈ ગયાં હતાં!

રાજા શંકરદેવ રાજમહેલની અગાસીમાં ટહેલતા હતા. આકાશ સામે નિહાળી સતત પ્રાર્થના કરતા હતા. વરુણદેવ પ્રસન્ન થાય અને જળધારા વર્ષાવે તેની ઝંખના કરતા હતા.

રાજા શંકરદેવે સમગ્ર રાજ્યમાં અનુચરો મોકલીને ચારેકોર શું બને છે તેની ભાળ મેળવવા માટેની ગોઠવણ કરી રાખી હતી.

રાજા શંકરદેવ અગાસીમાં ટહેલતા હતા, તેવા સમયે એક અનુચરે આવીને પ્રણામ કર્યા.

રાજાએ અનુચર પ્રતિ જોયું.

અનુચર નતમસ્તકે ઊભો હતો, તેની આંખો સજળ હતી.

રાજા શંકરદેવે અનુચરની વેદના ઓળખી લીધી હતી. સમગ્ર દેશમાં સૌની પીડાનું સ્થળ એક જ હતું : વરસાદ! રાજા શંકરદેવે અનુચરને જે કહેવું હોય તે નિર્ભયપણે કહેવા જણાવ્યું.

અનુચર કહે,

'દેવ! અત્યંત ખરાબ સમાચાર લાવ્યો છું."

રાજા કહે – એમના શબ્દો ભીના હતા અને વાણી મંદ હતી :

"ભાઈ, છેલ્લા અગિયાર અગિયાર વર્ષથી સારા સમાચાર સાંભળવા માટે મારા કર્ણદ્વય કેટલા અતૃપ્ત છે તે તું ક્યાં નથી જાણતો? પણ સારા સમાચાર સાંભળવા ક્યાં મળે છે? તારે જે કહેવું હોય તે કહે ભાઈ!"

અનુચર કહે, "દેવ! પ્રજા હવે ભૂખ અને તરસથી એટલી અકળાઈ

ગઈ છે કે સગી મા પોતાના બાળકને મારીને તેનું લોહી પીએ છે અને માંસ ખાય છે !"

આટલું કહીને અનુચર છૂટા મોંએ રડી પડ્યો.

રાજા શંકરદેવ પણ ચોધાર આંસુએ રડી પડ્યા. એમણે કહ્યું, "ભાઈ, લોકો ઘાસ ખાઈને દિવસો વિતાવે છે એવું તો સાંભળ્યું હતું, આ તો એનાથીયે ખતરનાક ખબર તેં મને આપ્યા !"

હવા સ્તબ્ધ થઈ ગઈ.

ચારેકોર સન્નાટો છવાઈ ગયો.

આકાશમાંથી નકરી લૂ વરસતી હતી. શીતળ હવાનું ક્યાંય નામનિશાન નહોતું. કુદરતની ગરમીની જેમ હૃદયની ગરમી પણ સૌને બાળી રહી હતી. રાજા શંકરદેવ પાસે એ સમયે એક બીજા અનુચરે દોડતા આવીને સમાચાર આપ્યા કે, રાણીમા બેભાન થઈ ગયાં છે !

રાજા શંકરદેવ રાણીવાસ તરફ દોડ્યા.

રાજમહેલમાં પણ અનાજ અને પાણી ખૂટ્યાં હતાં. કેટલાયે દિવસોથી રાજા, રાણી અને રાજકુમારોને નકોરડા ઉપવાસ જેવી સ્થિતિ હતી. અનુચર ક્યાંકથી થોડુંક જળ લઈ આવ્યો. રાણીમાના મુખ પર છાંટ્યું. ચામરથી પવન ઢોળ્યો. રાણીમા ભાનમાં આવ્યાં. તેમણે રાજાને કહ્યું,

"દેવ ! હવે આ ભૂખ અને તરસ સહન થતાં નથી !" રાજા શંકરદેવે ભોજન અને પાણીની ગમે તેમ કરીને વ્યવસ્થા ગોઠવી. રાજકુટુંબ જમવા માટે બેઠું.

એ જ સમયે એક ભૂખ્યો અને તરસ્યો બ્રાહ્મણ ત્યાં ભિક્ષાર્થે આવી ચડ્યો.

વાહ રે દયાળુ રાજા ! વાહ રે ઉદાર રાજકુટુંબ ! જમવા બેસવાના સમયે આવી ચડેલા બ્રાહ્મણને સૌએ સાથે જમવા બેસાડી દીધો !

હજુ જમવાનું પ્રારંભ કરે તે પૂર્વે એક ક્ષુદ્ર આવી ચડ્યો. ભૂખ અને તરસથી તડપતો હતો. તેની સાથે થોડાં કૂતરાં હતાં. ક્ષુદ્ર કહે, "રાજન ! અમને ખાવાનું આપો ! અમને પીવાનું પાણી આપો !"

રાજા અને રાણીએ આ અતિથિને પણ આવકાર્યા. બ્રાહ્મણને જમાડીને જે બચ્યું તે આ ક્ષુદ્રને આપી દીધું. પાણી પણ આપ્યું. તોયે થોડું જળ વધ્યું. રાજા, રાણી અને રાજપુત્રોને થયું કે આપણી તૃષા કંઈક આજે છિપાસે

તોયે ઘણું! પણ વાહ રે કિસ્મત! એ જ સમયે કોઈ ભક્ત ત્યાં આવી ચડ્યો. એ તરસથી રાડો પાડતો હતો. રાજાએ પોતાની પાસે રહેલું જળ તેને પાઈને શાંત કર્યો.

ભક્તને જોઈને રાજાને થયું કે, આ કોઈ દેવાંશી વ્યક્તિ છે. રાજાનું અંતરમન આમ પોકારતું હતું. રાજા એ ભક્તના ચરણમાં પડ્યો અને પૂછ્યું કે,

"હે ભક્તજન! તમે જાણતા હો તો એ કહો કે વરસાદ કેમ વરસે?"

ભક્તની આંખો ચમકી. એણે કહ્યું.

"રાજન્! તું ઉપવાસ શરૂ કર. તારી તપશ્ચર્યાથી વરુણદેવ પ્રસન્ન થશે અને અનરાધાર જળ વર્ષાવશે."

આમ કહીને ભક્તે ચાલવા માંડ્યું.

રાજા શંકરદેવને તેની વાણીમાં કોઈ સત્યનો ટંકાર સંભળાયો. રાજાએ ઉપવાસ શરૂ કર્યા. ૪૯મા દિવસે વરુણદેવ પ્રસન્ન થયા અને કંઈક વરદાન માગવા કહ્યું, ત્યારે રાજાએ કહ્યું,

"આ ધરતી પર જળ વર્ષાવો હે દેવ! સૌનું દુઃખ હરો, સૌને સુખ આપો."

એ દિવસે ધરતી પર અનરાધાર વરસાદ વરસ્યો! જાણે સાચું સોનું વરસ્યું.

રાજા શંકરદેવની તપશ્ચર્યાનો એ પુણ્યપ્રભાવ હતો. દયાળુ રાજાના હૃદયમાં પડેલી કરુણાની એ અમર જીત હતી.

પ્રભાવના

પોતાના દેશ માટે, પોતાના રાષ્ટ્ર માટે પ્રત્યેક નાગરિકને ગૌરવ હોવું જોઈએ. જેને પોતાના દેશના સ્વમાનની ચિંતા નથી એ નાગરિક રાષ્ટ્રને સમર્પિત નથી. આ દેશનું રાષ્ટ્રગીત "જન ગણ મન..." એ સાંભળીને જે ટટ્ટાર થઈને ગૌરવથી ઉન્નત શિર ન બને કે 'અય મેરે વતન કે લોગોં...' સાંભળીને જેની છાતીમાં આગ ન લાગે એ આ દેશનો નાગરિક છે તેમ પોતાને કેમ ઓળખાવશે?

૪

'તું નોકર બનીને ભલે આવ્યો, પણ દીકરો બનીને રહેજે !'

મહારાષ્ટ્રના નાંદેડમાં છગનભાઈ જોષી રહે. મૂળ ગુજરાતના, વર્ષોથી નાંદેડમાં આવીને વસેલા. પ્રારબ્ધ માનવીને ક્યાંનું ક્યાં ખેંચી જાય છે !

છગનભાઈ જોષીને ત્રણ દીકરા હતા. મોટો રમણ, બીજો મહેશ અને ત્રીજો કેશવ. કેશવ જન્મ્યો ત્યારથી તેની એક આંખ નબળી હતી. તેના એક કાને સંભળાતું પણ ઓછું હતું. તેના દરેક કામમાં આંખ અને કાનની નબળાઈ દેખાઈ આવતી.

કેશવ ભણવા માટે સ્કૂલમાં બેઠો. તે અભ્યાસમાં નબળો હોવાથી છગનભાઈએ તેને ઉઠાડી મૂક્યો. કેશવ આખો દિવસ ગમેત્યાં ભટક્યા કરે. કોઈક કામ ચીંધે તો કરે. તેને જે કામ સોંપવામાં આવે તે પૂરી નિષ્ઠાથી અને પ્રામાણિકતાથી કરે.

છગનભાઈ જોષીને અને ઘરના બીજા સભ્યોને કેશવ દીઠો ન ગમે. બધા તેની સાથે તોછડું વર્તન કરે. વારેવારે અપમાન કરે. કેશવથી આ સહન ન થાય, પણ શું કરે ?

એક દિવસ કેશવ કંટાળીને ઘર છોડીને નાસી ગયો.

કેશવની મા ખૂબ રડી, પણ બીજા કોઈને કંઈ દુઃખ ન થયું.

કેશવ આડેધડ ભટકતો ઔરંગાબાદ

પહોંચ્યો.

મધ્યાહ્નનો સમય હતો. કેશવ એક બજારમાં પહોંચ્યો. તેને કકડીને ભૂખ લાગી હતી. બજારમાં એક ડૉક્ટરનું દવાખાનું હતું. કેશવ એ દવાખાના પાસે પહોંચ્યો ત્યારે તેણે દવાખાનાની બહાર એક બોર્ડ લટકતું જોયું : એક નોકરની જરૂર છે. રહેવાની તથા જમવાની સગવડ મળશે.

કેશવને આ બોર્ડ ઈશ્વરીય સંકેત જેવું લાગ્યું. તે દવાખાનામાં ઘૂસ્યો. ડૉક્ટરને મળીને પોતાની દર્દીલી આપવીતી કહી. તેણે કહ્યું કે, 'પોતે વફાદાર નોકરની જેમ રહેશે. મને આશરો આપો !'

ડૉક્ટરને લાગ્યું કે આ છોકરામાં દૈવત છે. ડૉક્ટરે કહ્યું કે, "મારા ઘરમાં તું નોકર બનીને આવ્યો છે પણ દીકરો બનીને રહેજે."

કેશવે પોતાનું કામકાજ નિષ્ઠાથી કરવા માંડ્યું. ડૉક્ટરે તેની આંખ તપાસીને દવા આપી. કેશવની આંખ સુધરી. ડૉક્ટરે તેને ઈયરફોન લાવી આપ્યો. કેશવને વધારે સંભળાતું થયું.

કેશવ ખુશ થઈ ગયો.

કેશવે પૂરી નિષ્ઠાથી કામ કરવા માંડ્યું. ડૉક્ટર બહાર ગયા હોય અને કોઈ પેશન્ટ પૈસા આપી જાય તો કેશવ તેનું નામ નોંધી લે, રકમનો આંકડો નોંધે અને ડૉક્ટર આવે એટલે તેમને સોંપી દે.

ડૉક્ટર કેશવની પ્રામાણિકતા જોઈને ખુશ થઈ જાય.

એક વાર ડૉક્ટરે પોતાના ટેબલના ખાનામાં થોડાક રૂપિયા મૂકી રાખ્યા. ડૉક્ટર ઘરે ગયા. કેશવે ટેબલની સફાઈ કરતી વખતે રૂપિયા જોયા. તે ગજવામાં મૂકીને ડૉક્ટરના ઘરે દોડ્યો. કેશવે કહ્યું,

'સર, આપ આ પૈસા ભૂલી ગયા હતા એટલે દોડતો આપવા આવ્યો.'

કેશવ હાંફતો હતો.

ડૉક્ટર ખુશ થઈ ગયા.

ડૉક્ટરે કેશવની ભણવાની વ્યવસ્થા ગોઠવી.. કેશવ દિવસે નોકરી કરે અને રાત્રે ભણે. કેશવની મહેનત અને ડૉક્ટરના આશીર્વાદે રંગ રાખ્યો. કેશવ એસ.એસ.સી. પાસ થઈને કૉલેજમાં ગયો અને મેડિકલનો સ્ટુડન્ટ થઈને છેવટે હાર્ટનો સર્જન બન્યો !

ડૉક્ટરને એટલી ખુશી થઈ કે જાણે પોતાનો સગો દીકરો ડૉક્ટર થયો !

એકદા ડૉક્ટર અને તેમનાં પત્ની પોતાની એકમાત્ર પુત્રીના લગ્ન વિશે

ચિંતા કરતાં હતાં. ડૉક્ટરે કહ્યું, 'મને મનમાં થાય છે કે આપણી પુત્રી માટે કેશવ વધારે યોગ્ય નથી?'

ડૉક્ટરનાં પત્ની ખુશ થઈ ગયાં. કહે,

'તમે મારા મનમાં રમતી વાત કેવી રીતે જાણી ગયા?'

કેશવનાં લગ્ન ડૉક્ટરે પોતાની પુત્રી સાથે ધામધૂમથી કર્યાં. કેશવ માટે તો ડૉક્ટર અને તેમનાં પત્ની જ માતા-પિતા હતાં!

ડૉક્ટર કેશવની ખ્યાતિ ચારેકોર ફેલાઈ ગઈ.

ડૉક્ટર કેશવની પ્રેક્ટિસ ધૂમ ચાલવા લાગી.

નાંદેડમાં રહેતા છગનભાઈ જોષી વૃદ્ધ થયા હતા. બંને પુત્રો સરખું કમાતા નહોતા. ઘર માંડ-માંડ ચાલતું હતું. જોષીનાં ધર્મપત્ની ક્યારેક પોતાના ત્રીજા દીકરા કેશવને સંભારીને રડી પડતાં હતાં. તેમનું હૃદય નબળું પડી ગયું હતું. તેમને હાર્ટ-ઍટેક આવ્યો.

તે સમયે છગનભાઈ જોષીને કોઈકે સમાચાર આપ્યા કે, "ઔરંગાબાદમાં એક ડૉક્ટર છે. ડૉક્ટર કેશવ એમનું નામ. ડૉક્ટર ખૂબ દયાળુ છે. પેશન્ટની આર્થિક હાલત જોઈને ફી લે છે. ક્યારેક જરૂર પડે તો પેશન્ટને મદદ પણ કરે છે."

છગનભાઈ જોષી પત્ની અને પુત્રોને લઈને ઔરંગાબાદ પહોંચ્યા.

ડૉક્ટર કેશવના કન્સલ્ટિંગમાં ભીડ હતી. છગનભાઈ જોષી એક બાજુ બેઠા. ડૉક્ટર કેશવે દૂરથી સૌને જોયા અને પોતાનાં માતા-પિતા અને ભાઈઓને ઓળખી લીધાં. ડૉક્ટર કેશવે તરત તેઓને અંદર બોલાવ્યાં. પોતાના દવાખાનામાં જ એડમીટ કરીને સારામાં સારી ટ્રીટમેન્ટ આપી. ઘરેથી ટિફિન મંગાવીને સૌને જમવાની વ્યવસ્થા ગોઠવી આપી. કોઈને સહેજ પણ તકલીફ ન પડે તેની ચીવટ રાખી.

પોતાની માતાને બિલકુલ સારું થઈ ગયું છે તે જોઈને ડૉક્ટર કેશવને હર્ષ થયો. છગનભાઈ જોષી રજા લેવા આવ્યા ત્યારે ડૉક્ટર કેશવે પહેલી વાર પૂછ્યું,

"જોષીસાહેબ, ક્યાં રહો છો?"

"અમે નાંદેડ રહીએ છીએ."

"આ તમારી સાથે છે તે તમારા બંને પુત્રો છે?"

"જી, સાહેબ, આ બંને મારા પુત્રો છે. ત્રીજો પણ એક દીકરો હતો,

પણ અમારા ઓરમાયા વર્તનને કારણે તે ભાગી ગયો. કોને ખબર અત્યારે ક્યાં હશે અને શું કરતો હશે ?"

છગનભાઈ જોષી આટલું બોલતા રડી પડ્યા. તેમનાં પત્નીએ પણ સાડીના છેડાથી પોતાની આંખો લૂછી.

ડૉક્ટર કેશવ ગોગલ્સ પહેરીને બેઠા હતા. પોતાનાં માતા-પિતાને પોતે ઓળખી લીધાં હતાં પણ હજુ તેમને ઓળખાણનો અણસાર આવ્યો નહોતો ! ડૉક્ટર કેશવને થયું કે માતા-પિતા ઓળખે પણ ક્યાંથી, કેમ કે એમને તો કલ્પનાય ન હોય કે પોતાનો દીકરો ડૉક્ટર થયો હશે !

કેશવે પૂછ્યું, 'તમારો ખોવાયેલો પુત્ર મળે તો ઓળખી કાઢો ખરા ?

તે સમયે માતા બોલી, 'એ દીકરો મળી જાય તો કેવું સારું !'

છગનભાઈ જોષી કહે, 'દીકરાને ઓળખી તો કાઢું જ ને !'

ડૉક્ટર કેશવે ગોગલ્સ ઉતાર્યાં અને કહ્યું, 'મને ઓળખો છો ? હું તમારો કેશવ !'

'હેં, બેટા, તું ?'

છગનભાઈ જોષી અને તેમનાં પત્ની પોતાના પુત્રને વળગી પડ્યાં. ડૉક્ટર કેશવે માતા-પિતા અને ભાઈઓને ઝૂકીને પ્રણામ કર્યા.

ચારેકોર પ્રસન્નતાનો સાગર ઘૂઘવી રહ્યો.

પ્રભાવના

બુદ્ધિનો વધુમાં વધુ ખર્ચ કરીને કશુંક નવું સર્જવું, મેળવવું, પામવું એ માનવીય ચમત્કાર છે :

નોબેલ પ્રાઇઝ દુનિયામાં બહુધા અમેરિકનો જ કેમ લઈ જાય છે ? દિમાગનો ઉપયોગ અને નવસર્જનની દૃષ્ટિ.

એ દૃષ્ટિ, એ તમન્ના, એ ખેવનાની અપેક્ષા આજના ભારતીય યુવાનો પાસે ન રાખી શકાય ? ભારતીય બુદ્ધિધનથી દુનિયાને ઘણું મળ્યું છે, પણ હવેની ઘડી નવીન શક્તિ, નવીન જોશ સાથે બહાર આવવાની છે !

૫

શેઠ મોતીશા : કાયાના કુંભ પર કીર્તિકળશ

મુંબઈના નામાંકિત નાગરિક, શાહ સોદાગર, મહાન દાનવીર શેઠ મોતીશાનું નામ મોતીની જેમ ચમકે છે.

મુંબઈના કોટ વિસ્તારમાં રહેતા શ્રેષ્ઠી મોતીશાએ એક અનોખી પ્રતિજ્ઞા લીધી હતી. સવારમાં ઊઠીને જિનમંદિરમાં દર્શન કરવાં અને પૂજા કરવી, નવકારશીનું પચ્ચક્‌ખાણ કરવું અને ત્યાર પછી તૈયાર થઈને પેઢી પર કામ માટે જવું. શેઠ મોતીશા પેઢીએ જવા નીકળતા ત્યારે એક પિત્તળનો મોટો વાટકો લેતા, તેમાં એક રૂપિયો મૂકતા અને અનાજ ભરીને જે કોઈ ભિક્ષુક કે યાચક મળે તેને આપતા. શેઠ મોતીશા દયાના ભંડાર હતા. તે ચાહતા કે પોતાની ઉપસ્થિતિમાં કોઈને તકલીફ પડવી ન જોઈએ.

સં. ૧૮૮૦ની આસપાસ મુંબઈનું નામ વિશ્વમાં વેપારના મોટા કેન્દ્ર તરીકે જાણીતું થઈ ગયું. મુંબઈમાં અનેક જૈન મંદિરો અને વૈષ્ણવોની હવેલીઓ નિર્માણ પામ્યાં. તે સમયે શેઠ મોતીશાએ જોયું કે મુંબઈમાં પશુ અને પંખી માટે એક ઉત્તમ પાંજરાપોળની કમી છે. શેઠ મોતીશાને થાય કે આ કાર્ય જલદી થાય તો સારું.

સવારનો સમય હતો. મુંબઈની મોટી હવેલીમાંથી મધુર સંગીત રેલાતું હતું. શેઠ

મોતીશા હવેલી પાસેથી પસાર થતા હતા ત્યારે તેમને થયું કે પાંજરાપોળનું કાર્ય વિશિષ્ટ માનવતાનું કાર્ય છે. આ કાર્યમાં તમામ કોમનો સહયોગ મળે તો દીપી ઊઠે. વિચક્ષણ મોતીશા અચાનક મોટી હવેલીમાં ગયા. ગોસ્વામીજીને પ્રણામ કર્યાં. ગોસ્વામીજીને વિનંતી કરી કે, 'મારા ઘરે પધરામણી ન કરો ?'

ગોસ્વામીજી શેઠ મોતીશાને જાણતા હતા. તેમની ઉદારતા અને સૌજન્યની વાતો ગોસ્વામીજીએ સાંભળી હતી. તેમણે તત્ક્ષણ હામી ભણી. શેઠ મોતીશા આનંદ પામ્યા.

બીજા દિવસે ગોસ્વામીજી શેઠ મોતીશાના આવાસ પર પધાર્યા. તેમનું ભવ્ય સ્વાગત થયું. મંગળગીતો ગવાયાં. ગરીબોને દાન દેવાયું. શેઠ મોતીશાએ પોતાના હાથે ચાંદીના મોટા થાળમાં પંદર હજાર રૂપિયા રોકડા ગોસ્વામીજીના ચરણમાં મૂક્યા !

ગોસ્વામીજી આવું ભવ્ય સ્વાગત નિહાળીને આશ્ચર્ય પામી ગયા. તેમના મનમાં કુતૂહલ થયું. તેમણે બાળક જેવું નિર્દોષ હાસ્ય કરતાં પૂછ્યું,

'શેઠ, તમે તો જૈન છો અને છતાં આટલું મારું ભવ્ય સ્વાગત કર્યું ! તમે ગજબ કરી. કંઈ કાર્ય હોય તો કહો.'

મોતીશા હસ્યા. એ હાસ્યમાંથી કરુણાનાં મોતી વેરાયાં : 'સ્વામીજી, આપની કૃપાથી ખૂબ સુખ છે. કામ તો હું આપને શું બતાવું ? એક ખૂબ ચિંતા મનમાં છે. મુંબઈ જેવું મોટું નગર, અને પશુ-પંખી માટે નિભાવની કોઈ વ્યવસ્થા નહીં ! આ માટે કંઈ થાય તો સારું.'

ગોસ્વામી કહે, 'શેઠ, તમે સુંદર વાત કરી, ધર્મનું મૂળ એટલે દયા. આ તો આપણા બધાનું કામ છે.'

શેઠ કહે, 'સ્વામીજી, મારે મન આ ખૂબ મોટું કામ છે. તમારા જેવા મહાપુરુષ જો મનમાં લે તો બધી કોમ ભેગી થઈને પશુ-પંખી સાચવવાનું શરૂ કરે.'

ગોસ્વામીજી પળવાર પછી બોલ્યા : 'શેઠ, આ કામ કાલે જ થઈ જશે.'

શેઠ મોતીશાને આશ્ચર્ય થયું કે આ કામ કાલે જ કેવી રીતે થઈ જશે ?

પ્રાતઃકાળ થયો. હવેલીમાં વૈષ્ણવો એકઠા થવા માંડ્યા. તે સમયે અચાનક પૂજારીએ મંદિર બંધ કરી દીધું અને સૌને કહ્યું કે, 'ગોસ્વામીજી રિસાઈ ગયા છે.'

ચારે કોર હાહાકાર ફેલાઈ ગયો.

આગેવાન વૈષ્ણવોએ કારણ પૂછ્યું ત્યારે ખબર પડી કે ગોસ્વામીજી ઇચ્છે છે કે મુંબઈમાં પાંજરાપોળ બને. જ્યાં સુધી પાંજરાપોળ નહીં બને ત્યાં સુધી હવેલીનાં દર્શન બંધ !

મુંબઈમાં જાણે ધરતીકંપ થયો.

મુંબઈના જૈનો, વૈષ્ણવો, મુસલમાનો, પારસીઓ તરત એકઠા થયા. શેઠ મોતીશાએ પોતાની વિશાળ જમીન પાંજરાપોળ માટે આપી. લાખો રૂપિયા આપ્યા. શેઠ મોતીશાની દૂરંદેશીથી મુંબઈની સમસ્ત જ્ઞાતિઓમાં દયાની ભાવના જાગ્રત થઈ. મુંબઈની સર્વ જ્ઞાતિઓએ રૂ, કાપડ, કરિયાણુ, અનાજ વગેરે પર સ્વૈચ્છિક 'લાગો' નાખ્યો. લાગો એટલે ઇચ્છાપૂર્વક કબૂલ કરેલો ટૅક્સ. આ ટૅક્સની આવક તે સમયમાં વાર્ષિક ત્રણ લાખ રૂપિયાની થઈ !

આ ટૅક્સની રકમ ઉઘરાવવા માટે કમિટી બનાવવામાં આવી. તેના પ્રમુખ તરીકે શેઠ મોતીશાના મુખ્ય મહેતાજી (અને પાછળથી ભાગીદાર) સર જમશેદજી જીજીભાઈ બૅરોનેટને નીમવામાં આવ્યા !

આ પાંજરાપોળ આજેય ચાલુ છે.

શેઠ મોતીશાએ જીવનકાળ દરમિયાન અસંખ્ય ધર્મ અને માનવતાનાં શુભ કાર્યો કર્યાં. તેમના સમયમાં ગોડીજી દેરાસરનું નિર્માણ થયું. તેના પોતે ટ્રસ્ટી પણ બન્યા. ભાયખલાનું દેરાસર બન્યું. પાયધુનીનું આદીશ્વરજીનું અને ચિંતામણિ પાર્શ્વનાથનું દેરાસર બન્યું. અગાસીનું જિનમંદિર બન્યું. આ તમામ કામોમાં તેઓ સ્વયં ધ્યાન આપતા. ઘોડાગાડીમાં બેસીને રોજ દેખરેખ માટે જતા. શ્રી ગોડીજી પાર્શ્વનાથ ઉપર તેમને અપૂર્વ શ્રદ્ધા હતી.

પરમ પવિત્ર શત્રુંજય તીર્થ પર તેમણે એક ટૂંક બંધાવી.

પાલિતાણાના પવિત્ર શત્રુંજય પર શેઠ મોતીશાએ ટૂંક બનાવી ત્યારે એ ભૂમિ પસંદ કરવા અમદાવાદના શેઠ હેમાભાઈ સાથે ગયેલા. પર્વતની ટોચે એ મોટી ખીણની જમીન હતી. શેઠ મોતીશાએ એ પસંદ કરી. શ્રી હેમાભાઈ ખચકાયા : 'પણ શેઠ એ તો ખીણ છે !'

'વાંધો નહિ.' મોતીશાએ ઉત્સાહથી કહ્યું : 'એમાં હું ચીની માટી ભરીશ. ભવ્ય જિનમંદિર બનાવીશ.' એ ગગનચુંબી જિનમંદિરો ચણાયાં. તેના થોડાક મહિના પૂર્વે શેઠ મોતીશાએ દેહ છોડ્યો. પછી શેઠાણી પણ ગયાં. શેઠ ખીમચંદભાઈએ પૂરા ભારતના સંઘો બોલાવીને પ્રતિષ્ઠા કરાવી ત્યારે કહે છે કે આકાશમાંથી અમી ઝર્યાં ને ત્યાં ઉપસ્થિત હજારો સાધુ,

સાધ્વી, શ્રાવક અને શ્રાવિકાના સંઘસમુદાયે ભક્તિભર્યા સ્વરે ગાયું :

'લાવે લાવે મોતીશા શેઠ, નમણ જળ લાવે છે !
નવરાવે મરુદેવના નંદ, નમણ જળ લાવે છે !'

ભક્તિના શિખર પર ગવાયેલી આ પંક્તિઓ અદ્યાપિ જૈન સંઘ પ્રાતઃકાળે ગાય છે !

શેઠ મોતીશા તેમના સમયના ભારતના મોટા વેપારી હતા. મુંબઈ અને ભારતનાં બીજાં શહેરોમાં તેમનો બહોળો વેપાર હતો. ચીન, ઇજિપ્ત, ઇરાક વગેરે દેશોમાં તેમની પેઢીઓ ચાલતી. તેમનાં વહાણો બારે મહિના દુનિયાભરના સમુદ્રોમાં ઘૂમતાં અને વેપાર ખેડતાં. તેમના જીવનનું સર્વશ્રેષ્ઠ કાર્ય પાલિતાણાના શત્રુંજય તીર્થ પર તેમની બાંધેલી 'શેઠ મોતીશાની ટૂંક' છે. શ્રી મોતીચંદ ગિરધરલાલ કાપડિયાએ શેઠ મોતીશાનું વિસ્તૃત જીવનચરિત્ર લખ્યું છે.

શેઠ મોતીશા (સં. ૧૮૩૮ – સં. ૧૮૯૨) એટલે કાયાના કુંભ પર કીર્તિકળશ ! આવો દાની અને આવો ઉદ્યોગપતિ, ન ભૂતો ન ભવિષ્યતિ !

પ્રભાવના

'સૂત્રકૃત્રાંગ' નામના જૈનાગમનું આ વચન પ્રત્યેક જૈન ધર્મીએ શિક્ષાવ્રતની જેમ શીખી લેવું જોઈએ કે 'જે વ્યક્તિ જૂનું પાપ ધોઈ નાંખે છે ને નવું બાંધતો નથી તે મોક્ષમાં જાય છે !'

આવું પવિત્ર જીવન જીવીએ.

૬

ચક્રવર્તી ભરત અને રાજા બાહુબલીનું યુદ્ધ એટલે અહંકારની લડાઈ : વિનમ્રતાનો વિજય

સ્ફટીક જેવા નિર્મળ જળથી ભરેલું સુંદર જળાશય છે. જળાશયના કિનારે હંસ મોતીનો ચારો ચરે છે. જળાશયના કિનારે વૃક્ષો ખીલ્યાં છે. વૃક્ષોની શીતળ છાયામાં પંખીઓ કિલ્લોલ કરે છે.

જળાશયની બરાબર સામે વિરાટ પર્વત છે. પર્વતની બાજુમાં એક મુનિ ઊભા છે. વિરાટ એમનો દેહ છે.

મુનિ ધ્યાન ધરતા ઊભા છે. ન હાલે છે, ન ચાલે છે. ધ્યાનમાં સતત મગ્ન રહે છે. ધ્યાનમાં મગ્ન ઊભા રહેતાં એક વર્ષ વીત્યું છે. મુનિ મૌન ઊભા છે. શરીર એમનું સ્થિર છે. આંખો એમની સ્થિર છે. મન એમનું સ્થિર છે.

મુનિને ધ્યાનમાં ઊભા રહેતાં એક વર્ષ થવા આવ્યું છે.

કહે છે કે એક વર્ષ પહેલાં મુનિ ધ્યાનમાં ઊભા રહ્યા ત્યારે એમનો દેહ પર્વત જેવો શોભાયમાન હતો. આંખો વાદળ જેવી શોભાયમાન હતી. એ ચાલતા ત્યારે ધરતી ધ્રૂજતી. એ બોલતા ત્યારે લોકો ધ્રૂજતા. પણ એક વર્ષથી એ ધ્યાનમાં ઊભા છે.

એમનું ધ્યાન પણ મહાન છે. એમણે અન્નનો ત્યાગ કર્યો છે. એમણે જળનો ત્યાગ કર્યો છે. એમણે વાણીનો ત્યાગ કર્યો છે. એમનું

લક્ષ્ય એક જ છે. જ્યારે કેવળજ્ઞાનની પ્રાપ્તિ થશે ત્યારે પોતે ભગવાન ઋષભદેવનાં ચરણોમાં જશે.

પણ રે! કેવળ જ્ઞાન થતું જ નથી!

મુનિ ધ્યાનમાં મગ્ન રહે છે.

આ ધરતી પરના સૌથી પ્રથમ રાજવી ઋષભદેવને સો પુત્રો હતા. ભગવાન ઋષભદેવે આ ધરતી પર સર્વ પ્રથમ દીક્ષા ગ્રહણ કરીને ત્યાગના પંથનો પ્રારંભ કર્યો. પોતાના તમામ પુત્રોને રાજ્યો આપ્યાં. રાજનીતિ શીખવી. પુત્રીઓને ભાષા અને કળા શીખવ્યાં. પોતે સંસારનો ત્યાગ કરીને સંયમના પંથે નીકળી પડ્યા. તે સમયે ભગવાનની સાથે તેમના અઠ્ઠાણું પુત્રોએ પણ પોતાના મહાન પિતાનો પંથ પકડ્યો, દીક્ષા લીધી.

તે સમયે રાજા ભરત અને રાજા બાહુબલી સંસારમાં રહ્યા.

રાજા ભરત મહત્ત્વાકાંક્ષી રાજા હતો. તેણે છ ખંડ પૃથ્વી જીતી લીધી. તે ચક્રવર્તી થયો. સંસારમાં ચક્રવર્તી ભરતનો જય જયકાર થયો.

પણ તે સમયે રાજા બાહુબલી ચક્રવર્તી ભરતની આજ્ઞા માનવા તૈયાર નહોતો. તેણે કહ્યું કે મને રાજ્ય પિતાએ આપ્યું છે. ભરત મોટો ભાઈ છે એટલે તેનું સન્માન હું જરૂર કરીશ, પણ આજ્ઞા તો પિતા ઋષભદેવની માનીશ. હું ભરતની આજ્ઞા નહીં માનું. શરીર પડી જાય તો ચાલે પણ સ્વમાન ઝૂકે તે ન ચાલે.

આટલી વાત પર ભરત અને બાહુબલી વચ્ચે યુદ્ધ થયું. ચક્રવર્તી ભરત મહાન રાજા હતો, પણ બાહુબલી અજય યોદ્ધો હતો. એણે યુદ્ધમાં ચક્રવર્તી ભરતને શિકસ્ત આપી. છેલ્લે તેણે ભરતને મારવા મુઠ્ઠી ઉપાડી. પણ તે સમયે મહાન બાહુબલીને થયું કે એક રાજને ખાતર મોટા ભાઈને મારીને હું રાજ કરું તે મને શોભતું નથી. એણે પોતાની મુઠ્ઠીથી પોતાના મસ્તકના વાળ ચૂંટી લીધા. સાધુ થઈને જંગલમાં ચાલ્યા. સંસારનો મોહ છોડ્યો, સંયમનો પંથ પકડ્યો.

ચક્રવર્તી ભરતને થયું કે ખરેખર તો બાહુબલીનો વિજય થયો. રાજા ભરતે બાહુબલીને પાછા વળવા બહુ વિનંતી કરી પણ આ તો મહાન બાહુબલી! એણે તો સંસાર સાપ કાંચળી તજે તેમ છોડી દીધો. જંગલમાં જઈને ધ્યાન શરૂ કર્યું.

બાહુબલી મુનિને પહેલાં તો થયું કે પોતે ભગવાન ઋષભદેવનાં

ચરણોમાં ચાલ્યા જાય. પણ પછી વિચાર આવ્યો કે પોતાના અઠ્ઠાણું નાના ભાઈઓ ભગવાન પાસે ત્યાગી બનીને રહ્યા છે. તેમને કેવળ જ્ઞાન થયું છે. જો અત્યારે પોતે ભગવાનની પાસે જશે તો તે નાના ભાઈઓને વંદન કરવાં પડશે. મુનિ બાહુબલીને થયું કે પોતે જંગલમાં ઊભા રહેશે, જ્યારે કેવળ જ્ઞાન થશે ત્યારે ભગવાનનાં ચરણમાં પહોંચી જશે !

બાહુબલીએ ઘોર તપનો પ્રારંભ કર્યો.

શરીર સુકાઈ ગયું છે. માથે લાંબી-લાંબી જટા વધી છે. જ્યાં તે ધ્યાનમાં ઊભા છે ત્યાં ચારે કોર ઘેઘૂર ઘાસ ઊગ્યું છે. માટીના ઢગલા થયા છે. વનનાં પશુઓ ત્યાં આવે છે. વનનાં પંખીઓ ત્યાં આવે છે. મુનિને ધ્યાનમાં ઊભેલા જુએ છે અને પશુ અને પંખી મુનિને અબોલ વાણીમાં વંદન કરે છે. બાહુબલી મુનિ હાલતા કે ચાલતા નથી, સ્થિર ઊભા છે. દુઃખ સહન કરવું ગમે છે. પણ કેવળ જ્ઞાનની પ્રાપ્તિ થાય તેની પ્રતીક્ષામાં ઊભા છે.

એમનો નિશ્ચય અટલ છે.

પર્વત જેવી વિશાળ કાયા સાવ ગળી ગઈ છે. સૂરજ જેવી વિશાળ આંખો સાવ ઊંડી ઊતરી ગઈ છે. ભીમ જેવું મજબૂત શરીર હાડકાંનો માળો થઈ ગયું છે. ચંદ્રમા જેવું રૂપ સાવ ઝાંખું થઈ ગયું છે. કોઈ ઓળખી ન શકે કે આ બાહુબલી છે !

આકરું એમનું તપ છે. અડગ એમનું ધ્યાન છે. અટલ એમનો નિશ્ચય છે.

બાર-બાર મહિના વીત્યા છે. બાર મહિનામાં થયેલા તપનું તેજ એમના મુખ પર છવાયું છે પણ કેવળ જ્ઞાનની પ્રાપ્તિ થતી નથી.

ભગવાન ઋષભદેવ હસ્તિનાપુરમાં પધાર્યા હતા. ભગવાન ઋષભદેવ ત્રણે લોક અને ત્રણે કાળને જાણતા હતા. એમણે જોયું કે મુનિ બાહુબલી સાધના કરતાં ઊભા છે. કેવળ જ્ઞાનની રાહમાં છે પણ એમને કેવળ જ્ઞાન થતું નથી. ભગવાન જાણી ગયા કે એમને કેવળ જ્ઞાન એટલા માટે થતું નથી કે એમના મનમાં માન ઊભું છે.

જેમણે સાચા જ્ઞાનની પ્રાપ્તિ કરવી છે તેમણે માન છોડવું પડે. જે અભિમાનના પંથે ચાલે તેમને કેવળ જ્ઞાન ન થાય.

મુનિ બાહુબલીએ બધું છોડ્યું હતું, પણ માન છોડ્યું નહોતું. જ્ઞાન તો વિનયને જ મળે. સિદ્ધિ તો વિવેકીને જ સાંપડે. માન જો દૂર થાય તો જ કેવળ જ્ઞાન મળે.

ભગવાન ઋષભદેવે સાધ્વી બ્રાહ્મી ને સાધ્વી સુંદરીને બોલાવ્યાં. પૂર્વાવસ્થામાં બંને સાધ્વીઓ ભગવાન ઋષભદેવની પુત્રીઓ હતી. ત્યાગ અને સંયમના પંથે જઈને આત્મકલ્યાણ કરી રહી હતી. સંસાર એમનું જ્ઞાન અને તપ નિહાળીને અભિભૂત થતો હતો. ભગવાને બંને સાધ્વીઓને બોલાવીને કહ્યું કે તમારા બાંધવ મુનિ બાહુબલી વનવગડામાં ઊભા છે. ઘોર તપ કરે છે. તેમને કેવળ જ્ઞાન થતું નથી. તેમના મનમાં અભિમાન છે. તમે તેમની પાસે જાઓ અને અભિમાનના હાથી પરથી નીચે ઉતારો. જો તેમનું અભિમાન જશે તો તેમને કેવળ જ્ઞાન પ્રાપ્ત થશે, નહીં તો તેમનું ઘોર તપ નિષ્ફળ જશે.

બંને સાધ્વી બહેનો જંગલના પંથે ચાલી.

મુનિ બાહુબલી ધ્યાનમાં ઊભા છે. કોણ આવે છે અને કોણ જાય છે તેની તેમને તમા નથી. આત્માના કલ્યાણ સિવાય કોઈ દિશામાં જોવાની ભાવના નથી.

બંને સાધ્વી બહેનો પોતાના વિરક્ત ભાઈને નિહાળીને ધન્ય થઈ ગઈ. પરંતુ તેમને મનમાં પડેલા અભિમાનને કારણે આત્મકલ્યાણની પ્રાપ્તિ થતી નથી તે જોઈને દુઃખી-દુઃખી થઈ ગઈ. તેમણે એટલું જ કહ્યું કે 'ભાઈ, ગર્વના ગજવર પરથી નીચે ઊતરો.'

બંને બહેન સાધ્વીઓ આટલું બોલીને પાછી વળી ગઈ.

મુનિ બાહુબલીના કર્ણદ્વય પર બહેન સાધ્વીનો મંગલમય અવાજ સંભળાયો. મુનિ વિચારમાં પડ્યા કે હું ગજરાજ પર બેઠો નથી અને મારી બહેન સાધ્વીઓ આમ કેમ બોલી હશે? હું તો ભૂમિ પર ઊભો છું, ઊભોઊભો તપ કરું છું અને બહેનો કહે છે કે ભાઈ, ગજવર પરથી નીચે ઊતરો. મારી બહેનો સાધ્વી છે, વળી ત્યાગી છે. એ જુઠ્ઠું ન બોલે. જુઠ્ઠું બોલીને કોઈને છેતરે નહીં.

મુનિ બાહુબલીને સમજાયું કે હું અભિમાન છોડતો નથી એ જ સૂચવે છે કે હું ગર્વના હાથી પર બેઠો છું. મારે અભિમાનનો ત્યાગ કરવો જોઈએ. નાના ભાઈઓને વંદન કરવામાં શો વાંધો? તેઓ પણ જ્ઞાની બન્યા છે. તેઓ પણ સંયમી થયા છે. તેઓ પણ મહાન મુનિઓ છે. એમને વંદન કરવાથી તો મારું આત્મકલ્યાણ થાય. હું ભવજળ તરી જાઉં.

મારી બહેન સાધ્વીઓનું કહેવું કેટલું સાચું છે! મારે અભિમાન છોડવું

જોઈએ.

મુનિ બાહુબલીએ ભગવાન ઋષભદેવનાં ચરણોમાં જવા માટે પગ ઉપાડ્યો અને તેમને કેવળ જ્ઞાન થયું !

સુંદર જળાશયના કિનારે રમી રહેલાં પંખીઓએ આનંદનો કલશોર કર્યો !

પ્રભાવના

તમે ટૅક્સીના ડ્રાઇવર પર *વિશ્વાસ* રાખો છો, તે યોગ્ય જગ્યાએ પહોંચાડશે. તમે ડૉક્ટર પર *વિશ્વાસ* રાખો છો, તે તમારું દર્દ મટાડશે. તમે શિક્ષક પર *વિશ્વાસ* રાખો છો, તે તમને સરસ ભણાવશે. માત્ર એટલું જ પૂછવું છે કે તમે ધર્મ પર *વિશ્વાસ* રાખો છો કે તમારું કલ્યાણ કરશે ?

૭

મહાન નારી સતી વીરમતિ

દેવગિરિની રાજકુમારી વીરમતિ એટલે ધરતીનું અનુપમ સૌંદર્ય. વીરમતિની દેહભંગિમા, કામણગારી આંખો, રૂપ નીતરતું લાલિત્ય નિહાળીને ક્ષત્રિય રાજાઓ હોંશ ગુમાવી દેતા હતા : વીરમતિ જેવી રૂપમતિ હતી તેવી જ બુદ્ધિમતિ પણ હતી. રૂપની જેમ ગુણનો ભંડાર હતી. એ ગાતી ત્યારે કોયલ ટહુકો ભૂલી જતી, એ સિતાર વગાડતી ત્યારે નદી લય ચૂકી જતી, એ નૃત્ય કરતી ત્યારે હવા તાલબદ્ધ વહેવા લાગતી !

દેવગિરિના રાજા હતા રામદેવ. વીરમતિ રાજા રામદેવની દત્તક પુત્રી હતી. રાજા રામદેવે દેવગિરિમાં આ બાળકીનું નિર્દોષ અને પ્રસન્ન મુખ જોઈને દત્તક પુત્રી તરીકે સ્વીકારી લીધી પણ તેને કદીય જણાવા ન દીધું કે તે દત્તક દીકરી છે ! એના ઘડતરમાં, પાલન-પોષણમાં, ઉછેરમાં રાજા રામદેવે સ્વયં રસ લીધો હતો. વીરમતિ રાજા રામદેવની વ્હાલસોયી પુત્રી હતી.

રાજકન્યાની જેમ ઊછરેલી વીરમતિના સૌંદર્યની સુગંધ ચારેકોર પ્રસરી ગઈ.

યુવાન વીરમતિનું માગું અનેક સ્થળેથી આવતું, પણ રાજા રામદેવ ઝંખતા હતા કે વીરમતિ પોતાની નજર સમક્ષ જ રહે !

સૌંદર્યવતી વીરમતિ જાણતી હતી કે ક્યારેક તો પરણીને શ્વશુરગૃહે જવાનું જ છે! સ્ત્રીનું એ જ તો ભવિષ્ય હોય છે! કિંતુ વીરમતિ પણ મનોમન વિચારતી હતી કે પોતે લગ્ન કરીને દેવગિરિમાં જ રહેવા પામે તો ઘણું સારું. વીરમતિને પિતા રાજા રામદેવ પ્રતિ અપાર પ્રેમ હતો. રામદેવની તે એકમાત્ર પુત્રી હતી : વીરમતિને થતું હતું કે પોતે પિતા વિના ક્યારેય નહિ રહી શકે!

રાજા રામદેવ પુત્રીનું મન સમજતા હતા.

રાજા રામદેવે ચોપાસ તપાસ ચાલુ રાખી. એકદા એમણે એક દૃશ્ય જોયું ને તેઓ હસી પડ્યા.

વીરમતિ રાજમહેલના ઝરૂખામાં ઊભી હતી. ચંદ્રના તેજ સાથે તેનું લાવણ્ય સ્પર્ધામાં ઊતર્યું હોય તેમ ઝગારા મારતું હતું. ચારેકોર શાંત વાતાવરણ હતું. એ જ સમયે રાજમાર્ગ પરથી દેવગિરિનો યુવાન સેનાપતિ કૃષ્ણરાવ ઘોડેસ્વાર થઈને નીકળ્યો. ધારદાર આંખો, ટટ્ટાર સીનો, પૌરુષત્વથી છલકાતો દેહ : કૃષ્ણરાવને વીરમતિ અનિમેષ તાકી રહી હતી!

રાજા રામદેવ ધીમેથી પુત્રી વીરમતિ પાસે ગયા, તેના ખભે હાથ મૂક્યો. વીરમતિ ચમકી : જોયું તો પિતાજી! એણે નમીને પ્રણામ કર્યા. રાજા રામદેવ કહે, 'બેટા, હમણાં જે યુવાન પસાર થયો તેને તું જાણે છે ને?' વીરમતિ ક્ષણમાં સમજી ગઈ. એણે કહ્યું, 'જી, પિતાજી.'

'બેટા, તને એ જુવાન ગમે છે ને?'

વીરમતિનું મુખ લજ્જાથી લાલલાલ થઈ ગયું. એ પિતાના આશ્લેષમાં છુપાઈ ગઈ.

રાજા રામદેવે પુત્રી વીરમતિના મસ્તક પર વ્હાલથી હાથ ફેરવવા માંડ્યો. પછી કહ્યું : 'બેટા, તારા મનોભાવ હું સમજ્યો છું. એ આપણા રાજ્યનો સેનાપતિ કૃષ્ણરાવ છે. ઉત્તમ, શૂરવીર અને શ્રેષ્ઠ યુવાન છે. તારી પસંદગી એ મારી પસંદગી : મારી દીકરી મારી આંખ સામે તો રહેશે!'

સેનાપતિ કૃષ્ણરાવ અને રાજકન્યા વીરમતિનાં લગ્ન ધામધૂમથી થયાં. દેવગિરિ આ દંપતીને વધાવી રહ્યું.

કૃષ્ણરાવ રસિક યુવાન હતો અને વીરમતિ મુગ્ધ યૌવનથી છલકાતી હતી : સમણાં જાણે શાક્ષાત સ્વરૂપ પામ્યાં હોય તેવી એ વેળા હતી. દેવગિરિના કિલ્લાઓ, નદીનાં કોતરો, રાજમહેલની અટારીઓ જાણે રમણે

ચઢ્યાં! કૃષ્ણરાવ અને વીરમતિનું અફાટ યૌવન મદહોશ બની ગયું.

સમય સુરીલો બની ગયો.

સેનાપતિ કૃષ્ણરાવ બહાદુર યુવાન અને શૂરવીર સૈનિક હતો. દેવગિરિના સૈન્ય પર તેનું પૂર્ણ પ્રભુત્વ હતું. કૃષ્ણરાવની હાકથી સૈનિકો ધ્રૂજતા. કૃષ્ણરાવની આંખના પલકારે શત્રુઓ થરથરતા. દેવગિરિમાં પ્રજા નિર્ભય હતી અને સુખી હતી. પણ આજકાલ કૃષ્ણરાવનું ચિત્ત ડામાડોળ રહેતું હતું.

કૃષ્ણરાવને થતું હતું કે દેવગિરિનો પોતે સર્વેસર્વા છે, પણ રાજા નથી, રાજા તો રામદેવ છે! કૃષ્ણરાવને થતું હતું કે પ્રતિભા એ સુવર્ણ છે પણ સત્તા એ તો સુવર્ણની ખાણ છે! કૃષ્ણરાવના મનમાં ઝડપથી દેવગિરિના રાજા બનવાની, સર્વ સત્તાધીશ બનવાની ઝંખના આકાર લેવા માંડી હતી. એની મહત્ત્વાકાંક્ષા અસીમ હતી અને એ પૂર્ણ કરવા માટે કૃષ્ણરાવ ગમે તે હદે જવા તૈયાર હતો! કૃષ્ણરાવના ચિત્તમાં અનેક તરંગો રમતા હતા. વીરમતિ કૃષ્ણરાવ સાથે ઓળઘોળ થઈ ગઈ હતી. તેને પતિના મનમાં ચાલી રહેલા વિચારપ્રવાહનો અંદાજ નહોતો.

દિલ્હીમાં એ સમયે અલાઉદ્દીન ખીલજીનું રાજ તપતું હતું. ભારતભરમાં તેણે બળથી કે છળથી રજવાડાં જીતવા માંડ્યાં હતાં. એક દિવસ તેણે મોટી સેના સાથે દેવગિરિ પર આક્રમણ કરી દીધું. અલાઉદ્દીન ખીલજીની ગણતરી ખોટી પડી. દેવગિરિના કિલ્લાઓ પહાડ જેવા મજબૂત હતા. દેવગિરિનું સૈન્ય જડબાતોડ જવાબ આપતું હતું. રાજા રામદેવનો જુસ્સો ભયંકર હતો. સેનાપતિ કૃષ્ણરાવની વ્યૂહરચના ગજબ હતી. વીરમતિ યોદ્ધાની જેમ બખ્તર પહેરીને તલવાર વીંઝતી હતી. અલાઉદ્દીન ખીલજીએ પીછેહઠ કરી. તેની સેનાનો ભયાનક ખાત્મો થયો હતો. ખીલજીએ છળનો પ્રયોગ કર્યો. રાજા રામદેવ સજાગ હતા પણ સેનાપતિ કૃષ્ણરાવે તે સમયે કહ્યું કે, 'રાજન્, આપણે શત્રુઓની દાનત જાણવી જોઈએ. ખીલજીને ઓછો આંકી ન શકાય!'

રાજા ખુશ થઈ ગયા. તેમણે કહ્યું, 'યુવાન! તારી વાત સાચી છે. શત્રુના કપટથી સાવચેત રહેવું જોઈએ. કહે, આપણે શું કરવું જોઈએ?'

કૃષ્ણરાવ કહે, 'રાજન્ શત્રુ શું રમત રમવા માંગે છે તેની તપાસ કરવી જોઈએ.'

'એ માટે કોને કામ સોંપીશું?'

'આપ આજ્ઞા આપો તો તે કામ હું કરીશ.'

રાજા રામદેવે સંમતિ આપી.

એ વાર્તાલાપના સમયે વીરમતિ ઉપસ્થિત હતી. એ મૂંઝાઈ ગઈ. એણે તત્ક્ષણ વિચારી લીધું કે પોતે કૃષ્ણરાવની પાછળ-પાછળ જ, પુરુષવેશમાં જશે ! નક્કી આ વાતમાં કંઈક ભેદ છે !

યુવાન વીરમતિની નસનસમાં દેશદાઝ ભરી હતી. એ માત્ર સૌંદર્ય જ નહોતી પામી, શૌર્ય પણ પામી હતી : વીરમતિને ભયંકર મૂંઝવણ થતી હતી. અને પોતાના પતિ અને સેનાપતિ કૃષ્ણરાવ પર શંકા કરવી ગમતી નહોતી, પણ તેની મૂંઝવણ એ હતી કે એક સેનાપતિની કક્ષાની વ્યક્તિ, જાસૂસ બનીને જાય ?

વીરમતિ પુરુષવેશમાં કૃષ્ણરાવનું પગલેપગલું દબાવતી પાછળ ગઈ ત્યારે ત્યાં આશ્ચર્ય અને આઘાતથી સ્તબ્ધ થઈ ગઈ.

કૃષ્ણરાવને ખીલજીના સૈન્યમાં કોઈએ ટોક્યો નહિ. એ એક વૃક્ષ તળે ઊભો રહ્યો. ખીલજીનો સેનાપતિ ત્યાં આવ્યો. બંનેએ પરસ્પર સ્મિત કર્યું. જાણે જૂની ઓળખાણ ન હોય ! બંને વૃક્ષની નીચે શાંતિથી બેઠા.

વીરમતિ વૃક્ષની પછવાડે જ ચાલાકીથી છુપાઈ. એના રૂંવાડે-રૂંવાડે આગ લાગી ગઈ હતી : પોતાનો પતિ દેશદ્રોહી છે ? વીરમતિએ ધ્યાનથી સાંભળવા માંડ્યું.

બંને સેનાપતિઓ હસીને વાત કરતા હતા. ખીલજીનો સેનાપતિ કહે, 'કહો, સેનાપતિ ! તમારું ઇનામ તમને મળશે જ : અમે ક્યાંથી હુમલો કરીએ અને કયો દરવાજો તોડીએ ?'

વીરમતિ સડાક થઈ ગઈ.

વીરમતિ કૃષ્ણરાવ કંઈ બોલે તે પહેલાં ધસી ગઈ : એણે તલવારના એક જ ઝાટકે કૃષ્ણરાવને રહેંસી નાંખ્યો ! મોગલ સેનાપતિ આ અણધાર્યા હુમલાથી નાસી ગયો.

કૃષ્ણરાવને ઢળી પડેલો જોઈને વીરમતિ તેની પાસે બેસી ગઈ. તેની આંખમાંથી ચોધાર વહેતાં હતાં. તેણે કૃષ્ણરાવનું મસ્તક પોતાના ખોળામાં લીધું. તેણે કહ્યું,

'સ્વામી, તમે આમ કેમ કર્યું ? તમે જ દેશને બેવફા થયા ? મેં દેશદ્રોહીની હત્યા કરી છે પણ તમે મારા પતિ તો છો જ. હું સ્વપ્નમાં પણ પરપુરુષની કલ્પના ન કરી શકું. હું તમને વફાદાર છું. હું પણ તમારી

પાછળ જ આવીશ. હું આર્યદેશની સતી નારી છું.'

વીરમતિએ એ જ પળે, પોતાની તલવારથી પોતાનું માથું ઉડાવી દીધું !

કેવો અદ્ભુત દેશપ્રેમ !

કેવું મહાન સતીત્વ !

પ્રભાવના

જૈન પાઠશાળાઓનું નવઘડતર કરવું જોઈએ. જૈન પાઠશાળાઓને અદ્યતન બનાવવી જોઈએ. કમ્પ્યૂટર, ઇન્ટરનેટ વગેરે વ્યવસ્થા હવે અનિવાર્ય છે. કમ્પ્યૂટરના માધ્યમથી વધુમાં વધુ માહિતીથી વિદ્યાર્થીને સજ્જ કરવો જોઈએ. એ કદીય ભૂલવું ન જોઈએ કે જૈન પાઠશાળા એ જૈન સંઘનો પાયો છે. શિક્ષક જો ઘડાયેલો નહિ હોય તો નહિ ચાલે : શિક્ષકે પણ એ શીખવું જોઈએ કે વિદ્યાર્થીને કેમ ભણાવાય ?

૮

રાજા યશોવર્મનો ન્યાયપ્રેમ

જૈન ધર્મમાં 'ઉપદેશ સપ્તતિકા' નામનો ગ્રંથ છે. આ સુંદર ધર્મગ્રંથમાં એક ન્યાયી રાજાની વાત મળે છે. કહે છે કે ન્યાય તો રાજા યશોવર્મનો, બીજાની તો ખાલી વાતો. કલ્યાણ કટકપુર નામનું નગર હતું. રાજા યશોવર્મ ત્યાં રાજ કરતો હતો. યશોવર્મ દયાળુ રાજા હતો, ન્યાયપ્રેમી રાજા હતો. કોઈને અન્યાય થાય તો રાજા યશોવર્મને દુઃખ થાય.

કલ્યાણ કટકપુરમાં શહેરની બહાર રાજાનો ભવ્ય મહેલ હતો. મહેલની ચારેકોર સુંદર હરિયાળી છવાઈ હતી. મહેલના પ્રવેશદ્વાર પાસે એક મોટો ઘંટ બાંધવામાં આવ્યો હતો.

આ વિશાળ ઘંટ એટલે રાજા યશોવર્મની કીર્તિકથા !

કોઈને પણ ન્યાય જોઈએ તે ઘંટ વગાડે. રાજા યશોવર્મ હજાર કામ પડતાં મૂકીને ત્યાં દોડી આવે, પૂરતી તપાસ કરે. અને ન્યાય આપે. ગરીબ હોય, શ્રીમંત હોય કે સત્તાધીશ હોય : સૌને ન્યાય મળે.

રાજા યશોવર્મની રાજસભા એટલે જાણે ભગવાનની ધર્મસભા : રાજા યશોવર્મનો ન્યાય એટલે જાણે ઈશ્વરનો ચૂકાદો. કોઈની ચાલાકી, કોઈની હોશિયારી, કોઈની લાગવગ ક્યાંય ન ચાલે.

રાજા યશોવર્મ સ્વયં વેશપલટો કરીને નગરમાં ઘૂમે. રાજની તમામ વાતો નજરે જૂએ અને કાને સાંભળે. કોઈ રાજસેવક સામાન્ય નાગરિક પાસેથી પૈસા પડાવતો જુએ એટલે રાજા યશોવર્મનો ગુસ્સો સાતમા આસમાને જાય : એ રાજસેવકને રાજા સાક્ષાત નરક બતાવી દે.

આખું કલ્યાણ કટકપુર નગર રાજાની વાહવાહ કરે.

રાજા યશોવર્મને એક પુત્ર હતો. રાજકુમારનું નામ હતું અતિદુર્દમ.

બપોરની વેળા હતી. ઉનાળાનો પ્રચંડ તાપ ધરતી પર વરસતો હતો. માનવી, પશુ અને પંખી – સૌ પોતપોતાના ઘરમાં ગરમીથી બચવા છુપાઈ ગયાં હતાં.

એ સમયે રાજકુમાર અતિદુર્દમ અશ્વ પર બેસીને નગરના મુખ્ય માર્ગ પરથી નીકળ્યો. એ કોઈક જરૂરી કામે નગર બહાર જઈ રહ્યો હતો. રાજમાર્ગ પરથી એક ગાય પોતાના તાજા જન્મેલા વાછરડા સાથે રસ્તો ઓળંગી રહી હતી. રાજકુમાર અત્યંત ઝડપથી ઘોડા પર જઈ રહ્યો હતો. એ કંઈ સમજે તે પૂર્વે રાજકુમારનો ઘોડો વાછરડા સાથે અફળાયો. રાજકુમારે અશ્વને રોકવા લગામ તો ખેંચી પણ અશ્વ અટકે તે પહેલાં વાછરડા સાથે અકસ્માત થયો.

રાજકુમાર અશ્વ પરથી નીચે ઊતર્યો.

રાજકુમાર ક્યાંકથી પાણી લઈ આવ્યો. વાછરડા પર છાંટ્યું.

વાછરડું તરફડિયા મારતું મૃત્યુ પામ્યું.

ગાયે કારમી ચીસ નાંખી.

રાજકુમારને પારાવાર પસ્તાવો થયો.

ગાય પોતાના વાછરડા વિના રહી શકતી નહોતી, તે ધમપછાડા નાખતી હતી. રાજકુમારે ગાયના શરીર પર હાથ ફેરવીને આશ્વાસન આપવા કોશિશ કરી પણ ગાયે શિંગડું મારીને તેને દૂર ધકેલી દીધો.

રાજકુમાર ત્યાંથી ચાલ્યો ગયો.

ગાય આંખમાંથી આંસુ સારે છે. આઘાતથી તે મૂઢ થઈ ગઈ છે. વાછરડાની ચારેકોર આંટા મારે છે. લોકોનું ટોળું ભેગું થયું છે. પણ લોકો શું કરે ? એક વ્યક્તિએ ગાયના કાનમાં કહ્યું કે આ નગરનો રાજા ન્યાયી છે તેની પાસે જા અને ન્યાય માંગ !

ગાય ખરેખર મહેલ તરફ ચાલવા લાગી.

લોકોનું ટોળું પાછળ ચાલ્યું.

બપોરનો ધૂમ તાપ પૃથ્વીને ધખાવતો હતો. ગાયે મહેલની બહાર બાંધેલા ઘંટના લોલકને ઝાલ્યું અને જોરથી ઘંટ વગાડ્યો.

રાજા યશોવર્મ રાજસભામાંથી આવીને ભોજન માટે પાટલા પર બેઠો ત્યાં તેણે ઘંટ વાગતો સાંભળ્યો. જમવાનું છોડીને એ મહેલના દ્વારે આવ્યો. ગાયને ઘંટ વગાડતી જોઈને તેને આશ્ચર્ય થયું. તેણે કહ્યું કે, 'હે ગાયમાતા તમને શું અન્યાય થયો છે તે કહો !'

ગાય આંસુ સારતી ચાલવા માંડી.

રાજા અને લોકોનું ટોળું તેની પાછળ ચાલ્યાં.

મરેલા વાછરડા પાસે આવીને ગાય અટકી. તે ચીસો પાડવા માંડી.

રાજા એક ક્ષણમાં બધું સમજી ગયો. તેણે કહ્યું, 'આ વાછરડાને જેણે માર્યું હોય તેને હાજર કરો !'

રાજકુમાર અતિદુર્દમ હાજર થયો. તેણે કહ્યું કે વાછરડાનું મૃત્યુ મારી ભૂલથી થયું છે. મને સજા કરો.

રાજા યશોવર્મ આંખ મીંચી ગયો. જીવનની આ કટોકટીની પળ હતી. પોતાના પુત્ર માટે સજાનો વિચાર કરવાનો હતો. રાજાએ નગરના વિદ્વાનોને આમંત્રણ આપ્યું. કહ્યું કે મારા પુત્ર રાજકુમાર અતિદુર્દમને એક ગાયનો ભયંકર અપરાધ કર્યો છે તેની સજા કહો.

વિદ્વાનો મૂંઝવણમાં પડ્યા. એમણે કહ્યું કે રાજકુમારને કોઈ સજા ન હોય, કેમ કે તેણે આ કાર્ય જાણીબૂઝીને કર્યું નથી. વળી, રાજકુમાર આપનો એકનો એક પુત્ર છે તેનો પણ વિચાર કરવો ઘટે.

ચારેકોર હજારો નાગરિકો ટોળે વળ્યા હતા. મહારાણી પણ ત્યાં દોડી આવ્યાં. મહારાણીએ વિનંતી કરી કે રાજન્, રાજકુમારનો અપરાધ ગમે તે હોય પણ તમે તેને ક્ષમા કરો. ગાય જેમ માતા છે તેમ હું પણ એક માતા છું. મારી વિનંતી સ્વીકારો અને રાજકુમારને છોડી દો.

લોકોએ બૂમો પાડી : રાજકુમારને છોડી દો, છોડી દો.

ચારેકોર સન્નાટો છવાઈ ગયો.

ગાય ચીસો નાંખતી હતી. તેની આંખમાંથી આંસુ ઝરતાં હતાં. તે ન્યાય માંગતી હતી.

રાજા યશોવર્મ સ્તબ્ધ ઊભો હતો. એની મતિ મૂંઝાઈ ગઈ હતી. તેણે છાતી પર પથ્થર રાખીને કહ્યું,

'હે નાગરિકો, રાજકુમાર અતિદુર્દમ મારો પુત્ર છે. મને વહાલો છે. પણ ન્યાય સામે સંબંધનું કોઈ મૂલ્ય નથી. હું મારા પુત્રને સજા કરું છું કે જ્યાં વાછરડું મર્યું ત્યાં રાજકુમારને સુવડાવવામાં આવે અને તેની છાતી પરથી ઘોડો દોડાવવામાં આવે !'

રાજાએ રાજસેવકોને રાજકુમારની છાતી પરથી ઘોડો દોડાવવાની આજ્ઞા કરી.

કિંતુ કોઈ આગળ ન આવ્યું.

છેવટે રાજા યશોવર્મ સ્વયં ઘોડા પર બેસીને સજા ફટકારવા આગળ આવ્યા. રાજકુમાર અતિદુર્દમ માતા-પિતા અને પ્રજાને હાથ જોડીને જમીન પર સૂઈ ગયો. ચારેકોર સજા રોકવા માટે અવાજો ઊઠ્યા.

સૂતેલા રાજકુમાર ઉપરથી જ્યાં રાજા યશોવર્મ ઘોડો લઈને પસાર થવા જાય છે તે જ પળે આશ્ચર્ય સર્જાયું !

ગાય અને વાછરડાની જગ્યાએ બે દેવપુરુષો હાજર થયા. આકાશમાંથી ઘોષણા સંભળાઈ કે, 'હે રાજન્, કોઈ વાછરડાનું મરણ થયું નથી. અમે તો તમારી ન્યાયપ્રિયતા તપાસવા માટે આવેલા દેવો છીએ. તમને ધન્ય છે !'

આકાશમાંથી ધરતી પર પુષ્પો વેરાયાં.

ચારેકોર હર્ષનાદ થયો.

રાજકુમાર અતિદુર્દમ પોતાના મહાન પિતાને ભેટી પડ્યો.

પ્રભાવના

જીવદયાપ્રેમીઓ શ્રી જવાહરલાલ નહેરુના જીવનની આ વાત જાણો છે ? લાહોરમાં અંગ્રેજ સરકાર કતલખાનું ખોલવાની હતી ત્યારે શ્રી જવાહરલાલ નહેરુએ કહ્યું કે, 'મૈં કતલખાનો કો બિલકુલ નાપસંદ કરતા હૂં. મૈં કભી કિસી બૂચડખાને કે પાસ સે ગુજરતા હૂઁ, મેરા દમ ઘૂટને લગતા હૈ. યહાઁ કુત્તોં કા ઝપટના ઔર ચીલ-કૌઓ કા મંડરાના ઘૃણાસ્પદ લગતા હૈ. પશુ હમારે દેશ કે ધન હૈ. ઈનકે નાસ કો મૈં કદાપિ પસંદ નહીં કરતા. સરકારને લાહૌર મેં જો કસાઈ ખાના ખોલને કા નિશ્ચય કિયા હૈ, મૈં ઉસકા ઘોર વિરોધ કરતા હૂઁ. ઈસકે વિરોધ મેં દેશવાસી જો ભી કદમ ઊઠાયેંગે, મૈં ઉનકે સાથ રહૂઁગા.' (કત્લખાને : ૧૦૦ તથ્ય : સં. ડૉ. નેમીચંદ જૈન) આ નિવેદન પછી પ્રજાના જોરદાર વિરોધને કારણે પ્રસ્તાવિત કતલખાનું માંડી વાળ્યું.

૯

દીવાસળી ચાંપો એ મમત પર જેનાથી જિંદગી ધૂળધાણી થાય!

સીતાપુરમાં રામભાઈ નામે કિસાન રહે.

રામભાઈ ખેતીકામના નિષ્ણાત હતા. જમીન પણ ઘણી હતી. દરેક ખેતરમાં પાણીના ઊંડા કૂવા. જમીન પણ ફળદ્રુપ એટલે રામભાઈની મહેનત ઊગી નીકળે.

રામભાઈ ગર્ભશ્રીમંત હતા. વિશાળ ઘર, ગાયો અને ભેંસોનું મોટું ધણ અને સ્વભાવની ઉદારતાના કારણે રામભાઈ પાંચમાં પુછાતા માનવી હતા. સીતાપુરનું પંચ બેસે તો રામભાઈ વિના ન ચાલે.

રામભાઈને એક જ સંતાન. કુંતી નામની પુત્રી. કુંતી હતી તો ઘઉંવર્ણી પણ કામણગારી હતી. યૌવનથી ઊભરાતી કાયા, માયાળુ વર્તન અને મીઠી જબાનથી કુંતી સૌને સંમોહિત કરી લેતી હતી. સીતાપુર અને તેની આસપાસના ખેડૂતોનાં ઘરોમાંથી કુંતી માટે માગાં આવવાનાં શરૂ થઈ ગયાં હતાં.

કુંતી રામભાઈની અત્યંત લાડકી પુત્રી હતી. રામભાઈ ઉતાવળ કરવા માંગતા નહોતા. કુંતી માટે સારું ઘર અને સારો જુવાન રામભાઈ શોધતા હતા.

રામભાઈમાં સો ગુણ અને એક અવગુણ. રામભાઈની જીદને કોઈ ન પહોંચે. રામભાઈએ જે વાત પકડી, તે પકડી. જો રામભાઈ જીદે ભરાય તો કોઈની તાકાત નહિ

કે રામભાઈને સમજાવી શકે! સૌ કહે કે જીદ એટલે રામભાઈની! જીદ માટે થઈ સૌ કહેતા કે એમનું નામ 'રાવણભાઈ' રાખ્યું હોત તો સારું થાત!

રામભાઈને કુંતી માટે એક યુવાન ગમ્યો. નામ ખુશાલ. ઓછું ભણેલો પણ સંસ્કારી પૂરો. ખાધે-પીધે સુખી. મા-બાપ બંને સ્વર્ગવાસ પામ્યાં હતાં. ખુશાલને એક બહેન હતી, તે પરણીને સાસરે ગયેલી.

ખડતલ અને હોશિયાર ખુશાલ રામભાઈને પસંદ પડ્યો એટલે તેમણે કુંતીને પૂછ્યું. કુંતી શરમાઈ ગઈ.

રામભાઈએ કુંતીને ખુશાલ સાથે ધામધૂમથી પરણાવી. સીતાપુર હરખઘેલું થઈને ઝૂમી રહ્યું. રામભાઈએ ખુશાલને સમજાવીને પોતાના ઘરમાં જ રાખી લીધો. એને કહ્યું કે મારે એક જ દીકરી છે. મારા પછી બધું એનું જ છે એટલે તું મારા ઘરમાં જ રહે : મારી ખેતી તું સંભાળ, હું તારી ભેગો આવીશ!

ખુશાલે હામી ભણી.

ખુશાલ રામભાઈના ઘરમાં આવ્યો ત્યારે જ કુંતી સમજી કે ખુશાલ પણ રામભાઈ જેવો જ જિદ્દી છે! કુંતી આ જાણીને મનમાં ફફડવા લાગી : એને થયું કે જ્યારે આ બંને જણા કો'ક વાતે જીદ પર આવી જશે ત્યારે શું થશે?

રામભાઈ અને ખુશાલ રોજ ખેતરે જાય. કુંતી બપોરના રોજ બંને જણા માટે ભાથું લઈને જાય. કુંતીના હાથના મધમીઠા રોટલા, દૂધીનું શાક ને જાડી, મસાલેદાર છાશ જમીને બેઉ જણ અમૃતના ઓડકાર લે!

કુંતી બેઉને જમાડીને હરખાતી પાછી વળે.

ઉનાળાની ઋતુ હતી. એક વાર સસરો-જમાઈ ખેતરમાં હળ ચલાવતા હતા. બપોરનો સમય હતો. સૂરજ તપતો હતો. સસરો-જમાઈ પોતાના કામમાં મગ્ન હતા. એવામાં એક મુસાફરે આવીને પૂછ્યું : 'ભાઈ, મારે થોરડી જવું છે, માર્ગ બતાવશો?'

રામભાઈએ હળ ઊભું રાખ્યું. મુસાફરને પ્રેમથી કહ્યું, 'ભાઈ, તમે ભૂલા પડ્યા લાગો છો : હવે ખેતરના જમણે શેઢે થઈને જાવ તો થોડે દૂર ગયા પછી એક ગાડારસ્તો આવશે એટલે તમે સીધા થોરડી પહોંચશો!'

મુસાફરને રાહત થઈ, કહે 'વડીલ! તમે સાચા છો : હું ભૂલો જ પડ્યો છું. મારે સાંજ સુધીમાં થોરડી પહોંચવું છે : અહીંથી કેટલું થાય?'

રામભાઈ કહે, 'ભાઈ થોરડી અહીંથી ચાર ગાઉ થાય!'

ખુશાલ અત્યાર સુધી માત્ર વાતો સાંભળતો હતો તે અચાનક બોલ્યો : 'તમે ખોટું બોલીને આ મુસાફરને કેમ ગભરાવો છો? થોરડી થાય અહીંથી ત્રણ ગાઉ! ને જુઓ ભાઈ, સામે છાપરાં દેખાય એ ઘોઘાનાં અને ત્યાંથી થોરડી ખાલી દોઢ ગાઉ થાય!'

રામભાઈ ખુશાલની વાતથી ભડક્યા. ખુશાલ કોઈ અજાણ્યા માણસ સામે પોતાને ખોટો ઠેરવી જાય તે કેમ ચાલે? રામભાઈ કહે, 'તું સાવ ગમાર છે! થોરડી થાય અહીંથી ચાર ગાઉ! હું કેટલીય વાર ત્યાં ગયો છું! તું વચમાં ડબ ડબ ન કર!'

ખુશાલ જુવાન હતો ને જિદ્દી હતો : એ ઊકળી ઊઠ્યો. એણે કહ્યું, 'તમે આ મુસાફરને આવા ભયંકર તાપમાં છાતી બેસી જાય તેવી વાત કરો છો તે બરાબર છે? તમે ત્રણ ગાઉના ચાર ગાઉ કેમ બોલો છો? તમને આંખે મોતિયો આવ્યો છે તો ઠીક છે બાકી મને થોરડીનાં ઝાડવાં દેખાય છે!'

રામભાઈ ઓર ભડક્યા. એમણે કહ્યું, 'અરે ડોબા! હજી તું બે બદામનો ને ગમાર છે! મારી સામે બોલે છે? અરે, આ તો મારી જન્મભૂમિ છે! ઇંચે-ઇંચ જગ્યા મારી માપેલી હોય! તને ખબર ન પડે માટે મૂંગો રહે. જા ભાઈ, આને ખબર ન પડે : થોરડી અહીંથી ચાર ગાઉ થાય!'

ખુશાલ હવે ઝાલ્યો રહે તેમ નહોતો : 'હું ગમાર ને ડોબો નથી : તમારો જમાઈ છું. જો મારામાં કશું નહોતું તો છોકરી મને કેમ આપી? બોલવાનું ભાન રાખો જરા!'

અજાણ્યો મુસાફર હવે આ બેયનો સંબંધ સમજ્યો : પોતાને ખાતર આ બંને જણા નાહકના ઝઘડતા હતા તેવું તે સમજતો હતો! એણે કહ્યું, 'અરે ભાઈ! તમે નાહકના ઝઘડો ન કરો! ચાલવાનું તો મારે છે : ચાર ગાઉ હોય કે ત્રણ ગાઉ? તમે બંને શાંતિ રાખો. અને ભાઈ, આ તમારા સસરા છે. પિતાતુલ્ય છે. એમને આમ બોલવું ઉચિત નથી!'

રામભાઈને મુસાફરની વાતથી જુસ્સો વધ્યો : જાણે એમને પક્ષકાર મળી ગયો! એ તાડૂક્યા : 'હું એક વાર નહિ, સાડી સત્તરવાર કહીશ કે થોરડી અહીંથી થાય ચાર ગાઉ! તું ખોટો છે, આજનો નહિ, તારી છઠ્ઠીના વખતથી ખોટો છે! હવે તું પણ જોઈ લે. આજે મારી લાકડી ને તારો બરડો!'

જમાઈ ખુશાલે પણ મિજાજ ખોયો. મુસાફર તો મૂંઝાતો હતો કે આ

સમયે ઊભા રહેવું કે ચાલ્યા જવું? જમાઈ આવેશમાં આવી ગયો :

'તમે દૂર રહેજો. તમારું આમાં કામ નથી. એક તો ડોહો ખોટું બોલે છે ને ઉપરથી લાકડી બતાવે છે! તો શું મેં બંગડી પહેરી છે?'

ખુશાલે એક મોટો પથ્થર ઊંચક્યો.

એ જ સમયે કુંતી ભાત લઈને આવતી હતી. તેણે આ દૃશ્ય જોયું. એ ગભરાઈ ગઈ. એણે દૂરથી બૂમ પાડી : 'સબૂર બાપુજી! તમારા બેમાંથી કોઈ એક પણ ડગલુંય આગળ વધે તો મને મરેલી ભાળે!'

રામભાઈ અને ખુશાલ અટકી ગયા, પણ બંને ગુસ્સાથી કાંપતા હતા.

કુંતીએ મુસાફર પાસેથી સંપૂર્ણ વાત જાણી ત્યારે તેને હસવું કે રડવું તેની સમજ પડતી નહોતી. એણે પિતા અને પતિ સામે હાથ જોડ્યા : 'તમે બંનેએ આજે ધાર્યું છે શું તે કહેશો? આમ લાકડી ને આમ પથ્થર ઊંચકતાં કંઈક વિચાર પણ ન આવ્યો?'

સસરો-જમાઈ શરમાયા પણ ક્રોધ શમતો નહોતો!

કુંતી પિતાના પગમાં પડીને બોલી : 'તમે થોરડીને ચાર ગાઉ કહો છો ને તમારા જમાઈરાજ ત્રણ ગાઉ કહે છે : તમારી લડાઈ તો આટલી જ છે ને?'

'હા! હા!'

કુંતીએ પિતાના પગ પકડી લીધા અને કહ્યું, 'પિતાજી, તમે મને ઘર આપ્યું, ખેતર આપ્યું, જર-ઝવેરાત આપ્યું, હવે આજના દિવસે મને એક ગાઉ ન આપો? હું ખોળો પાથરીને ભિક્ષા માગું છું! તમે ચાર ગાઉ કહો છો ને તમારા જમાઈ ત્રણ ગાઉ કહે છે. તમારા બંનેની વચમાં જે એક ગાઉ વધે છે તે મને ન આપો?'

કુંતીના શબ્દો રામભાઈને અપીલ કરી ગયા. તેમણે લાકડી ફેંકી દઈને કહ્યું, 'બેટા, તારે માટે તો એક ગાઉં તો શું, તું કહે તે આપું! આ તો જીદને ખાતર મેં લાકડી ઉઠાવી હતી!'

કુંતી ચોધાર આંસુએ રડી પડી. તેણે કહ્યું, 'આગ લગાવો તમારી બંનેની જીદને! જે વાદ ભયંકર રૂપ પકડે કે જેનાથી વ્હાલા વેરી થાય એનો વાદ ડાહ્યા માણસો કરતા નથી.

આવી નાની, નિરર્થક વાતમાં હમણાં લાકડી ને પથ્થર ઊપડ્યા હોત તો જીવન ધૂળધાણી થઈ જાત તેનું તમને ભાન છે?'

'– અને પિતાજી' કુંતી બોલતી હતી ત્યારે રામભાઈ સ્તબ્ધ થતા હતા : 'તમે ચાર ગાઉ તો આપ્યા પણ હવે મારી આ ચૂડીને ઝાલીને પ્રતિજ્ઞા કરો કે આવો વાદ જિંદગીમાં કોઈ વાર નહિ કરો !'

રામભાઈ માની ગયા. કહે, 'બેટા, આજ તું જીતી, હું હાર્યો. આજથી પ્રતિજ્ઞા કરું છું કે જીવનમાં કદી જીદે નહિ ચડું કે મમત નહિ પકડું : જ્યારે આવું થશે ત્યારે મૌનના શરણમાં જઈશ !'

મુસાફર ખુશ થઈ ગયો. ખુશાલે રામભાઈના પગ પકડીને માફી માંગી.

સૌએ સાથે બેસીને ભોજન કર્યું.

લીલીલીલી વનરાજી વીંધીને મંદમંદ પવન સૌને શીતળતા અર્પણ કરતો હતો.

પ્રભાવના

આ દેશની સફળ સંસ્થાઓ માત્ર બે : એક સંતસંસ્થા, બે સૈનિકસંસ્થા. સંતસંસ્થાએ ભારતીય સંસ્કૃતિ સાચવી, સૈનિકસંસ્થાએ ભારતીય પ્રજા સાચવી. આ દેશના રાજકારણીઓ નિષ્ફળ ગયા, સમાજસેવકો સફળ થયા કે ન થયા, ઉદ્યોગપતિઓ સફળ થયા કે ન થયા, રમતવીરો સફળ થયા કે ન થયા, લેખકો અને પત્રકારો સફળ થયા કે ન પણ થયા પરંતુ સંતો અને સૈનિકો અચૂક સફળ થયા : ક્યારેક થાય છે કે આ દેશમાં સંતસંસ્થા અને સૈનિકસંસ્થા ન હોત તો ?

૧૦

મહાન નારી સુલસા

નાગ સારથિ એટલે રાજગૃહીનો અજેય યોદ્ધો.

મગધનરેશ શ્રેણિકનો સારથિ અને રક્ષક પોતાના શૌર્યથી પ્રખ્યાત હતો. ભીમ જેવો શક્તિશાળી, રામ જેવો દયાળુ અને શ્રીકૃષ્ણ જેવો ચતુર નાગ સારથિ રાજા શ્રેણિકનો સારથિ નિમાયો ત્યારે તેને અનહદ આનંદ થયો.

વળી, એક દિવસ એવો આવ્યો કે નાગ સારથિના જીવનનો આનંદ શતાધિક વર્ધમાન થઈ ગયો : નાગ સારથિનાં લગ્ન સૌંદર્યમૂર્તિ સુલસા સાથે થયા !

સુલસા ષોડશી હતી, રૂપસુંદરી હતી. સુલસા એટલે જાણે કામદેવની રાજધાની ! સૌંદર્યસભર તેનું મુખ, ભરાવદાર કેશપાશ, નીલકમલ જેવી નેત્રાવલિ, ઉન્નત ઉરોજ, પતલી કમર : સુલસા એટલે સૌંદર્યનો શાંત સમુદ્ર !

નાગ સારથિ સુલસાને પરણીને આવ્યો અને જીવન મધુમય થઈ ગયું.

નાગ સારથિ અને સુલસાનો સમય સુખભરપૂર વહેતો હતો.

સુલસા સૌંદર્યવતી હતી તેથી વિશેષ તે ધાર્મિક હતી. શ્રમણ ભગવાન મહાવીરની ઉપાસિકા હતી. ભગવાન મહાવીરનો ધર્મ તે

પામી ત્યારથી સાચી આરાધિકા બની ગઈ હતી. જૈન ધર્મનું તત્ત્વજ્ઞાન એને સદૈવ શ્રદ્ધા અને ભક્તિથી સભર બનાવતું હતું. આત્માના અદીઠ વૈભવને જાણવા, સમજવા, પામવા તે નિરંતર તત્પર રહેતી હતી.

નાગ સારથિને સુલસા પરણીને આવી ત્યારથી તેણે પોતાના તન, મન, ધન સંપૂર્ણ સમર્પિત કરીને નાગ સારથિને તેણે સંસારનો સૌથી સુખી માનવી બનાવી દીધો હતો : નાગ સારથિના પ્રત્યેક મનોભાવને તે સમજતી અને તેને અનુસરતી. સુલસા આર્ય નારી હતી. પતિ તેને મન પરમેશ્વર હતો.

નાગ સારથિ સુલસાના સમર્પણને પામીને પોતાને ધન્ય માનતો હતો : સુલસા માત્ર સુંદર નહોતી પણ સતીરત્ન હતી, તે વાત નાગ સારથિ સમજતો હતો. સુલસાને પ્રત્યેક સ્વરૂપે તે સુખી કરવા મથતો હતો. સુલસાને સદાય સુખી, પ્રસન્ન, આનંદિત રાખવા તે યત્ન કરતો.

સમયની સરગમ સદૈવ ગુંજતી રહે છે.

નાગ સારથિ અને સુલસાના લગ્નને ચાર વર્ષ થયાં પણ ગૃહાંગણે હજી શિશુનો કલરવ સંભળાતો નહોતો : આ વાતથી નાગ સારથિ વ્યથિત રહેતો હતો.

સુલસા નાગ સારથિના મનોહૃદયનને સમજતી હતી પણ તે ભગવાન મહાવીરના ધર્મની શ્રાવિકા હતી. સુલસાને થતું હતું કે પોતે મા બને તેવું જરૂર ઇચ્છે છે પણ કદાચિત, કર્મવશાત, સંતાન ન થાય તોપણ તેનો શોક કરવો ન જોઈએ ! પુત્ર કે પુત્રી મળે તો આનંદ અને ન મળે તોપણ આનંદ !

સુલસાનું મનોમંથન આવું હતું. કિંતુ નાગ સારથિનું મન સંતાન ઝંખતું હતું. આ વિચારથી નાગ દુઃખી રહેતો હતો તે વાત સુલસા સમજતી હતી. પોતાના પતિને સુખી જોવા માટે સુલસા પ્રાર્થના કરતી કે પોતાને સંતાનપ્રાપ્તિ થાય !

સુલસા પોતાનું ભીતર સખી વૈશાલી સમક્ષ ખુલ્લું મૂકતી.

સુલસા અને વૈશાલી બંને અભિન્નહૃદયા સખીઓ હતી. ધરતી પર સંધ્યા તો જ ઢળે, જો આ બંને સખીઓ એકબીજાને એક વાર મળી છે, એવું કહેવાતું !

મધ્યાહ્નની વેળા હતી.

સુલસા લક્ષપાક તેલ તૈયાર કરી રહી હતી. શરીરને સુપુષ્ટ કરે, શરીરને નીરોગી બનાવે, શરીરને શક્તિ આપે તેવું લક્ષપાક તેલ તૈયાર

કરવામાં સુલસા માહેર હતી. સુલસા લક્ષપાક તેલ બનાવતી ત્યારે તેની સોડમથી ચારેકોરનું વાતાવરણ મઘમઘી ઊઠતું હતું.

વૈશાલી તે જ સમયે હવેલીમાં પ્રવેશી.

સુલસાને મહામૂલું લક્ષપાક તેલ કરતી જોઈને વૈશાલીએ સ્મિત વેર્યું. સુલસાને તે સહયોગ આપવા માંડી. વૈશાલીએ કહ્યું,

'સુલસા, તેં સમાચાર જાણ્યા ?'

સુલસા કામ કરતા થાકી હતી. તે ચિડાઈ ગઈ. તેણે કહ્યું.

'વિશુ, તું ક્યારે સુધરશે ?'

વૈશાલી ભડકી ગઈ આ અણધાર્યા વાક્યથી ! તેણે કહ્યું,

'શું થયું, પ્રિયે ?'

સુલસા કહે, 'દરેક વાતમાં મોણ નાંખીને બોલવું, એના કરતાં સીધી વાત કરતા શીખ ને ! સમાચાર સીધેસીધા બોલ !'

વૈશાલી હસી પડી. તેણે કહ્યું, 'મારી વ્હાલી બહેન, હું તો તને સરસ સમાચાર આપવાની હતી !'

'પાછું !' સુલસાએ હાથ ઉગામ્યો : 'તું ક્યારે સુધરીશ ?'

'સુધરી ગઈ !' વૈશાલી ખિલખિલાટ હસી પડી : 'કાલે આપણા નગરમાં ભગવાન મહાવીર પધારે છે !'

'હેં ?'

સુલસા કામ કરતી અટકી ગઈ.

સુલસાએ આકાશભણી હાથ જોડ્યા : પ્રભુ, પોતાના પરમારાધ્ય ભગવાન, પોતાના ઉદ્ધારક શ્રી મહાવીર સ્વામી નગરમાં પધારે છે ! સુલસાનું રોમરોમ પુલકિત થયું : 'પ્રભુનાં દર્શનથી જ આત્મકલ્યાણનો પાવન પંથ પ્રાપ્ત થશે !'

સુલસા વૈશાલીને ભેટી પડી : 'બહેન, આટલા સારા સમાચાર આપવામાં તેં મોડું કેમ કર્યું ?'

'તું બોલવા દે તો બોલું ને !'

બંને સખીઓ હસી પડી.

સુલસાએ લક્ષપાક તેલના ત્રણ ઘડા તૈયાર કરીને એક કોર મૂક્યા. વૈશાલી અલ્પાહાર લઈને વિદાય થઈ.

સુલસા યુવતી હતી, ચપળ હતી. પોતાનું પ્રત્યેક કાર્ય સાંગોપાંગ

નિપુણતાથી કરતી. તેણે સંધ્યાપૂર્વે ભોજન કરી લેવા માટેની તૈયારી આદરી.

એ જ સમયે સુલસાની હવેલીના પ્રાંગણમાં એક તેજસ્વી મુનિરાજ આવ્યા. સુલસા મુનિને જોઈને વિસ્મય પામી. ઉલ્લસિત બની. તેના મુખ પર પ્રસન્નતા છવાઈ ગઈ. પોતાના આંગણે મુનિવરને જોઈ, તેને જીવન કૃતાર્થ થતું અનુભવાયું. સુલસાએ મુનિશ્રીને બે હાથ જોડીને પ્રણામ કર્યા ને પૂછ્યું,

'હે મુનિવર ! આપનાં દર્શન પામીને હું ધન્ય બની : મારા યોગ્ય કર્મ સેવા કહો.'

મુનિએ સ્મિત વેર્યું, કહ્યું :

'હે સુશીલ નારી ! મારા એક સહવર્તી મુનિ બીમાર છે. વૈદરાજે કહ્યું કે તેમને માલિશ કરવા માટે લક્ષપાક તેલ જરૂરી છે. તારી પાસે હોય તો મને ખપ છે !'

'કેવું સરસ !' સુલસા હર્ષભેર બોલી : 'મેં આજે જ લક્ષપાક તેલ તૈયાર કર્યું છે. મારું સદ્ભાગ્ય કે મને લાભ મળ્યો !'

સુલસા આનંદવિભોર થઈ ગઈ.

એ હવેલીમાં ઘડો લેવા દોડી. લક્ષપાક તેલથી ભરેલો માટીનો ઘડો હતો. સુલસા લઈને આવતી હતી. કિંતુ શું થયું તેને સમજાયું નહિ. ઉંબરામાં ઠોકર વાગી : ઘડો ફૂટી ગયો, તેલ ઢોળાઈ ગયું !

મુનિ બોલ્યા : 'અરે બહેન, તારું કીમતી તેલ ઢોળાઈ ગયું ! તને નુકસાન થયું ! ચાલ રહેવા દે, હું બીજેથી વહોરી-મેળવી લઈશ !'

સુલસા કહે, 'અરે ગુરુદેવ ! આપ ચિંતા ન કરો. હું હમણાં જ બીજો ઘડો લઈને આવી.'

સુલસા પાછી હવેલીમાં દોડી. બીજો ઘડો લઈને તરત આવી. પણ આ વખતે બીજી સરતચૂક થઈ : જ્યાં તેલ ઢોળાયું હતું ત્યાં જ સુલસાનો પગ લપસ્યો ને ઘડો છટક્યો : બીજો ઘડો ફૂટ્યો ને તેલ ઢોળાઈ ગયું !

મુનિવરના ઉચાટનો પાર ન રહ્યો : તેમણે કહ્યું,

'અરે બહેન, લક્ષપાક તેલનું મૂલ્ય ઘણું હોય છે. તને કેટલું બધું નુકસાન થયું ! ખેર, બહેન, દુ:ખ ન લગાડતી. હું બીજે જાઉં છું !'

સુલસા ઢીલી તો થઈ જ ગઈ હતી. એ કહે, 'અરે મુનિવર, ઊભા રહો : એમનેમ ન જવાય. મારી પાસે ત્રીજો ઘડો પણ છે. મુનિઓની સેવાભક્તિનો અવસર જિંદગીમાં વારંવાર ક્યાં મળે છે ?'

સુલસા પાછી હવેલીમાં દોડી. તે ઘડો લઈને આવતી હતી પણ ફરી પગ લપસ્યો : ત્રીજો ઘડોય ફૂટી ગયો!

સુલસા રડી પડી : અરે રે મુનિરાજ, આપ પધાર્યા ને મને લાભ ન મળ્યો!

ક્ષણ વાર પછી સુલસાએ ઊંચે જોયું તો મુનિવરની જગ્યાએ એક દેવાંશી વ્યક્તિ ઊભી હતી! એ હરિણૈગમૈષી દેવ હતા! સુલસાની સામે લક્ષપાક તેલના ત્રણેય ઘડા ભરેલા પડ્યા હતા!

સુલસા અચરજમાં ડૂબી ગઈ.

એ દેવે કહ્યું, 'શ્રાવિકા! હું હરિણૈગમૈષી દેવ છું : આજ ઇન્દ્રસભામાં દેવોના રાજા ઇન્દ્રમહારાજાએ તારી ધર્મભક્તિ અને શ્રદ્ધાની પ્રશંસા કરી હતી તેથી હું તારી પરીક્ષા કરવા આવેલો. તારી ભક્તિને, તારી શ્રદ્ધાને ધન્ય છે : માગ, માગ, માગે તે આપું!'

સુલસાની આંખમાં હર્ષનાં આંસુ આવ્યાં. તેણે પળવાર વિચારીને કહ્યું, 'હે ઉપકારી દેવ! મારા પતિને સંતાનની ખૂબ ઝંખના છે. તે મળે તેવી કૃપા કરો.'

હરિણૈગમૈષી દેવે તેના સાડીના પાલવમાં બત્રીસ ગુટિકા મૂકીને કહ્યું, "આ ગુટિકા આરોગજે, તને બત્રીસ પુત્રો થશે!"

એમ થયું. સુલસા બત્રીસ વીરપુત્રોની માતા બની.

જૈન ઇતિહાસમાં સતી સુલસા અને તેના બત્રીસ વીરપુત્રોની અમર કહાની રત્નની જેમ ચમકે છે.

પ્રભાવના

વાર્તાનું અનોખું વિશ્વ છે. તમારા બાળકને પ્રાચીન-અર્વાચીન વાર્તાથી દૂર ન રાખો. યુગો-યુગોથી રામાયણ અને મહાભારત અને અન્ય અનેક મહાન કથાઓએ ભારતીય પ્રજાનું ઘડતર કર્યું છે. વાર્તાથી જીવનઘડતર થાય છે, મનનો વિકાસ થાય છે, વાણી શાનદાર બને છે અને આત્માની ઉન્નતિ થાય છે. તમારું બાળક તમારા કહ્યામાં રહે તેમ ઇચ્છો છો? તો તેને વાર્તા કહો!

૧૧

ડૉક્ટર બ્રેકેટનું દવાખાનું ઉપર છે!

કલ્પવૃક્ષ તો આ ધરતી પર કોણે જોયું હશે તેની કોને ખબર? કિંતુ જ્યારે આ ધરતી પર માનવીય સંવેદનાની સૌપ્રથમ ઈંટ મુકાઈ હશે ત્યારે કલ્પવૃક્ષનું વાવેતર થયું હશે.

એવરટાઉન ગામમાં ડૉક્ટર બ્રેકેટ રહેતા હતા.

માનવતાના મસીહા જેવા ડૉક્ટરે બ્રેકેટ દર્દીઓની સેવા કરવામાં હંમેશાં આનંદ અનુભવતા. ચાલીસ વર્ષ સુધી ગરીબ દર્દીઓની અખંડ સેવા કરીને ડૉક્ટર બ્રેકેટ સૌના દિલમાં અમર થઈ ગયા.

ડૉક્ટર બ્રેકેટને સૌની સેવા કરવામાં હંમેશાં આનંદ આવતો. એ કોઈની પણ સેવા કરવા માટે અડધી રાત્રે દોડી જતા. દર્દી એટલે ડૉક્ટર માટે ભગવાન, એવું તે માનતા. શિયાળાની કડકડતી ઠંડી હોય કે ઉનાળાની ધકધકતી ગરમી હોય કે ચોમાસામાં ધોધમાર વરસાદ વરસતો હોય, પણ ડૉક્ટર બ્રેકેટ કોઈ બીમાર છે એટલું જાણે અને દોડી જાય. કોઈ પૈસા આપી શકે તો ચાલે અને ન આપી શકે તોપણ ચાલે. નરી સેવાભાવનાના કારણે ડૉક્ટર બ્રેકેટ પોતે પણ સગવડ વિનાની જિંદગી જીવતા હતા. જે મળ્યું તેમાં સંતોષ માણતા હતા. દર્દીની સેવા માટે વીસ માઈલ ચાલવું પડે તો પરવા કર્યા વિના તે ચાલ્યા

જતા. એવરટાઉન ગામથી દૂરદૂર સુધી ચાલ્યા જાય તોપણ ડૉક્ટર બ્રેકેટને તે માટે કશી ચિંતા નહોતી.

એક નાનકડી દુકાનના મેડા ઉપર ડૉક્ટર બ્રેકેટ રહેતા હતા. ઘર અને દવાખાનું બંને એક નાનકડા ઓરડામાં તેઓ ચલાવતા હતા. ડૉક્ટર બ્રેકેટના પરિવારમાં તેમના સિવાય અન્ય કોઈ સભ્યો નહોતા.

ડૉક્ટર બ્રેકેટને ક્યારેક પોતાનું એકલવાયાપણું ડંખી જતું હતું.

યુવાન ડૉક્ટર બ્રેકેટને એક સુંદર યુવતી પસંદ પડી ગઈ. યુવતીનું નામ ક્રોમવેલ.

ક્રોમવેલ યુવાન હતી. સૌંદર્યથી છલકાતી હતી. યુવાનીના ધગધગતા સપનાંઓ સાથે જીવતી હતી. ડૉક્ટર બ્રેકેટ તેના મનનો માણીગર હતો.

ડૉક્ટર અને ક્રોમવેલને એકબીજા વિના એક પળ પણ ચાલતું નહીં.

ક્રોમવેલનો કૉલેજનો અભ્યાસ પૂરો થઈ ગયો હતો. એ થોડાક દિવસથી બ્રેકેટના નાનકડા ઘરમાં રહેવા આવી ગઈ. ડૉક્ટર બ્રેકેટનું નાનકડું ઘર અને એમાં ચાલતું દવાખાનું જોઈને ક્રોમવેલ અકળાઈ જતી હતી. તેની કલ્પનાનું ઘર ઘણું મોટું હતું. સુખ અને વૈભવનાં તેનાં પોતાનાં સ્વપ્ન હતાં.

ડૉક્ટર બ્રેકેટનું ઘર તે સાદગીથી ભર્યું ભર્યું ઘર.

ક્રોમવેલ ડૉક્ટર બ્રેકેટને પસંદ કરતી હતી, પરંતુ તેની સાદગી પસંદ કરતી નહોતી.

સાંજનો વખત હતો.

ડૉક્ટર બ્રેકેટ અને ક્રોમવેલ નાનકડા ઘરમાં પ્રણયમુધર વાતો કરતાં હતાં. યુવાની બંનેના દેહમાં દોડાદોડ કરતી હતી. ક્રોમવેલે જોયું કે ડૉક્ટર પોતાને ખૂબ પ્યાર કરે છે એટલે તેણે આસ્તેથી કહ્યું :

'ડૉક્ટર, મને તમારા વગર બિલકુલ ગમતું નથી.'

ડૉક્ટરે કહ્યું : 'ઓહ, માય ડિયર. મને પણ તારા વિના ક્યાં ગમે છે ?'

ક્રોમવેલે પોતાના કમળની દાંડી જેવા બે હાથ ડૉક્ટરના ગળે વીંટાળી દીધા. ક્રોમવેલની આંખોમાં શિયાળાની સવાર જેવો પ્રેમ ઝૂલતો હતો. તેણે કહ્યું : 'તમને મારા વગર બિલકુલ ગમતું નથી ?'

ડૉક્ટરે કહ્યું : 'તારા વિના મારું છે પણ કોણ ? અહીં તારા વિના જો મારું કોઈ ન હોય તો તારા વિના કેવી રીતે ગમે ?'

ક્રોમવેલ કહે : 'મને પણ તારા વિના એક મિનિટ ચાલતું નથી.'

ડૉક્ટર કહે : 'શું હૃદયનો પ્રેમ આને જ કહેવાતો હશે?'

ક્રોમવેલ કહે : "હૃદયનો પ્રેમ આને કહેવાતો હશે કે નહીં તેની ખબર નથી, પરંતુ તમને જો મારા વિના ચાલતું ન હોય તો આ ઘરમાં થોડાં સુખભર્યાં સાધનો વધારવાં ન જોઈએ?"

ડૉક્ટર બ્રેકેટ હસ્યા. તેમણે કહ્યું : 'હું તો પૈસા કમાવામાં માનતો જ નથી. સેવા કરવામાં માનું છું. ગરીબ દર્દી પાસેથી પૈસા કેવી રીતે લેવાય? એ લોકો એટલા ગરીબ હોય છે કે એમનું પોતાનું જીવન માંડમાંડ જીવે છે. એટલે તો માંદા પડે છે.'

'એમની પાસેથી પૈસા લઈએ તો ઉપરવાળો ભગવાન નારાજ થઈ જાય, મને જેટલી સગવડ મળી છે એટલામાં હું ખુશ છું.'

ક્રોમવેલ કહે : 'એટલામાં તમે ખુશ જરૂર છો પણ હું નથી. આટલી ઓછી સગવડમાં જીવવું શી રીતે? આ ઘરમાં સૂવા માટે બેડ નથી. રસોઈ કરવા માટે ગૅસ નથી. સ્નાન માટે બાથરૂમ નથી. આ ઘર એટલે જાણે કંગાળનું ઘર. અહીં રહેવું શી રીતે? તમારે પૈસા કમાવા જ જોઈએ. તમે મને પ્રેમ નથી કરતા?' ડૉક્ટર કહે : 'આ વિશ્વમાં સૌથી વધુ પ્રેમ હું તને કરું છું. પણ ડિયર, મને પૈસા કમાતાં નથી આવડતું. કેમ કે દર્દી મારે માટે ભગવાન છે. એની પાસેથી હું પૈસા કેવી રીતે લઉં?'

ક્રોમવેલ અકળાઈ ગઈ. તેને થતું હતું કે પોતાની વાત ડૉક્ટર સમજતા નથી. ડૉક્ટર પૈસા કમાય નહીં તો ઘરમાં સગવડ વધે નહીં. ડૉક્ટર પોતાના માટે સમય ફાળવે નહીં તો આ જુવાનીનો શો અર્થ? એણે કહ્યું કે : 'ડૉક્ટર, તમે પૈસા કમાવાનું રાખો અને દવાખાનાનો ચોક્કસ સમય નક્કી રાખો. એના વિના આપણી જિંદગી આપણી નહીં રહે અને જીવન આપણે સુખભરપૂર માણી નહીં શકીએ.'

સાંજ સમ-સમ વીતતી હતી. ડૉક્ટર બ્રેકેટના ઘરમાં એક નાનકડું ફાનસ હતું. ક્રોમવેલે ક્યાંકથી ઘાસતેલ શોધી કાઢ્યું અને ફાનસ સળગાવ્યું. એ જ સમયે રોડ પરથી કોઈકે બૂમ પાડી કે, 'ડૉક્ટર છે?'

ડૉક્ટર બ્રેકેટ એકદમ ઊભા થઈ ગયા.

ક્રોમવેલે પૂછ્યું : 'તમે એકદમ ઊભા કેમ થઈ ગયા? મારે હજી કેટલીયે પ્રેમની વાતો કરવી છે.'

ડૉક્ટર કહે : 'કોઈ દર્દી મને બોલાવે છે. મારે જવું પડશે.'

ક્રોમવેલ ગુસ્સાથી લાલચોળ થઈ ગઈ. એણે કહ્યું : 'અરે ! દર્દીએ પણ કંઈ સમય જોવો જોઈએ કે નહીં ? દર્દી ગમે તે સમયે આવ્યા કરે એમ થોડું ચાલે ? આપણી પણ કોઈ જિંદગી છે કે નહીં ? મને આ બધું પસંદ નથી.'

ડૉક્ટર બ્રેકેટ કહ્યું : 'ક્રોમવેલ, તું અકળાઈ જાય તે ન ચાલે. દર્દી ગમે ત્યારે આવશે અને હું રાત કે દિવસ જોયા વિના ગમે ત્યારે જઈશ. તું નથી જાણતી કે દર્દીની સેવામાં કેવો અદ્ભુત આનંદ મળે છે !'

ડૉક્ટર બ્રેકેટ એટલું કહીને ચાલી નીકળ્યા.

ડૉક્ટર બ્રેકેટ ઘરની બહાર નીકળ્યા ત્યારે ધોધમાર વરસાદ વરસતો હતો, પરંતુ ડૉક્ટરે તેની પરવા ન કરી. એ દર્દી માટે દોડી ગયા. ક્રોમવેલ એ જ વખતે ડૉક્ટરનું ઘર છોડીને ચાલી ગઈ. બ્રેકેટ જ્યારે ઘરે પાંછા આવ્યા ત્યારે ક્રોમવેલને ન જોઈને સમજી ગયા કે તે ચાલી ગઈ છે. ડૉક્ટરની આંખમાં એક અશ્રુબિંદુ ઝબક્યું પણ બીજી પળે તે દર્દીઓની સેવામાં લાગી ગયા. દર્દીઓ માટે પ્રેમિકા છોડવાનું એમને કોઈ દુઃખ નહોતું.

ડૉક્ટર બ્રેકેટ લગાતાર ચાલીસ વર્ષ સુધી દર્દીઓની અખંડ સેવા કરતા રહ્યા. એમણે પૈસા કમાવામાં કોઈ ધ્યાન ન આપ્યું. શરીર સાચવવાનું કોઈ ધ્યાન ન રાખ્યું. ગરીબોની સારવાર એ એમનો અખંડ જીવનમંત્ર બની ગયો. એમણે નક્કી કર્યું કે મારા જીવતાં એક પણ વ્યક્તિ ડૉક્ટરની સારવાર ન મળે અને મૃત્યુ પામે એવું નહીં બને !

એક દિવસ આકાશમાં સૂર્ય ઊગે તે પહેલાં ડૉક્ટર બ્રેકેટનો આત્મા પરલોક સિધાવી ગયો.

એવરટાઉન ગામ અને તેની આસપાસમાં વસતા હજારો લોકોએ જ્યારે આ સમાચાર સાંભળ્યા ત્યારે સૌની આંખમાંથી અનરાધાર આંસુ વહ્યાં.

બીજા દિવસે શોકસભા ભરાઈ. એ શોકસભા નહોતી, સાચા અર્થમાં અશ્રુસભા હતી. એ સભામાં કોઈએ કહ્યું કે ડૉક્ટર બ્રેકેટ ઉપર નથી ગયા, પરંતુ ખરેખર તો ભગવાને આજે આપણો સાથ છોડી દીધો છે. ડૉક્ટર બ્રેકેટ માટે આપણે તો શું કરી શકવાના હતા ? પણ એમની કબર પાસે આપણે નાનકડું સ્મારક રચીને ડૉક્ટર બ્રેકેટનું સ્મરણ જીવંત રાખવા કોશિશ કરવી જોઈએ.

હજારો લોકોએ ફાળો આપ્યો. એક નાનકડી રકમ એકઠી થઈ. પરંતુ કેવું સ્મારક રચવું અને તેના પર શું લખવું તે કોઈને સૂઝ્યું નહીં.

સમય વીતવા લાગ્યો. એક દિવસ એ સીદી બાળકની સારવાર માટે ડૉક્ટર બ્રેકેટે પોતાની પ્રિયતમા ક્રોમવેલને છોડી હતી તેના પિતા ડૉક્ટર બ્રેકેટના ઘરે આવ્યા. ડૉક્ટર બ્રેકેટનું સ્મારક રચાતું નહોતું તેની તેમને ખૂબ ચિંતા થતી હતી. ડૉક્ટર બ્રેકેટ પહેલા માળે રહેતા હતા. દાદર પાસે એક બોર્ડ પડ્યું હતું. તેના ઉપર લખ્યું હતું કે, 'ડૉક્ટર બ્રેકેટનું દવાખાનું ઉપર છે –'

આ બોર્ડ જોઈને તે ખુશ થઈ ગયા.

એ ભાઈએ બોર્ડ હાથમાં લીધું અને જઈને ડૉક્ટરની કબર ઉપર મૂકી દીધું. જેના ઉપર લખ્યું હતું કે ડૉક્ટર બ્રેકેટનું દવાખાનું ઉપર છે !

સૌએ કહ્યું કે ડૉક્ટર બ્રેકેટની કબર ઉપર લખાયેલું આ વાક્ય અમર સ્મારક છે.

માનવતા એટલે આ ધરતી પરનું સાચું કલ્પવૃક્ષ. માનવતાથી છલકાતા અને સેવા માટે ભેખ લઈને જીવેલા ડૉક્ટર બ્રેકેટ ક્યારેય ભુલાશે નહીં.

પ્રભાવના

કોઈએ ભગવાનને કહ્યું કે અમને નદીનાં નિર્મળ નીર ગમે છે, કોયલનો ટહુકો ગમે છે. ફૂલની સુવાસ ગમે છે. ત્યારે ભગવાને કહ્યું કે મને સજ્જન ગમે છે.

૧૨

મહાન ઈલાચી : સદ્‌વિચારનો પંથ એટલે પવિત્રતાનો પંથ

મહામુનિ ઈલાચીકુમાર,
તમારી જીવનકથા આજે જ્યારે લખવા
બેઠો છું ત્યારે મનમાં પારાવાર આશ્ચર્ય થાય
છે કે તમે જીવનમાં કેવાકેવા ચડાવ અને
ઉતાર જોયા !

ઈલાવર્ધનનગરમાં ધનદત્ત નામના શેઠ
રહેતા હતા. ધનદત્ત શેઠના તમે એકમાત્ર
સુપુત્ર હતા. તમારું નામ ઈલાચી. તમે યુવાન
હતા. તમે શ્રીમંત હતા. તમારી આસપાસ
સુખ અને વૈભવની છોળો ઊડતી હતી.
ઈલાવર્ધનનગરમાં એક દિવસ નટ લોકો નાટક
કરવા આવ્યા. જાતજાતનાં અને ભાતભાતનાં
નાટક કરીને નગરના લોકોને આશ્ચર્યમુગ્ધ
કરી મૂક્યા. વાંસ પર પગમાં જ જમૈયો
બાંધીને એક નટ દોરડા પર ચાલી રહ્યો
છે. નટ લોકોનું ટોળું તેને ઉત્સાહથી વધાવી
રહ્યું છે. નટના ટોળામાં એક રૂપસુંદરી ઊભી
છે. રૂપનો ભંડાર છે. ઉર્વશી અને રંભા આ
સુંદરીને જોઈને પોતાના રૂપનું અભિમાન ભૂલી
જાય તેવી તે સુંદર છે. ઈલાચીકુમાર, તમે
તેને જોઈ. જોતા જ ઠરી ગયા. તમને થયું કે
આ તો સ્વર્ગલોકની દેવી હશે કે અપ્સરા ?
આવું રૂપ પૃથ્વીલોક પર ક્યાંય જોવા ન
મળે. તમે જોતાંવેંત મનમાં નિશ્ચય કર્યો કે
પરણું તો આ રૂપસુંદરીને જ. તમારાથી તે

દિવસે રહેવાયું નહીં. તમે તમારા પિતાજીને વાત કરી. તમે કહ્યું કે આવી રૂપસુંદરી પૃથ્વીલોક પર ક્યાંય જોવા ન મળે તેવી તે રૂપસુંદરી છે. પરણું તો એને જ. મને ગમે તેમ કરીને તેની સાથે પરણાવો. કિંતુ ધનદત્ત શેઠ માન્યા નહીં. એમણે કહ્યું કે 'ગાંડા રે ગાંડા! ક્યાં નટની ન્યાત અને ક્યાં આપણી ન્યાત! આપણા કુળમાં હજારો રૂપવાન અને ગુણવાન કન્યાઓ છે. તું કહે તેની સાથે પરણાવું. પણ આ ગાંડપણ ભૂલી જા.'

ઈલાચીકુમાર, તમે પણ તમારા પિતાની વાત માન્યા નહીં. તમે હઠ પકડી કે પરણું તો એ સુંદરીને જ. રાતની વેળાએ તમે નટને બોલાવ્યો. સ્વાદિષ્ઠ ભોજન કરાવ્યું. મીઠું જળ પાયું. ઉત્તમ વસ્ત્રો આપ્યાં અને કહ્યું કે મને તમારી કન્યા પરણાવો. નટ સ્તબ્ધ થઈ ગયો. એક શ્રીમંતનો દીકરો પોતાની કન્યા માગશે તેવી નટને કલ્પના પણ નહોતી. તે સડાક દઈને ઊભો થઈ ગયો. તેણે કહ્યું કે, 'શેઠ, મારી દીકરી મારે પરણાવવી છે, વેચવી નથી. તમે શ્રીમંત છો એ સાચી વાત. પણ ધન તો આજ છે ને કાલ નથી. અમારી કળા અમર છે. મારી દીકરી તો કોઈ કલાકારને આપીશ.'

ઈલાચીની આંખમાં આંસુ આવી ગયાં. તેણે કહ્યું : 'હે કલાધન, તમારી પુત્રી સાથે પરણવાનો કોઈ રસ્તો નથી?'

નટે કહ્યું : 'હે કુમાર, મારી દીકરી પરણવા માટે અમારી નટકલામાં કુશળ થાઓ... ખેલ કરો. કોઈ રાજાને પ્રસન્ન કરો. તે જે દક્ષિણા આપે તેનાથી અમારી નાત જમાડો તો મારી કન્યા મળે.'

ઈલાચી સડાક દઈને ઊભો થઈ ગયો. તેણે પોતાનો જમણો હાથ લંબાવીને નટ પાસે વચન માગ્યું અને કહ્યું કે, 'જો હું તમારા કહ્યા મુજબ કરું તો તમારી દીકરી મારી સાથે જ પરણાવશો ને?'

નટે હામી ભણી.

ઈલાચીકુમાર, એ નટકન્યાને ખાતર, તમે માતાપિતા, ધનદૌલત, સુખવૈભવ રાતના વખતે છોડીને ચાલી નીકળ્યા. નટ લોકો પણ તમારા પ્રેમને સમજ્યા. એમણે પણ રાત માથે લીધી. તમારી સાથે નટ લોકો નગર છોડીને ચાલી નીકળ્યા.

ઈલાચીકુમાર તમે નટવિદ્યા શીખવા માંડી. તમારો ઉમંગ સૌને આશ્ચર્ય પમાડે તેવો હતો. વાંસ પર દોડવું, ઊંધીચડતી ગુલાંટો મારવી. વાંસને કમર પર બાંધીને દોરડા પર ચાલવું. આ બધી જ કળા તમે શીખવા માંડી. એક

વાણિયાનો દીકરો નટકલામાં ઉસ્તાદ થઈ જાય તે જોઈને સૌ સ્તબ્ધ થઈ ગયા. નટકન્યા જાણતી હતી કે આ બધું તમે તેના પરના પ્રેમના કારણે કરો છો ત્યારે એ કન્યા પણ તમારા પ્રેમમાં ડૂબી ગઈ. તમારું એક જ લક્ષ્ય હતું ક્યારે કોઈ રાજા રીઝે અને નટની નાતને જમાડું.

તમે બેનાતટનગરમાં આવ્યા. રાજાને મળ્યા. નાટક જોવા આવવા માટે વિનંતી કરી. દરબારગઢના ચોકમાં મંડપ તૈયાર થયો. આખું નગર નાટક જોવા ઊભરાયું.

રાજા, દીવાન, નગરશેઠ, સેનાપતિ, નગરના શ્રીમંતો, રાજરાણીઓ, શેઠાણીઓ સૌ નાટક જોવા ભેગા મળ્યા. નાટકના ખેલ પર સૌ ઓવારી ગયા.

ઈલાચીકુમારના ઉત્સાહનો પાર નથી. એને થાય છે કે પોતાનું તપ આજે ફળશે. બેનાતટનગરનો રાજા રીઝશે. જો એમ થશે તો નટકન્યા પોતાને મળશે ! ઈલાચીકુમાર દોરડા પર ચડ્યા. એક હાથમાં ઢાલ લીધી બીજા હાથમાં તલવાર લીધી. ખેલનો પ્રારંભ થયો. નટકન્યાએ હાથમાં ઢોલ લઈને ઈલાચીને સાથ આપ્યો. એ સમયે બેનાતટનગરના રાજાએ નટકન્યાને જોઈ. નટકન્યા સંસારની અદ્‌ભુત રૂપવતી સ્ત્રી હતી. કામણગારી આંખો, રૂપથી છલકાતો ઘાટીલો દેહ, આકર્ષક નેત્રો જોઈને બેનાતટનગરનો રાજા હતપ્રભ થઈ ગયો. એને થયું કે આવી રૂપાળી કન્યા પોતાના રાજમહેલમાં જ જોઈએ. રાજાએ નિશ્ચય કર્યો કે પોતે ઈલાચીને ઇનામ નહીં આપે !

ઈલાચી દોરડા પર નૃત્ય કરતો હતો. એ મન મૂકીને નાચતો હતો.

નટકન્યા પણ ઊછળી-ઊછળીને ઢોલ વગાડતી હતી. નટકન્યાને થતું હતું કે ઈલાચીએ મારા માટે માતાપિતા છોડ્યાં. ઘરબાર છોડ્યાં. ધનના ભંડાર છોડ્યા. જે હાથથી રોજ સૌને મદદ કરતો હતો એ હાથથી આજે એ મારા માટે થઈને ભીખ માંગે છે. આવો પ્રેમ કરનારો યુવાન બીજે ક્યાં મળે ? જલદી રાજા રીઝે તો સારું જેથી મારાં એની સાથે લગ્ન થઈ જાય ! ઈલાચીએ નૃત્ય પૂરું કર્યું. એ રાજા પાસે ઇનામ લેવા ગયો.

રાજા કહે : 'હે નટરાજ ! તમારું નૃત્ય જોઈને લોકો ખૂબ તાલી વગાડે છે, પણ મેં તમારું નૃત્ય જોયું નથી. ફરીથી વાંસ પર ચડો અને ખેલ કરો.'

ઈલાચી ખેલ માટે ફરીથી દોરડા પર ચડ્યો.

નટ લોકોએ જોરભેર ઢોલક વગાડવા માંડી. નટકન્યાએ બમણા ઉત્સાહથી સાથ પુરાવવા માંડ્યો. ઈલાચીના મુખ પરથી પ્રસ્વેદનાં બુંદ

ખરતાં હતાં. રાત સમ-સમ વહેતી હતી. બીજી વારનું નૃત્ય પૂરું કરીને ઈલાચી દોરડા પરથી નીચે ઊતર્યો. રાજા પાસે ઇનામ લેવા પહોંચ્યો.

પણ રાજા ઇનામ શેનો આપે ? એનું મન તો રૂપાળી નટકન્યામાં હતું.

રાજા કહે : 'હે યુવાન, આજે આખો દિવસ ખૂબ રાજકાજ રહ્યું. હું થાકી ગયો હતો. તારું નૃત્ય બરાબર જોવાયું નથી એટલે ઇનામ આપતો નથી. પણ હવે ફરીથી નૃત્ય કર. હું ધ્યાનથી જોઈશ.'

ત્રીજી વાર પણ એમ જ થયું.

ઈલાચી નિરાશ થઈ ગયો.

નટકન્યા ઈલાચીને સમજી ગઈ. ઈલાચીની પીડા પારખી ગઈ. એણે ઢોલક પર જોરથી થાપી વગાડીને ઈલાચીને કહ્યું : 'યુવાન આ પળે તું હારી જઈશ તો મને કેમ પામીશ ? થોડોક સમય સાચવી લે. હું તારી છું.'

ઈલાચી ચોથી વાર દોરડા પર ચઢ્યો.

નગરજનોના મનમાં વહેમ થયો કે નક્કી રાજાના પેટમાં પાપ છે. પટરાણી સમજી ગઈ કે નક્કી રાજાના મનમાં કંઈક પાપ છે. ઈલાચી ચોથી વાર ઇનામ લેવા આવ્યો. રાજાએ ઇનામ ન આપ્યું.

ઈલાચી પાંચમી વાર દોરડા પર ચડ્યો. ઈલાચીની નિરાશાનો પાર નહોતો. નટકન્યા બોલી : 'હે યુવાન, કિનારે આવેલું વહાણ ડૂબવા દઈશ નહીં. આવો અવસર ફરી નહીં મળે !'

આકાશમાં અરુણોદય થઈ ગયો હતો.

ઈલાચીકુમાર, તમે પાંચમીવાર દોરડા પર ચડ્યા. તમે સાવ હતાશ થઈ ગયા હતા. તમે વાંસ પર જઈને ઊભા. આ સમયે તમે એક દશ્ય જોયું.

એક ઘરનું આંગણું છે. એ ઘરમાં એક યુવાન મુનિ મહારાજ ગોચરી-ભિક્ષા માટે આવ્યા છે. ઘરના બારણા પાસે એક યુવાન સ્ત્રી સાધુને ભિક્ષા આપે છે. સ્ત્રી યુવાન છે, મદમસ્ત છે, રૂપનો ભંડાર છે પણ સાધુ એની સામે નજર પણ નાખતા નથી !

આ જોઈને ઈલાચીકુમાર, તમને તમારી જાત પર નફરત થઈ. તમને થયું કે હું એક કન્યાને ખાતર બધું છોડીને નટ થયો એ આ સાધુ પોતાની સામે રૂપરૂપના અંબાર જેવી સ્ત્રી હાજર હોવા છતાં નજર પણ ઊંચી કરતા નથી. ધિક્કાર છે મારા અવતારને ! ખરેખર મોહમાં ફસાઈને મેં મહામૂલું જીવન વેડફી નાખ્યું છે. હું આ સાધુ જેવો ક્યારે બનીશ ?

આવા વિચાર કરતી વખતે ઈલાચીકુમાર, તમારું મન પવિત્ર થઈ ગયું. તમને કેવલજ્ઞાન થયું. એ સમયે નટકન્યા વિચારવા લાગી કે બળ્યું આ રૂપ! આ રૂપને જોઈને ઈલાચી મોહ પામ્યો.

રાજા પણ મોહ પામીને અવળી મતિ સૂઝી છે. એ ઇનામ આપતો નથી. આવા અવતારથી શું? આના કરતાં તો સંસાર છોડી દેવો સારો!

આવા વિચાર કરતી વખતે નટકન્યાનું મન પણ પવિત્ર થઈ ગયું. તેને કેવલજ્ઞાન થયું.

રાજા અને રાણી ઈલાચી અને નટ કન્યામાં પ્રગટેલી તેજસ્વિતા જોઈ પોતાના જીવન માટે ઘોર પસ્તાવો થયો. એમને પણ કેવલ જ્ઞાન થયું.

ઈલાચીકુમાર, તમારા જીવનની આ કથા અમને કેટલી બધી પ્રેરણા આપે છે? તમે સન્માર્ગનો એક દીપક પ્રગટાવ્યો તો અનેકને તેમાંથી જ્યોતિ પ્રાપ્ત થઈ. અમને પણ તમારા જેવી જ મહાનતા પ્રાપ્ત થાઓ.

પ્રભાવના

તમે દુ:ખમાં છો, તમે મુશ્કેલીમાં છો અને તમે ઇચ્છો છો કે ભગવાન ચમત્કાર કરે પણ ભગવાન શું ઇચ્છે છે તેની ક્યારેય તપાસ કરી છે? ભગવાન એવું ઇચ્છે છે કે તમારો ચમત્કાર તમારે જ કરવાનો છે!

૧૩

જૈન સંઘના અંતિમ કેવળી મહાન જમ્બુસ્વામી

મગધ દેશની પુણ્યભૂમિ પર રાજગૃહીનગરી સુખથી છલકાય છે. રાજગૃહીનગરીમાં રાજા કોણિકનું રાજ તપે છે.

રાજગૃહીનગરમાં રુષભદત્ત નામે ધનાઢ્ય શેઠ વસે છે. તેમનાં ધર્મપત્નીનું નામ ધારણીદેવી. તેમના સુપુત્રનું નામ જમ્બુકુમાર.

જમ્બુકુમાર સોળ વર્ષનો કેલૈયો કુંવર છે. હેમના હિંડોળે હીંચે છે. સુવર્ણની પાટે સૂવે છે. અત્યંત બુદ્ધિશાળી જમ્બુકુમાર સંસારનાં શ્રેષ્ઠ સુખોમાં મહાલે છે. માતાપિતાનો એકનો એક લાડકવાયો પુત્ર છે. રુષભદત્ત શેઠે જમ્બુકુમારનાં આઠ-આઠ કન્યાઓ સાથે લગ્ન નક્કી કર્યાં છે. ધરતી પરની અપ્સરાઓ જેવી આઠ કન્યાઓ જે જુએ તે હોશ ગુમાવી દે તેવી રૂપવતી છે. જેવી એ કન્યાઓ રૂપવતી છે તેવી જ સંસ્કારવતી છે.

સવારની વેળા છે.

રાજગૃહીનગરીમાં ભગવાન મહાવીરના પટધર સુધર્માસ્વામી મહારાજ પધાર્યા. સમતાના સરોવર અને જ્ઞાનના સાગર સુધર્માસ્વામી મહારાજ પધાર્યા એટલે વનપાળ શેઠને વધામણી દેવા દોડ્યા.

સ્થાપત્યના અદ્દ્ભુત નમૂના જેવી વિશાળ હવેલીના પ્રાંગણમાં જમ્બુકુમાર હેમના હિંડોળે હીંચતા હતા. વનપાળે આવીને વધામણી

આપી કે ગુરુદેવ સુધર્માસ્વામી પધાર્યા છે. આ સાંભળીને જમ્બુકુમારને અત્યંત હર્ષ થયો. આવી રૂડી વધામણી બદલ ગળામાંથી મોતીની કંઠી કાઢીને જમ્બુકુમારે વનપાળને આપી. વનપાળ રાજી-રાજી થઈ ગયો.

યુવાન જમ્બુકુમારે સારથિ પાસે રથ જોડાવ્યો. જમ્બુકુમાર જ્ઞાની સુધર્માસ્વામી મહારાજને વંદન કરવા પહોંચ્યા.

એ દિવસે ગણધર સુધર્માસ્વામી મહારાજે પોતાના પ્રવચનમાં વૈરાગ્યનો ઉપદેશ આપ્યો. સંસારની નશ્વરતા સમજાવી.

જમ્બુકુમારના અંતરમાં વૈરાગ્યનો દીવો પ્રગટ થયો. એમણે કહ્યું : 'હે ગુરુદેવ, આપનો ઉપદેશ સાંભળીને મને દીક્ષા લેવાની ભાવના થાય છે. હું માતાપિતાની સંમતિ લઈને આવું ત્યાં સુધી આપ અહીં જ સ્થિરતા કરજો.'

સુધર્માસ્વામીએ સંમતિ આપી.

જમ્બુકુમાર પાછા વળતા હતા ત્યારે નગરના પ્રવેશદ્વાર પાસે લશ્કર પસાર થતું હતું.

ભીડનો પાર નહોતો. એટલે તે નગરના બીજા પ્રવેશદ્વાર પાસે ગયા. ત્યાં એક લોઢાનો મોટો ગોળો અચાનક એમના રથ પાસે પડ્યો.

જમ્બુકુમાર વિચારતા થયા કે કદાચ આ ગોળો મારા રથ પર પડ્યો હોત તો અહીં જ મારું મૃત્યુ ન થઈ જાત? અને જો મારું મૃત્યુ થઈ જાત તો મારા આત્માની શી દશા થાત?

વૈરાગ્ય વિનાનું જીવન અને વ્રત વિનાનું જીવન કોઈ મૂલ્ય ધરાવતું નથી. જમ્બુકુમારે રથ પાછો વાળ્યો. ગુરુદેવ સુધર્માસ્વામી મહારાજ પાસે જઈને કહ્યું : 'હે ગુરુદેવ, મને આજીવન બ્રહ્મચર્ય મહાવ્રતની પ્રતિજ્ઞા આપો.'

સુધર્માસ્વામી પાસે વ્રત ગ્રહણ કરીને જમ્બુકુમાર ઘરે આવ્યા. માતાપિતાને વિનંતી કરી કે મને દીક્ષા લેવા માટે અનુમતિ આપો.

 રુષભદત્ત શેઠ અને ધારિણી શેઠાણીના દુઃખનો પાર ન રહ્યો. એમણે પુત્રને સમજાવવા માંડ્યો કે, 'બેટા, ચરિત્ર ગ્રહણ કરવું ખૂબ કઠિન છે. વ્રત તો ખાંડાની ધાર જેવું છે. તું તો હજી યુવાન છે. તારાથી સાધુનાં આકરાં વ્રત કેવી રીતે પળાય? વળી તું અમારો એકનો એક લાડકવાયો પુત્ર છે. તારા વિના અમે જીવન કેમ જીવીશું?'

જમ્બુકુમારે માતાપિતાને કહ્યું કે સાધુજીવન ખૂબ મુશ્કેલ છે એ વાત સાચી, પરંતુ હું તમારો પુત્ર છું અને જે વ્રત ગ્રહણ કરીશ તેનું હું બરાબર

પાલન કરીશ, જે પંથે હું ચાલીશ તે પંથે શૂરવીર બનીને પાર ઊતરીશ.

માતાપિતાની આંખોમાં આંસુની ધારા વહી. જમ્બુકુમારને ખૂબ સમજાવ્યો. એ ન માન્યો ત્યારે ધારિણીદેવીએ કહ્યું, 'બેટા, તારી જો સંયમ લેવાની ખૂબ જ ઇચ્છા હોય તો તારે એક વાત તો અમારી માનવી જ પડશે કે તારા માટે અમે જે કન્યાઓ નક્કી કરી છે તેની સાથે લગ્ન કરવાં પડશે અને ત્યાર પછી તને યોગ્ય લાગે તો દીક્ષા ગ્રહણ કરજે.'

જમ્બુકુમારે હામી ભણી.

સંધ્યા સમયે રુષભદત્ત શેઠે આઠેય કન્યાઓનાં માતાપિતાને બોલાવ્યાં. તેમને જણાવ્યું કે અમારો પુત્ર લગ્ન કરીને તુરંત દીક્ષા ગ્રહણ કરવાનો છે. એ અમારા આગ્રહને કારણે જ પરણી રહ્યો છે. હવે આપને જે વિચાર કરવો હોય તે કરો.

આઠેય કન્યાઓનાં માતાપિતાઓએ પોતાની પુત્રીઓને જમ્બુકુમારની ભાવના જણાવી. સૌએ વિચાર્યું કે જમ્બુકુમારને દીક્ષા લેવી હોય તો ભલે લે, પણ આપણી પુત્રીનાં લગ્ન તો કેવી રીતે કરાય?

તે સમયે સંસ્કારથી છલકાતી આઠેય કન્યાઓએ કહ્યું કે, 'પિતાજી, આપ અમારી ચિંતા ન કરો. અમે તો જમ્બુકુમારને મનથી વરી ચૂકી છીએ. હવે એમનો જે પંથ તે અમારો જીવનપંથ. તેઓ જો વૈરાગ્યને માર્ગે ચાલશે તો અમે પણ દીક્ષા ગ્રહણ કરીશું. પણ પરણીશું તો એ યુવાનને જ.'

આઠેય કન્યાઓનાં માતાપિતાની આંખોમાં પોતાની પુત્રીઓના સંસ્કાર જોઈને ગૌરવ છલકાયું. તેમની છાતી ગજગજ ફૂલી.

શુભ મુહૂર્તે લગ્ન લેવાયાં. આખું રાજગૃહી લગ્નના ઉત્સવમાં ઊમટ્યું. રાજા કોણિક પોતાના પુત્રનાં હોય તેમ ઊલટભેર મહાલ્યા.

પરણ્યાની પહેલી રાત છે. જમ્બુકુમાર પોતાની સ્ત્રીઓ સાથે શયનખંડમાં બેઠા છે. આખો સંસાર અચરજ પામે એવી ઘટના એ રાતે બની. જમ્બુકુમારે પોતાની પત્નીઓ સાથે વૈરાગ્યની વાતો માંડી. આઠેય કન્યાઓએ રૂપાની ઘંટડી જેવા અવાજે કહ્યું : 'હે સ્વામીનાથ, આપ જે કહો છો તે અમને પણ ગમે છે. અમે પણ તમારા પગલે-પગલે ચાલીને દીક્ષા ગ્રહણ કરીશું. આત્માનું કલ્યાણ કરીશું.'

સવાર પડી.

જમ્બુકુમાર આઠેય કન્યાઓ સાથે શયનખંડમાંથી બહાર આવ્યા.

રુષભદત્ત શેઠ અને ધારિણીદેવીને પ્રણામ કરીને કહ્યું, 'હે માતા-પિતા, અમે સૌ દીક્ષા લેવા માટે ઇચ્છા ધરાવીએ છીએ. આપ આજ્ઞા આપો.'

માતાપિતા કહે : 'બેટા, તમે આવી યુવાનવયે દીક્ષા લેવા જાઓ છો તો અમારે સંસારમાં રહીને શું કામ છે? અમે પણ ગુરુદેવ પાસે જઈને દીક્ષા લઈશું.'

વૈરાગ્યની આવી અનોખી જ્યોતિ પ્રગટેલી જોઈને આઠે કન્યાનાં માતાપિતા દોડી આવ્યાં. એમણે કહ્યું : 'હે જમ્બુકુમાર, હવે અમારે પણ સંસારમાં રહીને શું કામ છે?' અમે પણ તમારી સાથે દીક્ષા લઈશું.'

એ દિવસે જમ્બુકુમારના ભવનમાં ચોરી કરવા આવેલા પ્રભવ ચોર અને તેના પાંચસો સાથીઓ આ અદ્ભુત ઘટના જોઈને વૈરાગ્યથી ભીંજાઈ ગયા. તે સૌએ જમ્બુકુમારના ચરણમાં પ્રણામ કરી કહ્યું : 'હે યુવાન, તારી યુવાનીને ધન્ય છે. તારા સંસ્કારને ધન્ય છે. અમે તો ચોરી કરવા આવેલા. પણ તેં અમારું દિલ ચોરી લીધું. અમને પણ સંસાર પરથી મોહ ઊતરી ગયો છે. અમે પણ તારી સાથે દીક્ષા લઈશું.'

જમ્બુકુમારે એકસાથે પાંચસો છવ્વીસ જણા સાથે ગણધર સુધર્માસ્વામી પાસે દીક્ષા લીધી.

જમ્બુકુમારે પવિત્ર જીવન જીવ્યું, ઉત્તમ વ્રતો પાળ્યાં. એમને કેવળજ્ઞાન થયું. કહેવાય છે કે ભગવાન મહાવીરની પરંપરાના તેઓ અંતિમ કેવળી થયા.

મહાન પુણ્યશાળી જમ્બુકુમારના પ્રથમ શિષ્ય એ આચાર્ય પ્રભવસ્વામી. વિદ્યમાન સકળ જૈન સંઘના તે આદિ ગુરુ.

પ્રભાવના

જિનેશ્વર ભગવાનના જન્માભિષેકનું મંગળમય વર્ણન એટલે સ્નાત્રપૂજન. સ્નાત્રપૂજાનું સદાય આકર્ષણ થાય તેવું છે. કેટલીક વ્યક્તિઓ, કેટલીક વસ્તુઓ પોતાનું ચિરંજીવ મૂલ્ય ધરાવે છે. ફૂલોની સુવાસ બધાને ગમે છે. નદીનું આકર્ષણ ક્યારેય જતું નથી. આકાશનું મેઘધનુષ આકર્ષક હોય છે. ભગવાન પણ સર્વશ્રેષ્ઠ આકર્ષણ પેદા કરનારા છે. એ મૂલ્ય કદીય ઘટવાનું નથી. જિનેશ્વર ભગવાનનું કોઈ પણ કાર્ય જગતને આકર્ષણરૂપ થાય છે. જિનેશ્વર ભગવાનનું પ્રત્યેક કાર્ય સૌના કલ્યાણ માટે જ હોય છે. પરોપકારી પંથ યશસ્વી પંથ છે. બીજાને માટે કલ્યાણની ભાવના રાખવી એટલે હૃદયમાં અમૃત પ્રગટાવવું.

૧૪

જૈન સંઘના આદિ ગુરુ આચાર્ય પ્રભવસ્વામી

શિયાળાની રાત હતી.

જયપુરના લોકો નિદ્રા માણી રહ્યા હતા.

સવાર પડી ત્યારે આખા જયપુરમાં હાહાકાર ફેલાઈ ગયો હતો. શિલ્પ અને કલાની અદ્‌ભુત નગરી જયપુરમાં અનેક શ્રીમંતોનાં ઘર રાતના સમયે લૂંટાઈ ગયાં હતાં. કોઈનું સુવર્ણ ગયું હતું. કોઈના અલંકાર ગયા હતા. કોઈનું દ્રવ્ય ગયું હતું. અનેક શ્રીમંતો રાતોરાત દરિદ્ર બની ગયા હતા.

જયપુરના મહારાજાએ મંત્રીઓ તેડાવ્યા, સેનાપતિ તેડાવ્યા, કોટવાળ તેડાવ્યા. રાજસભામાં અનેક શેઠ અને શેઠાણીઓ રડારોળ કરતાં હતાં. સૌ કહેતાં હતાં કે અમે તો રાત્રે ઘેરી નિદ્રામાં હતાં અને લૂંટાઈ ગયાં !

જયપુરના મહારાજાએ સૌને આશ્વાસન આપ્યું. રાજતપાસ શરૂ થઈ. એ સમયે ખબર પડી કે જયપુરના પાટવી કુંવર પ્રભવે ધાડ પાડી હતી !

જયપુરના મહારાજાના બે પુત્રો. મોટો પ્રભવ અને નાનો સંભવ. જયપુરના મહારાજાને નાનો પુત્ર અત્યંત પ્રિય હતો. જયપુરના મહારાજાએ વિચારેલું કે ભવિષ્યમાં પોતાનું રાજ્ય નાના પુત્ર સંભવને આપશે. પાટવી કુંવર પ્રભવે આ જાણ્યું અને તેની હતાશાનો પાર ન રહ્યો.

પ્રભવે રાજ સામે મોરચો માંડ્યો.

એક સમયે કાળી રાત માથે લઈને પ્રભવ જંગલમાં નાસી છૂટ્યો. જંગલમાં જઈને તેણે દેવસાધના કરી અને બે વિદ્યાઓ પ્રાપ્ત કરી : એક કોઈના ઉપર નિદ્રા મૂકવાની વિદ્યા અને બીજી ગમે તેવાં તાળાં તોડવાની વિદ્યા.

પ્રભવ બહાદુર યુવાન હતો. કદાવર તેની કાયા હતી. કરડી તેની આંખો હતી. તેના શૌર્યથી ભલભલા લોકો કાંપતા. પ્રભવે બે વિદ્યા પ્રાપ્ત કર્યા પછી ચોરોની ટોળી જમાવી.

પ્રભવનું નામ એવું ગાજ્યું છે કે તે સાંભળતાં જ માણસોના હોશકોશ ઊડી જતા. પ્રભવ નગરમાં આવવાનો છે તેવું જાણતાં જ સૌ ઘરબાર છોડીને ભાગી જતાં. પ્રભવની ટોળીમાં ખૂંખાર યુવાનો ભળ્યા. એક-એકને આંટે એવા એ પાંચસો યુવાનો હતા. શક્તિ અને શૌર્યથી છલકાતા હતા. પ્રભવનો હુકમ થતો અને એ યુવાનો ત્રાટકતા. શાંતિપૂર્વક સૂતેલો શ્રીમંત સવારે ઊઠતો ત્યારે દરિદ્ર થઈ જતો !

પ્રભવ ચોરી કરતો પણ તે ખાનદાન રાજકુમાર હતો. તેનો ગુસ્સો પોતાને અન્યાય થયો તે માટે હતો. પ્રભવ માનતો કે પોતે ધાક જમાવશે તો એક દિવસ જયપુરનું રાજ પોતાને જરૂર મળશે. પ્રભવે પોતાના સાથીઓને શિખવાડ્યું કે આપણે ચોરી કરીશું, પરંતુ કોઈ દિવસ કોઈ સ્ત્રી તરફ ઊંચી આંખે જોઈશું નહીં. સ્ત્રીની ઇજ્જત કરીશું.

પ્રભવનો આ હુકમ તેના તમામ સાથીઓ પાળતા હતા. સંધ્યાનો સમય છે. રાજગૃહીનગરીથી થોડે દૂર એક વિશાળ વડલો છે. ઘનઘોર તેની છાયા છે. વડવાઈઓનો તો પાર નથી. તેની છાયામાં એક પછી એક યુવાનો આવીને બેઠા. સૌએ બુકાની બાંધેલી છે. કસાયેલા એમના દેહ છે. આંખમાં ઝનૂન છે.

ટોળીના તમામ સભ્યો આવી ગયા એટલે મોવડી ઊભો થયો. એ પ્રભવ હતો. એણે કહ્યું : 'મિત્રો, આજે એક જબરી તક ઊભી થઈ છે. આજે એવી ધાડ પાડવાની છે કે જિંદગીમાં ફરી ચોરી કરવી ન પડે !'

સાથીઓએ કહ્યું : 'અમારે શું કરવાનું છે તે કહો.'

પ્રભવ કહે : 'રાજગૃહીનગરીમાં શેઠ રુષભદત્તને ત્યાં તેના યુવાન પુત્ર જમ્બુકુમારનાં લગ્ન છે. આ લગ્નમાં દેશ-દેશાવરથી ઘણા શેઠ અને

શાહુકાર આવશે. ધનની છોળ ઊડશે. સુવર્ણ અને રત્નનો ભંડાર છલકાશે. જમ્બુકુમારના લગ્નની રાતે આપણે ધાડ પાડવાની છે. જેટલું મળે એટલું લૂંટી લેવાનું છે. સૌને પોતાના કાર્યની ખબર છે. તમારું શૌર્ય અને તમારી ચતુરાઈ કામે લગાડો, દોસ્તો. 'હું મારી કળા અજમાવીશ. આ લૂંટ સફળ થાય તો આજ પછી આ લૂંટફાટનો ધંધો આપણે છોડી દેવો છે. બોલો, તૈયાર છો ?'

સાથીઓએ કહ્યું : 'અમે તૈયાર છીએ.'

રાત પડી.

પ્રભવ ઘોડા પર બેસી રાજગૃહીમાં દાખલ થયો. એણે બુકાની બાંધી હતી. હાથમાં ભાલો હતો. એના તમામ સાથીઓ યથાસ્થાને ગોઠવાઈ ગયા હતા.

જમ્બુકુમારની હવેલીમાં હજારો દીપકની રોશની ઝળહળતી હતી. જમ્બુકુમારના સગાઓ અને મહેમાનો અત્યંત થાક્યા હતા. સૌને જ્યાં જગ્યા મળી ત્યાં આરામ ફરમાવતા હતા. શેઠ અને શેઠાણીઓના દેહ સુવર્ણના અલંકારોથી સભર હતા. ચારે તરફ અઢળક દ્રવ્ય વેરાયેલું હતું. મણિ, માણેક અને મોતીનો પાર નહોતો.

એ સમયે પ્રભવ હવેલીમાં દાખલ થયો. એણે સૌ પર નિદ્રાની વિદ્યા છોડી. પ્રભવને લાગ્યું કે હવે પોતાનો માર્ગ વિઘ્ન વિનાનો છે. એ સડસડાટ હવેલીના સાતમા માળે ચડી ગયો. જ્યાંથી જે સુવર્ણ અને રત્ન મળ્યાં. દ્રવ્ય મળ્યું તેની ગાંસડી બાંધીને ખભા પર મૂકીને ચાલવા માંડ્યું. એ સમયે પ્રભવ આશ્ચર્યમાં ડૂબી ગયો. હવેલીના સાતમા માળના એક ખંડમાંથી કોઈનો અવાજ આવતો હતો. તેનો અર્થ એ થયો કે કોઈ જાગતું હતું. પ્રભવને થયું કે આમ બની જ કેમ શકે ? મેં પોતે સૌ પર નિદ્રાની વિદ્યા છોડી છે એટલે તો સૌ સૂઈ ગયા છે અને પછી મેં તાળાં તોડવાની વિદ્યા અજમાવી છે. મારી વિદ્યાનો પ્રભાવ એટલો જબરદસ્ત છે કે કોઈ જાગતું રહી શકે જ નહીં તો પછી આ અવાજ કેમ આવે છે ?

પ્રભવ એ ખંડના બારણા પાસે સરક્યો અને એનું આશ્ચર્ય વધ્યું. જમ્બુકુમાર સંસારની શ્રેષ્ઠ રૂપવતી કન્યાઓ સાથે પરણીને આવ્યા હતા. લગ્નની પહેલી રાત હતી. જમ્બુકુમાર એ યુવાન કન્યાઓને કહેતો હતો કે : 'માતાપિતાના આગ્રહથી હું તમારી સાથે પરણ્યો છું. પણ તમે સૌ જાણો

છો કે મારી દીક્ષા લેવાની ભાવના છે. તમે સૌ મને રજા આપો.'

એ આઠ કન્યાઓ રૂપાની ઘંટડી જેવા અવાજમાં કહેતી હતી કે : 'હે સ્વામીનાથ, જેમ તમને વૈરાગ્ય થાય છે તેમ અમારી ભાવના છે કે અમે પણ તમારા પંથે ચાલીશું. અમારે પણ દીક્ષા લેવી છે.'

શયનખંડના દ્વાર પાસે ઊભેલો પ્રભવ આ સાંભળી સ્તબ્ધ થઈ ગયો. આ તે કેવું આશ્ચર્ય ! લગ્નની પહેલી રાતે આ યુવાન પોતાની પત્નીઓ સાથે વૈરાગ્યની વાતો કરે છે અને આવા મહાન માનવીના ઘરમાં હું ચોરી કરવા આવ્યો છું ?

પ્રભવને પોતાની જાત ઉપર ધિક્કાર છૂટ્યો. એને પોતાની વિદ્યા કરતાં જમ્બુકુમારની વૈરાગ્યની વિદ્યા તેજસ્વી લાગી. પ્રભવે પોતાના ખભા ઉપર રહેલી ગાંસડી એક તરફ ફેંકી, એ દોડતો-દોડતો હવેલીમાંથી નીચે ઊતર્યો. પોતાના સાથીઓને ભેગા કરીને કહ્યું : 'આ તો કોઈ મહાન માનવીનું ઘર છે. આ ઘરમાં સંસ્કારો ઝળહળતાં રત્નોની જેમ ચારે કોર વેરાયેલાં છે. આ ઘરમાં જો ચોરી કરીએ તો આપણું દિલ આપણને કદી માફ ન કરે. આજે જેનાં લગ્ન થયાં છે તે યુવાન પોતાની પત્નીઓ સાથે આવતીકાલે સવારમાં દીક્ષા લેવાનો છે. મને પણ વૈરાગ્યની ભાવના થાય છે. સાથીઓ, સંસાર પર મને ધિક્કાર છૂટે છે. એક રાજના લોભ ખાતર મેં ચોરીનો પંથ પકડ્યો. મારી ઇચ્છા છે કે સવારના પહોરમાં આ યુવાનના પંથે ચાલીને હું પણ દીક્ષા લઈશ. તમે સૌ મને રજા આપો.'

સંસાર આશ્ચર્ય પામે તેવી વાત એ પળે બની. પ્રભવના તમામ સાથીઓએ કહ્યું કે, 'હે સરદાર, તમને જો વૈરાગ્ય થયો છે તો અમારે પણ સંસારમાં રહીને શું કામ છે ? અમે પણ દીક્ષા લઈશું. જે તમારો પંથ એ અમારો પંથ.'

પ્રાતઃકાળ થયું. જમ્બુકુમાર પોતાના પરિવાર સાથે દીક્ષા લેવા નીકળ્યા ત્યારે પ્રભવ પોતાના પાંચસો સાથીઓ સાથે તેમના ચરણમાં ઝૂક્યો અને કહ્યું : 'હે મહાન માનવી, તમારી વાતોથી અમારું હૃદય પણ વૈરાગ્યથી ઊભરાયું છે. તમારી સાથે અમે પણ દીક્ષા લેવા આવીએ છીએ.'

પ્રભવે જમ્બુકુમારની સાથે ગણધર સુધર્માસ્વામી પાસે દીક્ષા લીધી. મહાન જ્ઞાની બન્યા. સકળ જૈન સંઘના સદ્‌ગુરુ થયા.

પ્રભાવના

એક સ્વામીજીએ કિસ્સો કહેલો તે મને યાદ છે. સ્વામીજી લંડન ગયેલા. યજમાન સાથે ખરીદી કરવા કોઈ મોલમાં ગયા. ગાડી બહાર પાર્ક કરી મોલમાંથી બહાર આવ્યા ત્યારે ગાડી પર એક પેપર પેસ્ટ કરેલું જોયું. તેમાં લખેલું કે મેં આજે વધારે પડતું Drink કરેલું, તેથી તમારી ગાડી સાથે મારી ગાડી અફળાઈ ગઈ છે. તમારી ગાડીને નુકસાન થયું છે. પ્લીઝ, તમારી ગાડીને સર્વિસમાં આપી દેજો અને બિલ મને મોકલી આપજો. મારું એડ્રેસ અને મોબાઈલ નંબર નીચે છે. I am sorry. સ્વામીજીએ યજમાનને પૂછ્યું, 'એ માણસ ખરેખર બિલ ભરશે? અહીં આવું પણ બને છે? યજમાને કહ્યું, 'જી, એ પેમેન્ટ જરૂર કરશે.' સ્વામીજી કહે, 'આ દેશમાં લોકો Drink લીધા પછીય સાચું બોલે છે. અમારા દેશમાં તો લોકો ગંગાજળ પીધા પછી પણ સાચું નથી બોલતા.'

૧૫

જૈનાચાર્ય શ્રી શાંતિસૂરીશ્વરજી આબુવાળા

જૈન ધર્મમાં જ્ઞાન અને ધ્યાન અને સંયમની વિરલ વિશિષ્ટતા નિહાળવા મળે છે. જૈન સાધુપરંપરામાં ઉત્તમ સાધુ સમાન અને જૈન ધ્યાનપરંપરામાં મહાન યોગી સમાન શ્રી શાંતિસૂરીશ્વરજી આબુવાળાને યાદ કરીએ છીએ ત્યારે આપણી આંખ સામે એક અદ્ભુત તસ્વીર તાદશ્ય થાય છે. વિશિષ્ટ સંયમ અને વિરલ યોગસાધનાથી વિખ્યાત થયેલા શ્રી શાંતિસૂરીશ્વરજીનો જન્મ વિ. સં. ૧૯૪૬ના મહાસુદ પાંચમ (તા. ૨૫-૧-૧૮૯૦)ના રોજ થયો હતો અને તેમની દીક્ષા સોળ વર્ષની ઉંમરે વિ. સં. ૧૯૬૧ના મહા સુદ પાંચમ (તા. ૯-૨-૧૯૦૫)ના રોજ થઈ હતી. તેમનો જન્મ મણોદર ગામમાં થયો હતો. અને તેમની દીક્ષા રામસિંઘ ગામમાં થઈ હતી. શ્રી શાંતિસૂરીશ્વરજીના ગુરુ શ્રી તીર્થવિજયજી મહારાજ તેમના સંસારી પક્ષના કાકા થતા હતા.

શ્રી શાંતિસૂરીશ્વરજીએ દીક્ષા ગ્રહણ કરી ત્યારથી તેમનું મન આત્માનું અલૌકિક વિશ્વ નિહાળવા તત્પર થયું હતું. એ માટે તેમણે ગુરુજીની આજ્ઞા મેળવીને અનેક અજાણ્યાં સ્થળોએ ધ્યાનસાધના શરૂ કરી. આ માટે તેઓ પાટનારાયણ, અજારી, કિંવર્લી,

હિમાણાભારજા, ભાવરી, રોહીડા, માઉન્ટઆબુ, બામણવાડા, ધનારી વગેરે અનેક સ્થળોએ સાધના કરી.

ઉગ્ર તપશ્ચર્યા અને અપ્રમત્ત સાધનાને કારણે શ્રી શાંતિસૂરીશ્વરજીને અનેક લબ્ધિઓ પ્રાપ્ત થઈ.

એમ કહેવાય છે કે શ્રી સરસ્વતી દેવીએ ધૂપદાનીમાંથી પ્રગટ થઈને તેમને વરદાન આપ્યું હતું. સકળ વિશ્વ જેને ચમત્કાર માને છે તે સંતો માટે સહજ હોય છે. સંતોની અનોખી ધ્યાનસાધનાનો એ પ્રભાવ હોય છે.

શ્રી શાંતિસૂરીશ્વરજી તેમના સમયમાં ભોળામુનિ તરીકે ઓળખાતા હતા. તેઓ જ્યાં બિરાજમાન થતા ત્યાંથી દુકાળ ચાલ્યો જતો અને સુકાળ પ્રવર્તતો હતો. સૂકાં થઈ ગયેલાં નદી ને તળાવમાં પાણી ઊભરાઈ જતું. રાજસ્થાનના ખીવાણદી ગામ પાસે એક સુકાઈ ગયેલું તળાવ હતું. જનતાને પાણીનો અભાવ અસહ્ય ત્રાસ આપતો હતો. શ્રી શાંતિસૂરીશ્વરજીએ તળાવના કિનારે બેસીને ધ્યાન કર્યું અને કહે છે કે તળાવ પાણીથી છલકાઈ ગયું ! જૈન ધર્મ ત્યાગ, અહિંસા એ અપરિગ્રહના સિદ્ધાંતને વરેલો છે. શ્રી શાંતિસૂરીશ્વરજી આ સિદ્ધાંતોના સંસ્કારનું દાન નિરંતર કરતા રહેતા હતા. અત્યંત સાદગીથી રહેવાને કારણે અને સરળ ભાષાને કારણે તેમનો પ્રભાવ તે સમયમાં જૈનો ઉપરાંત હિંદુ, પારસી, સિંધી, મુસ્લિમ વગેરે કોમોમાં ફેલાયો હતો. વિદેશના હજારો લોકો તેમનાં માનતા અને તેમનાં દર્શન કરવા તેઓ રાજસ્થાનના જે ક્ષેત્રમાં વિચરતા હોય ત્યાં આવતા.

શ્રી શાંતિસૂરીશ્વરજીએ કેસરિયા તીર્થનો ઉદ્ધાર કર્યો હતો. તેમના હાથે અનેક જિન મંદિરોની પ્રતિષ્ઠા થઈ હતી. તેમની છત્રછાયામાં અનેક સંઘો નીકળ્યા હતા. દેશવિદેશના અનેક રાજનેતાઓ અને ભારતનાં અનેક રજવાડાંઓના રાજાઓ તેમના નિરંતર સંપર્કમાં રહેતા હતા. ભાવનગરના દીવાન સર પ્રભાશંકર પટ્ટણી લખે છે કે 'શ્રી શાંતિવિજયજી એક ઉચ્ચ કોટિના મહાપુરુષ છે. તેમનું હૃદય બાળક જેવું શુદ્ધ અને નિર્મળ છે. તેમના સાથે મારો પરિચય થયો તેથી મને તો એમ લાગ્યું કે આ જ મહાત્માનું યથાર્થ સ્વરૂપ છે. તેમના સાંનિધ્યમાં રહીને મારા મગજ અને હૃદયના ભાવોમાં એવી એકતા પ્રતીત થઈ કે કેવળ તેમની તરફ જોવાની અને તેમનો ઉપદેશ સાંભળવાની ઇચ્છા સિવાય એકે વાત યાદ આવતી નહોતી.' બ્રિટનના પંચમ જૉર્જે તેમને 'હીઝ હોલિનેસ'ની પદવી આપી હતી.

નેપાળના રાજાએ તેમને 'નેપાળ રાજ્ય ધર્મગુરુ' તરીકે સન્માનિત કર્યા હતા. રાજસ્થાનના વિશાલપુર ગામમાં શ્રી શાંતિસૂરીશ્વરજીના હસ્તે જૈન મંદિરનો જીર્ણોદ્ધાર થયો અને શ્રી ધર્મનાથ ભગવાનની પ્રતિષ્ઠા થઈ તે સમયે તેમની છત્રછાયામાં અખિલ ભારતીય જૈન શ્વેતાંબર કૉન્ફરન્સનું વિશાળ અધિવેશન થયું. તે સમયે ત્યાંના શ્રી સંઘે તેમને 'યોગેન્દ્ર ચૂડામણિ યુગપ્રધાન'ની પદવી અર્પણ કરી. અનેક માનસન્માન મળવા છતાં શ્રી શાંતિસૂરીશ્વરજી આ તમામ વાતોથી દૂર રહેતા હતા. મનથી નિર્લેપ રહેતા હતા. તેઓ માનતા હતા કે જે કીર્તિમાં ડૂબી જાય છે તે આત્મદર્શનથી દૂર રહી જાય છે. યોગનિષ્ઠ આચાર્ય શ્રી કેસરસૂરીશ્વરજી તેમના પ્રત્યે ખૂબ ભક્તિભાવ રાખતા હતા. શ્રી શાંતિસૂરીશ્વરજીએ એકદા તેમને સૂચના આપી કે 'આપનો અંતિમ સમય નજીક આવી ગયો છે. આપ આત્મ-સમાધિમાં લાગી જાવ.'

એમ જ થયું. શ્રી કેસરસૂરીશ્વરજીએ નોંધ્યું છે કે 'જો મેં જિંદગીમાં કોઈ અદ્ભુત વસ્તુ જોઈ હોય તો તે યોગનિષ્ઠ મહાત્મા શાંતિવિજયજી જ છે.'

શ્રી શાંતિસૂરીશ્વરજીના અનુયાયી શ્રી ચંપકભાઈએ નોંધ્યું છે કે તેઓશ્રી એક સમયે અનેક સ્થળોએ વિદ્યમાન હોય તેવો અમે અનુભવ કર્યો છે.

એક ઘટનાનો ઉલ્લેખ કલકત્તાથી પ્રગટ થતાં સ્ટેટમેન (તા. ૭-૧-૧૯૩૬)-માં જોવા મળે છે. શ્રી શાંતિસૂરીશ્વરજી બામણવાડામાં ચાતુર્માસ પૂર્ણ કરીને મારકન્ડેશ્વર ગામમાં પધાર્યા. એક શ્રીમંત ભક્તે ગુરુદેવના દર્શને આવી રહેલા એક હજાર ભક્તોની ભક્તિનો લાભ લેવા માટે જમણવાર ગોઠવ્યો. કિંતુ તે દિવસે લગભગ પાંચ હજાર માણસ દર્શનાર્થે આવ્યું. વ્યવસ્થાપકો ચિંતામાં પડ્યા કે હવે શું કરવું ? તેમણે શ્રી શાંતિસૂરીશ્વરજીને આ મૂંઝવણ કહી. શ્રી શાંતિસૂરીશ્વરજીએ કહ્યું કે, 'તમે કોઈ ચિંતા ન કરો. આ મારી શાલ લઈ જાઓ. ભોજનના થાળ પર ઢાંકી દો. સૌને ખૂબ ભોજન કરાવો. તમારી કોઈ સામગ્રી ખૂટશે નહીં.'

એમ જ થયું. જૈન શાસનનો જય જયકાર પ્રસર્યો.

ઉદેપુર સ્ટેટની હદમાં આવેલા શ્રી કેસરિયાજી તીર્થનો વિવાદ તે સમયમાં ખૂબ ચાલ્યો. પૂજારીઓ માલિક થઈ ગયા. તે સમયે શ્રી શાંતિસૂરીશ્વરજીએ ઘોષણા કરી કે 'જો કેસરિયાજી તીર્થના રક્ષણ માટે શ્વેતાંબર જૈનો અને પૂજારીઓ વચ્ચે તાત્કાલિક નિર્ણય લેવામાં નહીં આવે તો પોતે સં. ૧૯૯૦ના ફાગણ સુદ તેરસના રોજ મેવાડની ભૂમિ પર બેસીને આમરણાંત ઉપવાસ

શરૂ કરશે.'

ઉદેપુર સ્ટેટના વહીવટકર્તા પંડિત સુખદેવ પ્રસાદે આચાર્યશ્રીની વાત જાણીને ઑર્ડર બહાર પાડ્યો કે, યોગીરાજ મેવાડની ધરતી પર આવે તો તેમની ધરપકડ કરવી. પંડિત પ્રસાદે ચારે બાજુ પોલીસની કડક વ્યવસ્થા ગોઠવી.

બામણવાડાથી નીકળીને શ્રી શાંતિસૂરીશ્વરજી ઉદેપુરની પાસે આવેલા મદાર ગામમાં અચાનક પ્રગટ થયા. હજારો લોકો તેમનાં દર્શન માટે ઊમટી પડ્યા. પંડિત સુખદેવ પ્રસાદ અને પોલીસ સ્તબ્ધ બની ગયા. શ્રી શાંતિસૂરીશ્વરજીએ તે સમયે બુલંદ અવાજે કહ્યું કે, 'સુખદેવપ્રસાદ! તમારી પાસે સત્તા છે, મારી પાસે શક્તિ છે. તમારે મારી ધરપકડ કરવી હોય અને મને જેલમાં નાખવો હોય તો કોઈ વાંધો નથી. પણ તમારે સત્યનો પક્ષ લેવો પડશે અને કેસરિયા તીર્થમાં ન્યાય કરવો પડશે.'

પંડિત સુખદેવ પ્રસાદે ઘટતું કરવાની ખાતરી આપી. તે સમયે શ્રી શાંતિસૂરીશ્વરજીએ ન્યાય મેળવવા માટે ત્રીસ દિવસના ઉપવાસ કર્યા. ઉદેપુર સ્ટેટના મહારાણા શ્રી ગોપાલસિંહજી સ્વયં ત્યાં આવ્યા. તેમણે આચાર્યશ્રીને પોતાના મોતી મહેલમાં પધારવા વિનંતી કરી અને ખીર બનાવીને પારણું કરાવ્યું અને કેસરિયાજી તીર્થ શ્વેતાંબર મૂર્તિપૂજક જૈનોને સોંપવાની ઘોષણા કરી.

શ્રી શાંતિસૂરીશ્વરજી જૈન શાસનના મહાન પ્રભાવક જૈનાચાર્ય હતા. વિદ્યમાન જૈન સંઘ એવું લાગે છે કે આ પ્રભાવશાળી જૈનાચાર્યને ભૂલી ગયો છે. સંત, સતિ અને શૂરવીરોથી શોભતી ભારતભૂમિને જે મહાન ધર્મ પ્રભાવકો મળ્યા તેનાથી આ વિશ્વને કલ્યાણનો પંથ મળ્યો છે. શ્રી શાંતિસૂરીશ્વરજીએ સંયમ અને ધ્યાનથી અપૂર્વ સાધના કરીને વિશ્વને શાંતિ અને સુખનું પ્રદાન કર્યું છે. આ ધરતીને વૃંદાવન બનાવી છે.

પ્રભાવના

'પૂજા સંગ્રહ' જૈન સંઘનો એક અદ્ભુત ગ્રંથ છે. અનેક મહાપુરુષોની રચેલી પૂજાઓનો સંગ્રહ છે. આ પૂજાઓની જેમણે રચના કરી તે મહાપુરુષોએ પૂજાની રચના કરતી વખતે પોતાની શ્રદ્ધા, આસ્થા, વિશ્વાસ એટલાં મજબૂત કરેલાં છે કે ન પૂછો વાત. તે દુનિયાનો ઉત્તમ દાખલો છે. આ મહાપુરુષો શ્રદ્ધાળુ હતા. એમણે ક્યાંય પ્રમાદ નથી સેવ્યો.

જે-જે વિષયોમાં પૂજા રચી તે તમામ પૂજાઓ તેમણે સંપૂર્ણ બનાવી દીધી. ઉદાહરણ તરીકે, બાર વ્રતની પૂજા હાથમાં લો તો તમને બાર વ્રત વિશે બધું જ વિગતવાર અને સંપૂર્ણ જાણવા મળશે. પિસ્તાલીશ આગમની પૂજા લો તો તેમાં આગમો વિશે બધું જ જાણવા મળશે. ચોસઠ પ્રકારની પૂજા લો તો તેમાં કર્મો વિશે બધું જ જાણવા મળશે.

૧૬

ભગવાન મહાવીર જ્યાં પધારે ત્યાં ધર્મ રચાય, સૌ ધર્મ પામે

ક્ષત્રિયકુંડ નામનું નગર છે. સિદ્ધાર્થ નામનો રાજા છે.

મહાસતી ત્રિશલારાણી ત્યાં વસે છે. રાત્રિની વેળા છે. પવનમાં વીણાનો મધુર ઝંકાર ગુંજે છે.

એવી સુંદર વેળાએ રાણી ત્રિશલા શયનભુવનમાં સૂતાં હતાં અને એમને પવિત્ર અને મહિમાવંતાં ચૌદ સ્વપ્ન આવ્યાં. નેત્રો સમક્ષ ચિત્રો દોડે તેમ રાણી ત્રિશલા એ ચૌદ સ્વપ્નોને ભાવવિભોર હૈયે જોતાં રહ્યાં.

એ ચૌદ સ્વપ્નમાં વન ગજાવતો હાથી હતો, પૃથ્વી ગજાવતો વૃષભ-બળદ હતો અને નીડર સિંહ હતો. સૌને નિરંતર જરૂરી મહાદેવી લક્ષ્મી હતાં. તો આકાશને આવરી લેતી માળા હતી, જગતને અજવાળતા ચંદ્ર અને સૂર્ય હતા. લહેરાતો ધ્વજ ભરેલો કુંડ, છલકાતું પદ્મ સરોવર, વિશાળ સમુદ્ર અને ઊડતું વિમાન તથા ઝાકમઝોળ રત્નનો રાશિ હતો અને ચૌદમું સ્વપ્ન તો ગજબ જોયું : ધુમાડા વિનાનો અગ્નિ.

રાણી ત્રિશલાએ આ સ્વપ્નો હરખાતા હૃદયે જોયાં અને એમના આનંદનો પાર ન રહ્યો. એમણે મહારાજા સિદ્ધાર્થ પાસે જઈ વિનંતી કરી કે, 'મને આ ચૌદ સ્વપ્નોના અર્થ કહો.'

મહારાજા સિદ્ધાર્થે એ સ્વપ્ન સાંભળ્યાં અને ઊંડા વિચારમાં ડૂબ્યા, એમણે કહ્યું, 'દેવી, આપણા કુળના દીપક જેવો આપણને પુત્ર મળશે.'

રાણી ત્રિશલાએ શબ્દો સાંભળ્યા અને પાલવના છેડે હર્ષની ગાંઠ બાંધી. ચૈત્ર સુદ તેરસનું પ્રભાત આ પૃથ્વી પર અનેરું ઊગ્યું. એ દિવસે એક મહાન વ્યક્તિ આ જગત પર આવી, નામે વર્ધમાન.

આ વર્ધમાને જે જીવન અને આત્મવિકાસ સર્જ્યો તેનાથી જગતને એક ઉપલબ્ધિ મળી તે શ્રમણ ભગવાન મહાવીર.

કુમાર વર્ધમાનને થયું કે માતા-પિતાના સ્વર્ગવાસ પછી મહાભિનિષ્ક્રમણનો સમય થઈ ચૂક્યો છે. સ્નેહનું બંધન હતું એ છૂટી ગયું. એ મોટા ભાઈ નંદીવર્ધનની રજા લેવા ગયા. પણ મોટા ભાઈ તો જુદા જ વિચારમાં હતા ! એમણે કહ્યું : 'વર્ધમાન, આ રાજ્ય તારું જ છે. બીજો કોઈ વિકલ્પ વિચાર્યા વિના આ રાજ્યને તું આનંદથી ભોગવ. તારો આનંદ એ મારો આનંદ.'

વર્ધમાનને મૂંઝવણ થઈ આવી. એ લેવા ગયા હતા મુક્તિ, પણ આવી પડ્યું બંધન ! એમણે હિંમત કરીને કહ્યું : 'વડીલબંધુ, મારું રાજ્ય તો જુદું છે. ત્યાં આગળ પ્રેમ અને દયાનું રાજ્ય છે. શક્તિનું ત્યાં સ્વામિત્વ નથી. સ્નેહ ત્યાં પરમ છે.'

'તો રાજ્યધર્મ શો ?' નંદીવર્ધને આશ્ચર્યથી પૂછ્યું. 'રાજ્યધર્મ ક્ષમાનો અને ઉદારતાનો. ન કોઈ તરફ દ્વેષ. ન કોઈ તરફ રાગ ! બીજાને આપવું, આપીને માગવું. તમામ જીવોની સંરક્ષા, કોઈની હત્યા ન થાય તેની તકેદારી.'

'પણ એ તો શક્ય શી રીતે બને ?' નંદીવર્ધને પૂછ્યું.

વર્ધમાને કહ્યું : 'ભાઈ, એ બનશે જ. પારકાં માટે તજવું છે, પછી પોતા માટે કોઈ અભીપ્સા નહીં રહે. અને એવી નિરીહ મનોદશા મારી પાસે ચાર ભાવનાને કેળવાવશે. મૈત્રી, પ્રમોદ, માધ્યસ્થ અને કારુણ્ય. એ ચાર ભાવનાઓથી સમગ્ર જગત પર હું રાજ્ય કરીશ. એ રાજ્ય જગતને નિર્ભય બનાવશે, જગતને સ્વતંત્રતા બક્ષશે.'

માથે ના છત્ર છે, પગમાં ન પાદુકા, હાથમાં ન કમંડલ છે. દેહ પર ન વસ્ત્ર. પંખી જેવા મુક્ત વર્ધમાન ગામે-ગામે વિહરી રહ્યા છે. ગામે-ગામે ફરતાં-ફરતાં એ ઉત્તરવાચાલાનગરીમાં આવ્યા. રાજા પ્રદેશીએ તેમની ભાવથી પૂજા કરી. એમનાં ચરણે ભક્તિનાં પુષ્પો ધર્યાં ત્યારથી વીર વર્ધમાન ચોરાકસન્નિવેશ ગયા. એ પ્રદેશમાં ચોર-લૂંટારાનો સતત ભય. ગામના

લોકો જાગતા રહે અને ગામની ચોકી કરે. અજાણ્યો જણ આવી ચડે તો તરત તપાસ થાય.

વર્ધમાન સ્વામી ગામની બહાર ઝાડની શીળી છાયામાં ધ્યાન ધરતા ઊભેલા. અંતરના ધ્યાનમાં એકાકાર વર્ધમાનને દુનિયાની કશી જ જાણ ન હતી. ગ્રામજનો ત્યાં આવ્યા. પૂછ્યું :

'તમે કોણ છો ?'

વર્ધમાન મૌન રહ્યા. ધ્યાનમાં મગ્ન હોઈ કશું જ ન બોલ્યા. અજ્ઞાન લોકોએ તેમને ઓળખ્યા નહીં. લોકોએ તેમના પગમાં બેડી નાખી, પથ્થર માર્યા અને રાજા પાસે પકડી ગયા.

રાજા રાજકુમાર વર્ધમાનને ઓળખી ગયા. પ્રજાની ભૂલની માફી માંગી, તેમને મુક્ત કરી દીધા. આમ તેઓને ક્યાંક પૂજા મળી, ક્યાંક પથ્થર !

કિંતુ સમભાવી વર્ધમાન ચિત્તમાં તેમના પ્રત્યે ના રાગ થયો, ના દ્વેષ. રાગ અને દ્વેષ ઉપર વિજય મેળવીને વર્ધમાન જગતવિજેતા મહાવીર બની ગયા !

કેટલીય વસંતો પછી શ્રમણ વર્ધમાન મહાનગરી વૈશાલીમાં પધારતા હતા.

વૈશાલીના આનંદનો આજે અંત નહોતો. ઘર ઘર કુમકુમનાં તોરણ રચાયાં હતાં અને મોતીના સ્વસ્તિક રચાયા હતા. આકાશને આંબતાં મહાલયો અને નાનીનાની ઝૂંપડીઓ : સઘળે ઉલ્લાસ વ્યાપ્યો હતો. આજે પ્રભુ પધારનાર હતા. સૌ વિચારતા હતા કે પ્રભુ કોને ત્યાં પગલાં પાડશે ? રાજપુરુષો, શ્રેષ્ઠિઓ, પ્રજાજનો સૌ આનંદભરી મૂંઝવણમાં હતા : પ્રભુ ક્યાં પધારશે ? કોના મહાલયને નિવાસ બનાવશે ? આ પુણ્યલાભ કોને સાંપડશે ? પણ આ તો પ્રભુ મહાવીર ! એમની જીવનશૈલી જ અનોખી !

એમને મન ન કોઈ નાનું, ન કોઈ મોટું. સૌ સમાન. સૌ સરખા. ધનિક કે ગરીબ એવો કોઈ ભેદભાવ નહિ. એમનું જીવન અને ચિંતન બંને નિરાળાં. લોકો જાણે કે મહાવીરના મનોમંથનને પામવું એટલે નૌકા વિના સમુદ્ર તરવો.

એક વાર એવું બન્યું કે શ્રમણ વર્ધમાન કોઈ તાપસના આશ્રમમાં, તેની જ વિનંતીથી ચાતુર્માસ રહ્યા. તાપસોએ તેમને સરસ મજાની તૃણની મઢૂલી રચી આપી.

મહાવીર તો હંમેશાં એ મઢૂલીમાં ધ્યાનસ્થ રહે. કોઈની સામેય ન જુએ. ગાયો ત્યાં દોડતી આવે અને ઝૂંપડીનું ઘાસ ખાઈ જાય. થોડાક દિવસો તો તાપસો દોડ્યા, ગાયને હાંકી કાઢી, ઝૂંપડીની સુરક્ષા કરી, પછી તો એ કંટાળ્યા ને આચાર્યને ફરિયાદ કરી.

આચાર્ય તપસ્વી મહાવીર પાસે આવ્યા. કહ્યું : 'વર્ધમાન ! તમારી ઝૂંપડી તો સાચવો, ગાયો ઘાસ ખાઈ જાય છે.'

તપસ્વી મહાવીર આચાર્યને નિહાળી રહ્યા. તેમણે ક્ષણેક વાર પછી કહ્યું : 'હું મારા દેહને પણ નથી સાચવતો ત્યાં ઝૂંપડીને ક્યાં સાચવું ?'

ને એ ચાલી નીકળ્યા. પોતાના નિમિત્તે કોઈને અગવડ પડવી ન જોઈએ. સ્વસ્થ સાધના એ એમનો જીવનધર્મ. આત્માની આસપાસ જામેલાં જાળાંને હટાવવાં એ મુખ્ય ધ્યેય. એ માટે તેમણે મધુકર વૃત્તિ કેળવી લીધેલી. મધુકર ફૂલને ચૂમે અને ફૂલને ખબરેય ન પડે એના જેવું.

શ્રમણ ભગવાન મહાવીર સુરભીભર્યા પવનની જેમ પૃથ્વીતલ પર વિહરતા હતા. એકદા એ વિહાર કરતા મગધની રાજધાની રાજગૃહીમાં પધાર્યા.

મહારાજા શ્રેણિક એમની વંદના અર્થે આવ્યા. ભગવાન મહાવીરનાં દર્શન કરીને શ્રેણિકને થયું કે પોતે પાવન થઈ ગયા છે. એમણે કહ્યું : 'પ્રભો, આ જીવ સંસારમાં રખડે છે શાથી ?'

પરમાત્મા મહાવીરની તત્ત્વજ્ઞાન સમજાવવાની શૈલી સાવ સરળ હતી. એમણે કહ્યું :

'ભંતે, તૃષ્ણા જ માનવીને સંસારમાં પરિભ્રમણ કરાવે છે. તૃષ્ણામાંથી મોહ જન્મે છે અને મોહમાંથી તૃષ્ણા. આ એક વિષચક્ર છે. આમાંથી ઊગરવાનો એકમાત્ર રસ્તો છે અપરિગ્રહ અપનાવવો તે.'

પરિષદમાં બેઠેલા રાજગૃહીના ધનાઢ્ય પુણિયા શ્રાવકે કહ્યું : 'ભગવાન, આપનો ઉપદેશ મેં સાંભળ્યો છે. મારી પાસે પુષ્કળ સંપત્તિ છે. એ સઘળાનો હું ત્યાગ કરું છું. મને અપરિગ્રહનું વ્રત આપો.'

ભગવાન મહાવીરે પુણિયા શ્રાવકને અપરિગ્રહનું વ્રત ઉચ્ચરાવ્યું.

મહારાજ શ્રેણિકે આ જોઈને કહ્યું, 'ભગવાન, આપ જ્યાં પધારો છો ત્યાં ધર્મ રચાય છે. આપ જ્યારે બોલો છો ત્યારે સૌ ધર્મ પામે છે. આપને અમારા નમસ્કાર હો.'

સમગ્ર પરિષદ ભગવાન મહાવીરને નમી રહી.

કવિ કહે છે :
સૂર્ય, ચંદ્ર, આકાશ, પવન ને
વર્ષા જેમ બધાનાં છે,
મહાવીર કેવળ જૈનોના નહિ
પણ આખી દુનિયાના છે !

પ્રભાવના

સ્ત્રી શું નથી ? સ્ત્રી સાધ્વી છે અને સ્ત્રી સંસારી પણ છે. સ્ત્રી સુંદર છે અને સ્ત્રી કદરૂપી પણ છે. સ્ત્રી મહાન છે. સ્ત્રી સામાન્ય પણ છે. સ્ત્રી જીવનદાતા છે અને સ્ત્રી હત્યારી પણ છે. સ્ત્રી સુશીલ પણ છે. સ્ત્રી લાલસાયુક્ત છે અને સ્ત્રી વાસનામુક્ત પણ છે. સ્ત્રી સ્વામિની છે અને સ્ત્રી સેવિકા પણ છે. સ્ત્રી સહનશીલ છે અને સ્ત્રી આતંકવાદી પણ છે. સ્ત્રી નિર્ભય છે અને સ્ત્રી ભીરુ પણ છે. સ્ત્રી ધાર્મિક છે અને સ્ત્રી છેતરામણી પણ છે. સ્ત્રી અબોલ છે અને સ્ત્રી બકબકિયણ પણ છે. સ્ત્રી વફાદાર છે અને સ્ત્રી વ્યભિચારી પણ છે. સ્ત્રી મા છે, સ્ત્રી બહેન છે...

સ્ત્રી સંસ્કારી છે ?

એટલું જ જરૂરી છે...

૧૭

પ્રભુ, અમનેય* તમારા જેવા બનાવજો!

ગૂર્જરપતિ ભીમદેવના પ્રિય મંત્રીશ્વર વિમળ તો એ યુગના શ્રેષ્ઠ ધનુર્ધરોમાં એક ગણાતા. એક દિવસ પાટણમાં સ્પર્ધા યોજાયેલી. શ્રેષ્ઠ બાણાવળી કોણ તે તપાસવા માટેની આ સ્પર્ધા. યુવાન વિમળે કહ્યું,

'ગૂર્જરેશ્વર, આ દૂરથી એક પનિહારી પસાર થાય છે. તેના બંને કાને કુંડળ શોભે છે, તમે હુકમ કરો તે કુંડળ વીંધી નાખું, પનિહારીને જાણ પણ નહીં થાય.'

'એમ?' મહારાજા ભીમદેવ ચોંક્યા : 'અને એ પનિહારીને કશું થશે તો?'

'તો?' વિમળના મુખ પર શૂરવીરની દૃઢતા હતી : 'તો મારું મસ્તક ઉતારી લેજો.'

'જમણું કુંડળ!'

અને વિમળે તે વીંધી નાંખ્યું! પનિહારી તો તદ્દન અનભિજ્ઞ હતી કે શું બન્યું.

વિમળ પછી તો મહારાજા ભીમદેવના પ્રિય મંત્રી બની રહ્યા. એ ચંદ્રાવતીના દંડનાયક નિમાયા.

એ વિમળમંત્રીની પત્નીનું નામ શ્રીદેવી. સારસ-સારસીની જોડી જેવું એમનું જીવન. સર્વ વાતે સુખી એ દંપતીને એક શેર માટીની ખોટ! શ્રીદેવી હંમેશાં રતન જેવા દીકરાની ઝંખના સેવે પણ એ પૂર્ણ થાય જ નહિ.

એકદા શ્રીદેવીએ વિમળ મંત્રીને કહ્યું,

'દેવ, આપણાં કુળદેવી અંબિકાદેવી છે, તમે તેની સાધના કરો ને! દેવી અંબિકા પ્રસન્ન થાય તો આપણને કુળદીપક મળે.'

વિમળ મંત્રીને એ વાત સ્પર્શી. એમણે આબુના પહાડ પર અંબિકાદેવીની સાધના કરી ને એ ફળી પણ ખરી. દેવી અંબિકાએ પ્રસન્ન થઈ કહ્યું, 'વિમળ, તારાં નસીબ અનેરાં છે. તું બેમાંથી એક વસ્તુ માંગ કાં દેરું, કાં દીકરો! સારું એ તારું !'

વિમળ મૂંઝાયો. ક્ષણાર્ધ વિચારીને કહ્યું, 'મા, મારી પત્નીને પૂછીને કાલે વરદાન માંગું તો ?'

આકાશમાંથી અવાજ આવ્યો : 'તથાસ્તુ.'

બીજે દિવસે શ્રીદેવી સ્વયં વિમળ મંત્રી સાથે વરદાન માંગવા આબુ આવી. પહાડનું આકરું ચઢાણ અને ગરમીની વેળા. બંનેને તરસ લાગી. એટલે એક સરોવર પાસે આવ્યાં. પાણીથી ખોબો ભર્યો ત્યાં દૂરથી અવાજ આવ્યો : 'થોભો !'

બંને ચમક્યાં એ સૂરથી. એમણે દૂર નજર માંડી તો એક કિશોર દોડતો આવતો હતો. વિમળે પૂછ્યું,

'તમે કંઈ કહેતા હતા ?'

'હા.' એ કિશોર હાંફતો હતો : 'તમે પાણી પછી પીજો. પહેલાં દામ આપો.'

'પણ સરોવરનું જળ સૌ માટે હોય છે. એના દામ લેવાય ?'

'હા, લેવાય !' એ કિશોરના ચહેરા પર નૂર નહોતું. 'મારા પિતાને પૈસા ઉડાવતાં આવડતું હતું. એટલે સરોવર બનાવ્યું ને અમારે ભીખ માંગવાના દિવસો આવ્યા છે એટલે પાણીના પૈસા લઈએ છીએ. પહેલાં પૈસા, પછી પાણી : લાવો.'

અને વિમળ મંત્રીએ તથા શ્રીદેવીએ તત્ક્ષણ નિર્ણય કરી લીધો કે મા અંબિકા પાસે અમે દેરું માગીશું. દીકરો નહીં! દીકરો મેળવ્યા પછી એ આવો જ પાકે તો શું સુખ મળે? દંડનાયક વિમળશાહે એક મહાન શિલ્પી કીર્તિધરને શોધી કાઢ્યો. એ શિલ્પશાસ્ત્રનો જ્ઞાતા હતો. એની અંગુલિઓમાં કળા રમતી. વિમળશાહે એને કહ્યું કે, 'અહીં કારીગરો કામ કરશે ને જેટલી પથ્થરની ટુકડીઓ નીચે પડશે એના ભારોભાર હું ચાંદી આપીશ. અજોડ કળામય મંદિર સર્જન કરો. એ યુગાંતરો સુધી અમર રહેવું જોઈએ.'

કીર્તિધર મહાન શિલ્પી હતો. એણે હામ ભણી.

એ ઘડીમાં ઘૂમતો. ઘડીમાં સૂનમૂન બેસી રહેતો. ઘડીઓ પર્યંત આકાશને અપલક તાક્યા કરતો. ધરતી પર આંગળીથી રેખા પાડ્યા કરતો ને બીજી પળે ઝનૂનપૂર્વક કામે લાગતો. ધસમસતી નદીના પ્રવાહથી ય વધારે ઝડપે નાણાં ખર્ચાતાં હતાં. કીર્તિધર કહેતો કે આ ઉદારતાનો પડઘો અપૂર્વ કળાના સર્જનથી જ પાડી શકાય. વિમળ મંત્રી વારંવાર ત્યાં આવતા, સૌના ક્ષેમકુશળ સાચવતા.

શ્રીદેવીના તો પગ જ ધરતી પર નહોતા. એ પ્રતિદિન પહાડ પર આવતી. ભીતરની ભાવનાનું તેજ એના મુખ પર છવાયું હતું. સૌ કારીગરો એને દેવી માનતા, 'મા' કહીને આદર આપતા.

મહાન શિલ્પી કીર્તિધર અખંડ સમય કાર્યરત રહેતો. નહોતું ખાવાનું ઠેકાણું કે નહોતું પીવાનું ઠેકાણું. એ ભમ્યા કરતો. મંદિરનું નિર્માણ એની ધૂન બની ગઈ હતી. એ વાત શ્રીદેવીએ જાણી ત્યારે એ કીર્તિધરને વઢી પડી : 'કીર્તિધરજી, નિરાંતે ભોજન તો કરો !'

'એટલી વેળા જ ક્યાં છે ?' કીર્તિધર વાત કરતાંયે વિચારે ચઢી જતો : 'આ મંદિરનું કાર્ય સંપન્ન થઈ જાય પછી ભોજન ક્યાં નથી ?'

'એમ ન ચાલે.' શ્રીદેવીએ કહ્યું : 'કાલથી તમારું ભોજન હું લાવીશ.'

શ્રીદેવી કીર્તિધરનું મન સમજતી હતી. એ ભોજન લાવતી, અને પુત્રને જમાડતી હોય તેમ જમાડતી પણ કીર્તિધર એની ધૂનમાં મસ્ત રહેતો. એકદા શ્રીદેવીએ ભોજનમાં નમક જ ન નાંખ્યું. એ જોવા માટે કે કીર્તિધર શું કહે છે ? કિંતુ કીર્તિધરે ભોજન તો આરોગ્યું, પણ એને પોતાની ધૂનમાં સ્વાદની ક્યાં જાણ હતી કે એ શ્રીદેવીને કશી ફરિયાદ કરે ?

શ્રીદેવીની આંખમાં એ પળે આંસુ ડોકાઈ ગયાં : 'કીર્તિધર, તારી કળા આ મંદિરને જરૂર અમર બનાવશે !'

'નહિ મા ! તમારો અને વિમળશાનો મહાન ત્યાગ આ મંદિરને અમર બનાવશે. તમે આ અંબિકા પાસે દીકરો નહિ, દેરું માંગ્યું હતું. ભક્તિની કેવી એ વિરાટ ઊંચાઈ !'

એ શબ્દોમાં નર્યું સત્ય ઝળહળતું હતું.

કલ્પવૃક્ષની શીતળ છાયા તો કોણે જાણી છે અને કોણે માણી છે, પણ ધર્મકાર્યની સંપન્નતામાંથી સાંપડતી તૃપ્તિ કલ્પવૃક્ષ જેવી મીઠી છાયા

આપે છે.

મા ધરતીના ખોળે યુગેયુગે ઇતિહાસ રચનારા માનવીઓ પાકે છે. મંત્રીશ્વર વિમળ અને શ્રીદેવી એવાં જ માનવીઓ હતાં.

મંત્રી વિમળ અને શ્રીદેવીનો આત્મા પરમસુખ અનુભવતો હતો. આબુના શિખરે ઊંચે લહેરાતી એ જિનમંદિરની ધ્વજા બંને નિહાળતાં અને એમને પરમ તૃપ્તિ મળતી.

પ્રત્યેક જીવનને અંત હોય છે. મંત્રી વિમળ એ અંતને મહાન બનાવે તેવું જીવન જીવવા માંડ્યા હતા.

કરોડો રૂપિયાની સંપત્તિ વાપર્યા પછી પણ એમણે ધર્મકાર્યો ચાલુ જ રાખ્યાં. આબુમાં જિન મંદિર રચ્યા પછી આરાસુરમાં એમણે જિન મંદિર બનાવરાવ્યું. કુંભારિયાજીમાં પણ જિન મંદિરનું નિર્માણ કર્યું.

જિન ભક્તિ આત્માને પાવન બનાવે છે, ક્યારેક પરમાત્મા બનાવે છે. આ મહાન માનવીઓની એ જ શ્રદ્ધા હતી. એમણે ઉપાશ્રયો બાંધ્યા. પંખીઓ માટે ચણ નાંખી. પરબો બાંધી. અતિથિ-અભ્યાગતની હંમેશાં સેવા કરી. ચંદ્રાવતી નગરીમાં પણ જિન મંદિર બાંધ્યું. એ નગરીને પણ વધુ સોહામણી બનાવી.

જીવનભર જૈન ધર્મનો જયકાર થાય તેવી પ્રવૃત્તિ કરી. પ્રત્યેક જીવનને કદીક તો અંત હોય છે. પ્રત્યેક જીવનને મૃત્યુનો નાટારંભ સાંભળવો જ પડે છે. કિંતુ આશ્ચર્યની ઘટના જુઓ : આ મહાન દંપતીના મૃત્યુનો ઉલ્લેખ ઇતિહાસના પાને ક્યાંય નથી.

કિંતુ કાળને પેલે પાર જે દૃષ્ટિપાત કરે તે કવિ હોય છે. એક મનોરમ દૃશ્ય મારી આંખ સામે આવું તરે છે. પ્રાત:કાળની વેળા હશે. પંખીઓ કલરવ કરતાં હશે.

ગિરિરાજ આબુ ઉપર એ ભક્તિમય દંપતી પરમાત્મા આદિનાથની જિનપૂજા કરવા ગયું હશે.

અષ્ટપ્રકારી પૂજા કરતાં પોતાના અષ્ટકર્મોનો ક્ષય થાઓ તેવી મંગળભાવના એમણે ભાવી હશે.

પરમાત્માના દરબારમાં બેસીને મધુર કંઠે પ્રભુસ્તુતિ ગાઈ હશે. મંત્રીશ્વર વિમળ અને મહાન શ્રીદેવી હસ્તદ્વયમાં પૂજાનો થાળ લઈને એ વિખ્યાત 'વિમળવસહી' મંદિરના પ્રાંગણમાં આવ્યાં હશે ને પુન: પ્રભુ પ્રત્યે પ્રણામ

કરીને આટલી જ પ્રાર્થના કરી હશે : 'પ્રભુ અમને ય તમારા જેવા બનાવજો.'
ને એમણે એકસાથે નેત્રો બીડી દીધાં હશે !
એ ક્ષણે મૃત્યુનેય એમણે જીતી લીધું હશે !

પ્રભાવના

મહાત્મા ગાંધીજીને કોઈએ ગાળોથી ભરપૂર પત્ર લખેલો. તેમણે તે વાંચ્યો. તેમાં રહેલી ટાંકણી એક તરફ મૂકી અને કાગળ ફાડી નાંખ્યો. મહાદેવભાઈએ પૂછ્યું : 'આપે શું કર્યું ?'

ગાંધીજીનો ઉત્તર જીવનશિક્ષા જેવો છે : 'જે કામનું હતું એ રાખી લીધું ને નકામું હતું એ ફાડી નાંખ્યું !'

૧૮

ભીમા કુંડલિયાને સુવર્ણકળશ મળ્યો પણ તે સ્વીકારવા તૈયાર નહોતો!

ગુજરાતના મહા મંત્રી બાહડ અત્યંત બુદ્ધિશાળી હતા. એ જે કોઈ નિર્ણય લેતા એ ઝડપથી લેતા. એમણે જોયું કે ગિરિરાજ શત્રુંજય ઉપરનું મહાન જિન મંદિર સત્વરે નવનિર્માણ કરવામાં ન આવે તો ખોટું થાય. એમણે સકળ જૈન સંઘને સાથે રાખીને જીર્ણોદ્ધારનો પ્રારંભ કર્યો. ગુજરાતની રાજધાની પાટણથી હજારો શ્રેષ્ઠીઓ અને શ્રાવકો સાથે પાલિતાણા પહોંચ્યા. ગિરિરાજ શત્રુંજય પરના જિન મંદિરમાં જીર્ણોદ્ધારના કાર્ય માટે લાભ લેવા માટે સૌ તલપાપડ થઈ ઊઠ્યા.

આકાશનો સૂર્ય પશ્ચિમમાં ઢળી રહ્યો હતો. વિશાળ મંડપમાં મહામંત્રી બાહડ હજારો શ્રાવકોની વચમાં મંદિરનિર્માણનું કાર્ય કેવી રીતે કરવું અને સૌને કેવી રીતે લાભ આપવો તેની ગોઠવણ કરી રહ્યા હતા. એ સમયે બાહડ મંત્રીની નજર મંડપની બહાર ઊભા રહેલા એક સામાન્ય માનવી પર પડી. મેલોઘેલો વેશ અને ઝાંખો ચહેરો. મંડપના પ્રવેશદ્વાર પાસે જનતાની ભારે ભીડ હતી. એ સામાન્ય માનવી મંડપની અંદર આવવા કોશિશ કરતો હતો કિંતુ કોઈ એને દાદ દેતું નહોતું.

બાહડ મંત્રીએ એ માનવીને જોયો અને તેની આંખોમાં કોઈ અપૂર્વ ભાવના જોઈ એ માનવપારખુ બાહડે એ માનવીને અંદર

બોલાવ્યો. તેને સ્નેહપૂર્વક પૂછ્યું કે : 'મને એવું લાગે છે કે તમારે કંઈક કહેવું છે? જે કહેવું હોય તે નિઃસંકોચ કહો.'

આગંતુક કંઈ બોલવા ગયો પણ તેને સંકોચ થતો હતો. બાહડ મંત્રી કહે,

'ભાગ્યશાળી, તમારું નામ કહેશો ?'

'મારું નામ ભીમો કુડલિયો.'

'કયા ગામના રહેવાસી છો ?'

'મારું ગામ પાલિતાણાની પાસે જ છે ટીમાણા.'

'શું કામકાજ કરો છો ?'

ભીમા કુલડિયાનો સંકોચ વધ્યો : 'મંત્રીશ્વર, હું સાવ સામાન્ય માનવી છું. મારું નસીબ પણ સાવ સામાન્ય છે. ગામમાંથી ઘી લાવીને પાલિતાણામાં ઘરેઘરે ફરીને વેચું છું. પતિ-પત્ની બે જણાં છીએ એટલે જે નફો મળે તેમાં ગુજરાન ચાલી જાય છે. ઘરમાં એક ગરવી ગાય છે. સંતોષથી જીવીએ છીએ.'

બાહડ મંત્રીએ ભીમા કુંડલિયાનો હાથ પોતાના હાથમાં લીધો : 'ભીમાજી, અહીં કેમ આવવું થયું તે કહો ?'

'આજે સવારમાં પાલિતાણા આવ્યો અને સાંભળ્યું કે તમે સંઘ લઈને આવ્યા છો. દાદાનું જિન મંદિર નવું કરાવવાના છો. પહેલાં તો હું ઉપર જઈને દાદાની જાત્રા કરી આવ્યો. દાદાની પૂજા કરી અને ફૂલ ચઢાવ્યાં. પછી થયું કે દાદાના જિન મંદિરના નિર્માણમાં સૌભાગ્યશાળી લાભ લે છે તો હું પણ કંઈક લાભ લઉં એટલે આવ્યો છું.'

બાહડ મંત્રીએ ભીમા કુંડલિયાનો હાથ થપથપાવ્યો. કહ્યું,

'શત્રુંજય ગિરિરાજ પર જિન મંદિરનું નિર્માણ કાર્ય કરવું છે, સૌને સાથે રાખવા છે. તમારે જે દાન આપવું હોય તે કહો.'

ભીમો કુંડલિયો શરમથી નીચું જોઈ ગયો. એને પોતાના દાનની રકમ બોલતાં પારાવાર સંકોચ થતો હતો. બાહડ મંત્રી એની મૂંઝવણ સમજી ગયા. કહ્યું,

'મનમાં કોઈ પણ જાતનો સંકોચ રાખ્યા વિના જે ભાવના હોય તે કહો. મારે મન પ્રત્યેક દાનવીર મહાન છે.'

ભીમો કુંડલિયો કહે,

'મંત્રીશ્વર, મારી પાસે એક રૂપિયો પણ હતો પણ તેમાંથી દાદાની

પૂજા કરવા માટે પુષ્પો ખરીદ્યાં. દાદાના ભંડારમાં નાનકડી રકમ મૂકી. હવે મારી પાસે માત્ર સાત પૈસા બચ્યા છે તેનો સ્વીકાર કરશો ?'

ભીમો કુંડલિયો આટલું બોલતાં શરમથી પાણીપાણી થતો હતો.

બાહડ મંત્રી ભીમા કુંડલિયાની આવી ઉદાત્ત ભાવના જોઈને ગળગળા થઈ ગયા. તેમણે ભીમા કુંડલિયાના સાત પૈસા પોતાના હાથમાં લીધા અને મંડપમાં સૌને સંભળાય તેમ કહ્યું,

'ભીમા કુંડલિયાનું દાન સૌથી ઉપર લખજો.'

વિશાળ ધર્મમંડપમાં ઘેરો સન્નાટો છવાઈ ગયો. સમગ્ર ભારતના શ્રેષ્ઠ શ્રીમંતો ત્યાં બેઠા હતા. સૌને આશ્ચર્ય થયું કે આ શ્રીમંતો લાખો રૂપિયા લખાવે છે તેની ઉપર માત્ર સાત પૈસા આપનારનું નામ સૌથી પહેલું મૂકવાનું ?

મહામંત્રી બાહડ સૌના ચહેરા પર રમતો પ્રશ્ન પારખી ગયા. તેમણે કહ્યું,

'ભાગ્યશાળીઓ, તમારી પાસે કરોડો રૂપિયા છે તેમાંથી લાખો રૂપિયાનું દાન આપો છો. જ્યારે ભીમાજી પાસે માત્ર સાત પૈસાની મૂડી છે અને તમામ દાનમાં આપી દે છે. હવે તમે જ કહો કોનું નામ સૌથી પહેલું મૂકવું જોઈએ ?'

સભામાંથી પોકાર ઊઠ્યો : 'સૌથી પહેલું નામ ભીમા કુંડલિયાનું મૂકવું જોઈએ.'

ભીમા કુંડલિયાની આંખોમાંથી એ ક્ષણે અનરાધાર આંસુ વહ્યાં – એ અપાર હર્ષનાં હતાં. પોતાને આજે ભગવાનની ભક્તિનો અપૂર્વ અવસર પ્રાપ્ત થયો હતો. આટલા મહાન દાનવીરોએ પોતાનું દાન હૃદયની ઉદારતા સાથે સ્વીકાર્યું હતું. ભીમો કુંડલિયો ઊછળતા હૈયે ટીમાણા પહોંચ્યો. ઘરે જઈને સર્વ પ્રથમ પત્નીને વધામણી આપી :

'આજે મારી ખુશીનો પાર નથી. પૂછ કેમ ?'

પત્ની સમજી નહીં. કહે, 'કેમ આજે ઘણા રૂપિયા કમાઈ લાવ્યા છો ?'

ભીમા કુંડલિયાના હૃદયમાં છવાયેલો હર્ષ અસીમ હતો. તેણે બધી વાત પત્નીને કહી ત્યારે એ ગૃહિણી ગુસ્સાથી ધમધમી ઊઠી :

'તમે શું કર્યું તેની સમજ છે તમને ? બધી રકમ દાનમાં આપી આવ્યા ? હવે ઘરમાં ઘઉંનો આટો ક્યાંથી લાવીશું ?'

એ સ્ત્રીનું દિમાગ ગુસ્સાથી ફાટતું હતું. ભીમો તેને સમજાવવાની કોશિશ કરતો હતો. એ સ્ત્રી સમજતી નહોતી. એ કહેતી હતી કે ઘરમાં

ચૂલો સળગાવવા માટે કંઈ જ નથી તે ભૂલી જઈએ અને દાન કરવા બેસીએ તે બરાબર કહેવાય નહીં. તેનો રોષ ભભૂકી જ રહ્યો હતો. ભીમા કુંડલિયાએ તે સમયે કહ્યું,

'તારી તમામ વાત મને કબૂલ છે પણ મને એક વાત કહે કે આજના સાત પૈસાથી આપણી ગરીબી દૂર થઈ જવાની હતી ?'

એ ગૃહિણી બોલી, 'ના, એટલા પૈસાથી આપણી ગરીબી દૂર થોડી થઈ જાય ?'

'એ સાત પૈસા હું ઘરે લાવ્યો હોત તો આપણે સુખી થઈ જાત ?'

'ના.'

ભીમા કુંડલિયાએ કહ્યું, 'ત્યારે એ વાત સમજ કે સાત પૈસાનું દાન આપવાથી મને જે અપાર સુખની પ્રાપ્તિ થઈ છે તે તને ન ગમે ?'

'તમે કેવા સવાલ પૂછો છો ? મને કંઈ સમજાતું નથી.'

ભીમા કુંડલિયાએ પત્નીને પોતાની નજીક ખેંચીને પ્રેમથી કહ્યું, 'મારું એટલું જ કહેવું છે કે સાત પૈસાની કોઈ કિંમત નથી પણ સાત પૈસાના બદલામાં આપણને જે અપૂર્વ ધર્મલાભ મળ્યો તે કેટલો કીમતી છે ! આપણે એ ધર્મલાભની હૃદયથી અનુમોદના કરીશું તો ભવજળ તરી જઈશું. આપણે બંને એવું ના કરીએ ?'

એ સ્ત્રી શાંત થઈ ગઈ. ગિરિરાજ શત્રુંજય પર બિરાજતા આદિનાથદાદાના જિન મંદિર ભણી એણે હાથ જોડ્યા અને ઘરમાં કામે વળગી. જતાં-જતાં એણે કહ્યું, 'આપણી ગાયને બાંધવાનો ખીલો નીકળી ગયો છે. જરા સરખો કરી લેજો.'

ભીમો કુંડલિયો ગમાણમાં ગયો.

ગમાણમાં ખીલો નીકળી ગયો હતો. ભીમા કુંડલિયાએ જમીનમાં ખીલો ખોડવા માટે કોદાળીથી થોડી જગ્યા ખોદી. એ સમયે ભીમા કુંડલિયાને લાગ્યું કે જમીનમાં કોદાળી સાથે કશુંક ટકરાયું. એ અવાજ સાંભળીને ભીમા કુંડલિયાએ થોડું વધારે ખોદ્યું ત્યારે ભીમા કુંડલિયાના આશ્ચર્યનો પાર ન રહ્યો. એણે જોયું તો સુવર્ણ મહોરોથી છલકાતો કળશ હતો ! ભીમા કુંડલિયો હર્ષથી ઘેલો થઈ ગયો. એણે બૂમ પાડી :

'અરે, જલદી અહીં આવ.'

એ સ્ત્રી દોડતી આવી. ભીમો કુંડલિયો કહે, 'જોયું ? ધર્મનો કેવો

ચમત્કાર! આપણને સોનાની મહોરથી છલકાતો સુવર્ણકળશ મળ્યો!'

પત્ની કહે, 'હાશ, આજથી આપણી ગરીબી દૂર થઈ!'

ભીમો કુંડલિયો કહે, 'આ સોનામહોરો આપણે આપણા ઘરમાં નહીં રાખીએ. તને ખબર છે કે મને અણહક્કનું નહીં લેવાની પ્રતિજ્ઞા છે. આ સુવર્ણકળશ એ ધર્મના પ્રભાવથી મળ્યો છે. આપણે એ અત્યારે જ જઈને મંત્રીશ્વર બાહડને આપીશું અને જિન મંદિરના નિર્માણના કાર્યમાં વાપરવાની વિનંતી કરીશું.'

એ સ્ત્રીએ સહર્ષ સંમતિ આપી! બંને જણાં દોડતાં-દોડતાં મંત્રીશ્વર બાહડ પાસે પહોંચ્યાં ત્યારે મંત્રીશ્વર બાહડ આ દંપતીની ધર્મભાવના જોઈને આભા બની ગયા. એમણે કહ્યું કે 'આ સુવર્ણકળશ તમારી મૂડી છે એ તમે જ રાખો અને ધર્મના પ્રભાવનો સ્વીકાર કરીને આજથી તમારો પુન્યોદય જાગ્યો છે તેમ માનીને આ સંપત્તિ તમે જ સ્વીકારો. આ સુવર્ણકળશના માલિક તમે જ છો માટે તે પાછું લઈ જાવ.'

કિંતુ ભીમા કુંડલિયાએ સુવર્ણકળશ લેવાની ના પાડી. એણે કહ્યું કે, 'આ સુવર્ણકળશ અમારા ભાગ્યમાં ક્યાંથી હોય? અમે તો સાવ ગરીબ માણસો છીએ અને અમારું કિસ્મત પણ સાવ ગરીબ છે એટલે આ સુવર્ણ-કળશ દાદાના ચરણોમાં જ મૂકવાનો હોય.

બાહડ મંત્રીની આંખોમાં આંસુનું ઝાકળ રમતું હતું. આ દશ્ય સમગ્ર જીવનને પાવન કરે તેવું હતું. ભીમા કુંડલિયાને તે સમજાવતા હતા ત્યારે ભીમો કુંડલિયો એકનો બે થતો નહોતો. એ સમયે શત્રુંજય તીર્થના અધિષ્ઠાયક દેવ કપર્દી યક્ષ પ્રગટ થયા. સૌના જીવન માટે આ ધન્ય ઘડી હતી. કપર્દી યક્ષે કહ્યું, 'હે ભીમા, આ ધન તારી ધર્મભક્તિ જોઈને મેં આપ્યું છે અને એ તારા માટે છે. માટે તું જ લઈ જા.'

આટલું કહીને કપર્દી યક્ષ અદશ્ય થઈ ગયા.

ભીમો કુંડલિયો અને તેની પત્ની હાથમાં સુવર્ણકળશ લઈને દાદાનો જય જયકાર કરતાં પોતાના ઘર ભણી પાછાં વળ્યાં.

પ્રભાવના

કાદવ અને પાણીની લડાઈમાં કાદવને કંઈ ગુમાવવાનું નથી. પાણીને ગુમાવવાનું છે. પણ પાણી પોતાનું કામ નિષ્ઠાથી કરે છે. પાણી પોતાનો

રંગ બતાવે છે. ધીરેધીરે કાદવ સાફ કરે છે. સ્થળ સ્વચ્છ બનાવે છે.

જેમ પાણી ભૂમિ શુદ્ધ કર્યા વિના ન રહે, તેમ જિનેશ્વર ભગવાનની વાણી પણ આત્મા પર ચોંટેલા કર્મના કચરાને સાફ કર્યા વિના રહેતી નથી. અનાદિકાળના કર્મમળને તે ધૂએ છે.

જિનેશ્વરદેવની વાણીનો આ અનન્ય ચમત્કાર છે.

૧૯

હૃદયની મૈત્રી મોસમની જેમ બદલાવી ન જોઈએ!

ધરતી બહુરત્ના વસુંધરા છે. બીજ નાનું હોય છે, વૃક્ષની છાયા વિશાળ હોય છે. દીપક નાનો હોય છે, પ્રકાશ વિશાળ હોય છે. હીરો નાનો હોય છે, કિંમત વિશાળ હોય છે.

જીવનનું સુખ સંસ્કારપ્રેરિત હોય છે.

મુકેશભાઈ મહેતા અને કીર્તિભાઈ શાહ બંને બાળપણથી મિત્ર હતા. સ્કૂલમાં સાથે ભણતા હતા. પડોસમાં સાથે રહેતા હતા. હૃદયની અભિન્નતા એવી કેળવાઈ ગયેલી કે બંનેને એકબીજા વગર ગોઠે નહીં. સ્કૂલમાં સાથે, રમવામાં સાથે, લેસન કરવામાં સાથે, પરીક્ષા આપવા જવામાં સાથે અને રિઝલ્ટ લેવા જવામાં પણ સાથે! લોકો માને કે આ બંને સગા ભાઈ છે! મુકેશભાઈ મહેતા જન્મે જૈન અને કીર્તિભાઈ શાહ જન્મે બ્રાહ્મણ. બંનેનાં ઘર જુદાં હતાં, બંનેના ધર્મ જુદા હતા, બંનેનાં મા-બાપ જુદાં હતાં પણ બંનેનાં હૃદય એક હતાં.

બંનેના લગ્ન પણ એક સમયે થયાં. કાશ્મીરા અને સુધા નામની બે સ્ત્રીઓ મુકેશભાઈ અને કીર્તિભાઈને ત્યાં પરણીને આવી અને એ બંને પણ પાક્કી સહેલી બની ગઈ.

મુકેશભાઈ અને કીર્તિભાઈએ અલગઅલગ બિઝનેસ પસંદ કર્યો, પણ દુકાનો

તો બંનેની બાજુમાં-બાજુમાં જ રહી! બંને મિત્રો એકબીજાના બિઝનેસનું ધ્યાન રાખતા અને સુખેદુખે એકબીજાની પડખે અડગ ઊભા રહેતા. એકનું માથું દુખે તો બીજાને માથે બામ ઘસવો પડે એવી અભિન્ન મૈત્રી.

એક વાર કીર્તિભાઈ બહારગામ ગયેલા ત્યારે મુકેશભાઈની ઑફિસમાં બૅંકમાંથી ફોન આવ્યો કે તમારા ખાતામાં ચેક આવ્યો છે અને બૅલેન્સ ઓછું છે. મુકેશભાઈએ ફોન લીધો અને પરિસ્થિતિની ગંભીરતા સમજીને પોતાના ખાતામાંથી કીર્તિભાઈના ખાતામાં બૅલેન્સ ટ્રાન્સફર કરી દીધું!

સવારથી સાંજ સુધીમાં દરેક કામ સાથે કરવા ટેવાયેલા બંને મિત્રો ફરવા પણ સાથે જતા. રસ્તામાં કોઈ ચીજ પસંદ પડી જાય તો એકબીજાના ઘર માટે સાથે જ ખરીદી લાવતા! કાશ્મીરાબહેન તો ક્યારેક મજાકમાં કહેતાં કે કીર્તિભાઈ મારી શૌતન છે!

સૌ હસી પડતા.

કીર્તિભાઈ અને મુકેશભાઈનાં માતાપિતા એમ સમજતાં કે આ બંને અમારા પુત્રો છે. બે સ્નેહાળ અને માયાળુ કુટુંબમાં પ્રેમનું વૃક્ષ ખીલી રહ્યું હતું.

મુકેશભાઈને વાંચનનો શોખ હતો. કીર્તિભાઈને ભજનો-ગીતો સાંભળવાં ગમતાં. કીર્તિભાઈના પિતા હંમેશાં એમ માનતા કે ભગવાનની ભક્તિનું ગીત ઘરમાં ગુંજતું રહે તો ઘરનું વાતાવરણ પાવન રહે. આપણા મનમાં દુષ્ટ વિચારનો પ્રવેશ ન થાય. પિતાની આ ભાવના જોઈને કીર્તિભાઈએ નક્કી કર્યું કે નોરતામાં પોતાની શેરીમાં નવે દિવસ ભક્તિગીતોનું પોતે આયોજન કરશે અને તેમાં સૌ ભાગ લેશે.

એમ જ થયું.

કીર્તિભાઈની ભાવનાથી નોરતાના સમયમાં આખાયે ગામમાં ભક્તિમય વાતાવરણ રચાઈ જતું. લોકો ઉલ્લાસથી ભાગ લેતા. યુવક અને યુવતીમાં નઠારી વાતોનો પ્રવેશ થતો અટકતો.

કીર્તિભાઈના આ ભક્તિકાર્યમાં મુકેશભાઈ પણ ઉમંગભેર જોડાઈ જતા. બંને કુટુંબમાં ઉલ્લાસથી ધમાલ મચી જતી.

એક વાર મુકેશભાઈ બીમાર થયા.

મુકેશભાઈને બીમારીમાંથી બહાર આવતાં સમય લાગ્યો. તાવ લાંબો સમય એમના ઘરમાં રહ્યો.

એ સમયમાં એક ઘટના એવી બની કે બંનેની મૈત્રીને ઓટ આવી ગઈ.

સુધાબહેન ઘરમાંથી કચરો વાળીને બહાર નાખવા આવ્યાં. એ કચરો મુકેશભાઈના ઘરના કમ્પાઉન્ડમાં પડ્યો. આ દૃશ્ય કાશ્મીરાબહેને જોયું. મુકેશભાઈ ઘણા સમયથી બીમાર હતા. તાવ કેડો મૂકતો નહોતો. અનેક ડૉક્ટરો બદલ્યા છતાં મુકેશભાઈને સારું થતું નહોતું. એમાં સુધાબહેનને પોતાના કંપાઉન્ડમાં કચરો નાખતાં જોઈને કાશ્મીરાબહેનને દુઃખ થયું. એમને થયું કે સુધાબહેન આ વાત કેમ નહીં સમજતાં હોય ? કચરામાંથી જીવજંતુ ઊભાં થાય, તાવ જાય નહીં એ વાત તો સુધાબહેને સમજવી જોઈએ ને ?

વાત નાની હતી પણ એનું સ્વરૂપ મોટું બની ગયું. બંને કુટુંબની વચમાં છવાયેલા સ્નેહને જાણે નજર લાગી ગઈ !

બંને ઘરની વચ્ચે ચાલતી અખંડ અવરજવર ઘટી ગઈ. બંને મિત્રોની વચ્ચે અબોલા શરૂ થયા. જાણે બંને જણા એકબીજાને ઓળખતા જ નહોતા ! નાનકડા ગામમાં આવી વાત ફેલાતાં વાર ન લાગે. આજ સુધી બંનેની મૈત્રીની સૌને દુહાઈ દેવાતી હતી. લોકો હવે બંનેને શંકાભરી નજરે જોવા લાગ્યા.

મુકેશભાઈ અમેરિકા ગયા. એ સમયમાં એમની દુકાનમાં તકલીફ આવી. કીર્તિભાઈ આખ્ખો મામલો જાણતા હતા પણ એમણે લક્ષ્ય ન આપ્યું.

કીર્તિભાઈના બિઝનેસમાં શેરબજારમાં ખોટ આવી. પૈસાની તાતી જરૂર ઊભી થઈ. મુકેશભાઈએ આ બધું જાણ્યું પણ એમણે પણ લક્ષ્ય ન આપ્યું. જાણે બંને એકબીજાને ઓળખતા જ નહોતા. મુકેશભાઈએ તો વિચાર્યું કે બાજુમાં દુકાન છે તે ખોટું છે. બીજી દુકાન થોડેક દૂર લઈ લેવાય તો સારું !

સમય વીતતો હતો. બંનેનો મનમેળ સાવ તૂટી ગયો હતો.

પ્રતિ વર્ષે કીર્તિભાઈ નોરતામાં ભક્તિગીતોનો કાર્યક્રમ અચૂક રાખતા હતા. આ વર્ષે પણ ભક્તિગીતોનો કાર્યક્રમ રાખવાનું નક્કી હતું. એવે વખતે ખબર પડી કે મુકેશભાઈના પિતાને હાર્ટએટેક આવ્યો છે. કીર્તિભાઈની મૂંઝવણનો પાર ન રહ્યો. એમની સ્થિતિ સૂડી વચ્ચે સોપારી જેવી થઈ ગઈ. ગરબા પાર્ટીને બોલાવીને જો કાર્યક્રમ આયોજન કરે તો મુકેશભાઈના પિતાને તકલીફ થાય અને ન કરે તો લોકો એમ કહે કે આ વર્ષે કીર્તિભાઈ તકલીફમાં લાગે છે ! કીર્તિભાઈએ પત્નીની સલાહ લીધી. સુધાબહેન કાંઈ ન બોલ્યાં. એમના તો મનમાં પીડા હતી કે બંને મિત્રો મારા કારણે છૂટા થઈ ગયા ! કીર્તિભાઈએ વિચાર્યું કે કાર્યક્રમનું આયોજન તો કરવું, પછી જોયું જશે.

કીર્તિભાઈએ સૌને આમંત્રણ મોકલી આપ્યાં. મુકેશભાઈના પિતાની

તબિયતના ખબર એમણે સતત મેળવ્યા. મુકેશભાઈના પિતાને સારું નહોતું. ડૉક્ટરે એમને આરામ કરવાની કડક સલાહ આપી હતી. કીર્તિભાઈ મૂંઝાતા હતા કે જો ગરબાનો કાર્યક્રમ થાય તો એમના આરામમાં ખલેલ પડે. એમની તબિયત વધારે બગડે અને ન કરે નારાયણને કંઈક થઈ જાય તો જીવનભર શોષવાનું રહે ! લોકો એમ માનતા હતા કે કીર્તિભાઈ આ વખતે એવો રંગ જમાવશે કે મુકેશભાઈ ઉપરનો ખાર બહાર કાઢશે !

હવેની વાત કીર્તિભાઈના મોઢે સાંભળો :

મારું મન મૂંઝાતું હતું. મુકેશ ને હું બંને મિત્રો નહોતા, ભાઈઓ હતા. અમારા બંનેનું જુદા પડવું એ કેટલું દુઃખદ હતું એ તો અમારું મન જાણતું હતું. ગુસ્સાને કારણે અમારા બંનેનાં કુટુંબો નફરત સુધી પહોંચી ગયાં હતાં પણ હૃદયમાં ઊંડેઊંડે અમે સમજતા હતા કે ક્યારેક તો અમે ભેગા થઈશું અને ભેગા થવા માટે અમારું દિલ ઝંખતું હતું. એ સમયમાં મુકેશના પિતા બીમાર થયા. એ માત્ર મુકેશના પિતા નહોતા મારા પણ પિતા હતા. એમની બીમારીની ચિંતા જેટલી મુકેશને હોય એટલી મને હતી જ. નોરતામાં ગરબાનો કાર્યક્રમ ન થાય તો મને દુઃખ જરૂર થતું હતું. પણ મારે એ કાર્યક્રમ પિતા તુલ્ય વડીલને માંદા પાડીને કરવો નહોતો.

અમારા નાનકડા ગામમાં સુંદર શિવ મંદિર હતું. અવારનવાર ત્યાં સંતો પધારતા હતા. ઉપદેશ આપતા હતા. સમાજને સન્માર્ગે રાખવા માટે સંતોના ઉપદેશ જેવું બીજું કોઈ શ્રેષ્ઠ સાધન નથી.

એ સમયમાં એક સંત અમારા ગામમાં પધાર્યા. યુવાન હતા એ. તેજસ્વી હતા એ. એમના ઉપદેશમાં એવી વાતો કરતા કે જે પરંપરાથી જુદી હોય પણ હૃદયને સ્પર્શી જતી હોય. એમના ઉપદેશમાં એવું કહેતા કે સ્કૂલમાં જઈએ તો જેમ યુનિફૉર્મ પહેરવો પડે તેમ મંદિરમાં આવીએ તો ભગવાને કહેલા નિયમ પાળવા પડે. તેઓ એમ પણ કહેતા કે રોડ ઉપર ચાલતી વખતે ખોટી ઉતાવળ કરીને રસ્તો ક્રૉસ કરવા જઈએ અને પછી અકસ્માત થાય તો એ આપણો ગુનો છે તે ભૂલવું ન જોઈએ. ભગવાનનો ઉપદેશ સાંભળ્યા પછી ખોટાં કામ કરીએ તો દુઃખ આવી પડે તો તે પણ આપણો ગુનો છે તે ભૂલવું ન જોઈએ.

આ સંતની વાણીથી દિલને ચોટ વાગતી હતી.

મારી મૂંઝવણ લઈને હું એ સંત પાસે પહોંચી ગયો. મેં રડતી આંખે

મારી અને મુકેશની મૈત્રીની, ગરબાના કાર્યક્રમની, મુકેશના પિતાની બીમારીની વાત કરી. શું કરવું જોઈએ તે માટેની સલાહ પૂછી.

સંત નાના બાળકની જેમ હસી પડ્યા.

એમણે કહ્યું, "ભાઈ, આટલી નાની વાતમાં મૂંઝાવાનું શું? ગરબાનો કાર્યક્રમ ન રાખો તો કદાચ માતાજી વધારે રાજી થાય !"

હું તો આભો જ બની ગયો.

એક સંત પુરુષ હૃદયની વિશાળતાથી આવી સુંદર સલાહ આપી શકે એ જોઈને મારા પગ મજબૂત થઈ ગયા. મેં ભક્તિ મંડળના સભ્યને બોલાવીને કહ્યું કે જે પાર્ટીને આપણે દર વર્ષે બોલાવીએ છીએ એમને એમનો ચાર્જ આપી દો અને કાર્યક્રમ મુલત્વી રાખો.

મુકેશને આ વાતની ખબર પડી. એણે જાણ્યું કે મારા પિતાની બીમારી માટે થઈને કીર્તિ આમ કરે છે એટલે એ દોડતો મારે ઘરે આવ્યો. અમે બંને પાછા હતા એવા જ મિત્રો થઈ ગયા !

સાચું કહું ? મેં આટલાં વર્ષો ભક્તિગીતોનો જે કાર્યક્રમ કરાવેલો તેનું એ સુંદર ફળ હતું !

પ્રભાવના

બનાવટ, છેતરપિંડી, વિશ્વાસઘાત વગેરે તમે તો કર્યાં પણ તમે જરૂર ઇચ્છતા હશો કે તમારો બાળક તે ન શીખે : પણ એવું જ્યારે નહીં બને ત્યારે તમને જે દુઃખ થાય ત્યારે વિચારજો કે તમારાથી બીજાને કેવું દુઃખ પહોંચ્યું હશે ?

૨૦

રુદ્રદેવસૂરિનો જીવનપ્રસંગ : ડુક્કરની સેવામાં હાથીઓ!

જૈન ધર્મ માને છે કે જે જીવ ઉત્તમ છે તે મુક્તિ પામે છે. જે આત્મા પરમાત્મા બને છે તેને સર્વપ્રથમ સમ્યક્ત્વની પ્રાપ્તિ થવી જોઈએ. એ આત્માને ક્યારેક એવો વિચાર પણ આવે કે હું ભવિ હોઈશ કે નહીં? તે જીવ અવશ્ય મુક્તિ પામે. આવા જીવને જૈન શાસ્ત્રો ભવિ માને છે.

માનવીનું મન એટલે વિચારનું ખેતર. સંસ્કારી માનવી હંમેશાં ઉત્તમ વિચાર કરે. જીવનને સન્માર્ગે ટકાવી રાખે.

આકાશમાં અરુણોદય થયો હતો. એ સમયે એક જૈન ઉપાશ્રયમાં મુનિવરો ગુરુદેવ આચાર્ય શ્રી સેનસૂરિજી મહારાજ પાસે અભ્યાસ કરવા – વાચના લેવા બેઠા હતા. આચાર્યશ્રી અને મુનિઓ સ્વાધ્યાયમાં મગ્ન હતા. આચાર્યશ્રી સેનસૂરિજીએ તે સમયે જોયું કે બે-ત્રણ મુનિઓ અભ્યાસમાં ધ્યાન આપવાને બદલે અંદરોઅંદર વાતો કરતા હતા. આચાર્યશ્રીને આ ન ગમ્યું. આચાર્યશ્રીએ તે સાધુઓને વાત કરતાં અટકાવીને પૂછ્યું કે :

'તમે અભ્યાસમાં ધ્યાન આપવાને બદલે વાતો કેમ કરો છો?'

એ મુનિઓના મુખ પર શરમ છવાઈ ગઈ. એમણે પોતાની ગુસ્તાખી માટે માફી માગી અને કહ્યું કે :

'ગુરુદેવ, આજે રાતના છેલ્લા પહોરમાં અમે એક સ્વપ્નું જોયું. એમાં અમે જોયું કે એક ડુક્કર ઊભું છે અને તેની આસપાસ પાંચસો સુંદર હાથીઓ ઊભા છે. ડુક્કર જેમ કહે તેમ બધા હાથીઓ કરે છે. પહેલાં તો અમને લાગ્યું કે એ ડુક્કર નહીં હોય પણ ગજરાજ હશે, પરંતુ જ્યારે ખૂબ ધારીધારી જોયું તો ખબર પડી કે તે ખરેખર ડુક્કર જ છે. ઐરાવત હાથીની જેમ બીજા હાથીઓ સેવા કરે તેમ આ પાંચસો હાથીઓ ડુક્કરની સેવા કરતા જોઈને અમને આશ્ચર્ય થયું. વળી આ સ્વપ્ન અમે ચારે સાધુએ એકસરખું જોયું. બસ, જ્યારથી આ સ્વપ્ન જોયું છે ત્યારથી મનમાં આશ્ચર્ય થાય છે કે અમે આવું શું જોયું? મનમાં જિજ્ઞાસા થાય છે કે આ સ્વપ્નનો શો અર્થ થાય! આપ કૃપા કરીને સમજાવો.'

આચાર્યશ્રી સેનસૂરિજી મહારાજ થોડી પળો વિચારમાં ડૂબ્યા, પછી તેમણે કહ્યું કે :

'હે મુનિઓ, પાંચસો શિષ્યો સાથે કોઈ આચાર્ય આપણે ત્યાં આવશે તે ભવિ નહીં હોય એવો આ સ્વપ્નનો અર્થ છે.'

આચાર્યશ્રી શિષ્યોને ભણાવતા હતા. આચાર્યશ્રીએ કહેલો અર્થ જાણીને સૌને આશ્ચર્ય થતું હતું. એ સમયે જૈન ઉપાશ્રયની બહાર કામ કરી રહેલા એક સજ્જને આવીને સમાચાર આપ્યા કે : 'ગુરુદેવ, રુદ્રદેવ નામના આચાર્ય મહારાજ પોતાના પાંચસો શિષ્યો સાથે પધારી રહ્યા છીએ.'

શ્રી સેનસૂરિજી મહારાજે સૌને વાચના આપવાની બંધ કરી. વિનયપૂર્વક ઊભા થઈને પોતાના શિષ્ય સહિત આવી રહેલા આચાર્ય મહારાજને આવકાર્યા.

આચાર્ય રુદ્રદેવસૂરિ મહારાજ વ્યાખ્યાનની પાટ પર બેઠા. રુદ્રદેવસૂરિ મહારાજે એ દિવસે જે પ્રવચન કર્યું તે સાંભળીને સૌ ડોલી ઊઠ્યા. આચાર્યશ્રીનું પ્રવચનકૌશલ્ય અદ્‌ભુત હતું. દલીલો અને દૃષ્ટાંતો, તર્ક અને તથ્ય એટલી સચોટતાથી એમણે સૌને સમજાવ્યા કે તે દિવસે પ્રવચનમાં ઉપસ્થિત રહેલા સૌ ધર્મતત્ત્વ પામ્યાનો આનંદ અનુભવી રહ્યા. સેનસૂરિજી મહારાજે પણ આચાર્યશ્રી રુદ્રદેવસૂરિને પ્રવચનકલા માટે અભિનંદન આપ્યા.

સેનસૂરિ મહારાજના શિષ્યો હૃદયમાં મૂંઝવણ અનુભવી રહ્યા હતા. એમને થતું હતું કે પાંચસો શિષ્યોના ગુરુ, આટલા વિદ્વાન, આટલા કુશળ વક્તા, પળેપળે ચારિત્ર્યનું પાલન કરનાર આચાર્ય – એ અભવિ કેવી રીતે હોય? સાધુઓને થતું હતું કે ના, એવું ના બને. આપણી કંઈક ભૂલ

થાય છે. જેની દેશના સાંભળીને શ્રોતાઓનાં દિલ દ્રવે છે, જેની દેશના સાંભળીને લોકો ઘરબાર છોડીને સંસાર તજે છે, જેની દેશના સાંભળીને સૌ આત્મકલ્યાણ પામે છે એવા મહાન આચાર્ય પોતે જ હૃદયથી સાવ અશુદ્ધ હોય, શ્રદ્ધાહીન હોય તે કેવી રીતે બને?

શિષ્યોને પારાવાર મૂંઝવણ થતી હતી. સાધુઓ સેનસૂરિજી મહારાજ પાસે ગયા. એમણે વિનયપૂર્વક પૂછ્યું :

'ગુરુદેવ, આપ સ્વયં શાસ્ત્રોના જ્ઞાતા છો, આપનું પ્રત્યેક વચન શાસ્ત્રસંમત હોય છે. આપની વાણી એટલે અમારા માટે પ્રભુનું વચન. કિંતુ અમને શંકા પડે છે કે આપે જે સ્વપ્નફળ કહ્યું તે ખોટું તો નહીં હોય ને? આવા જ્ઞાની અને જેમના વચને-વચને વૈરાગ્યની રસધાર વહે છે તે અભવિ કેમ હોઈ શકે?

સેનસૂરિજી બોલ્યા : 'હે સાધુઓ, મેં જે સ્વપ્નનું ફળ કહ્યું તે શાસ્ત્રસંમત છે. બીજું કંઈ હું જાણતો નથી.'

શિષ્યો કહે : 'ગુરુદેવ, આપ જે કહો છો તે અમારું હૃદય તો સ્વીકારે જ છે. પરંતુ આવનાર આચાર્યશ્રીનું વર્તન, એમની પ્રવચનકલા અને લોકોની એમના પ્રત્યેની શ્રદ્ધા અમને વિચારમાં મૂકે છે કે આવા મહાન સાધુ અભવિ કેમ હોઈ શકે?

સેનસૂરિજી મહારાજના શિષ્યોને થયું કે આવનાર આચાર્યશ્રીની પરીક્ષા હવે તો આપણે જ કરીએ. જો તેમનું દિલ શ્રદ્ધાના રંગે રંગાયેલું હશે તો જરૂર ખબર પડી જશે અને જો તેમનું દિલ દંભી હશે તોપણ જરૂર ખબર પડી જશે.

સંધ્યા ઢળી.

સેનસૂરિજીના શિષ્યોએ ઉપાશ્રયની બહાર કોલસાની નાનીનાની કપચી પાથરી દીધી.

ધરતી પર અંધારું છવાવા લાગ્યું. ઉપાશ્રયમાં સાધુઓ પોતાની ધર્મક્રિયા કર્યા પછી આરામ કરતા હતા. એ સમયે રુદ્રદેવસૂરિ મહારાજના સાધુઓ લઘુશંકા નિમિત્તે ઉપાશ્રયની બહાર આવ્યા. એમના પગ નીચેથી કિચૂડ-કિચૂડ અવાજ આવ્યો. શિષ્યો ચમક્યા. એમણે પરસ્પર કહ્યું કે : 'આપણે સૌ આળસુ અને પ્રમાદી છીએ. દિવસ દરમિયાન ઉપાશ્રયની બહારની જગ્યા જોઈ લીધી હોય તો જીવરક્ષાનું કામ થઈ શકત. અત્યારે આપણા

પગની નીચે જે કિચૂડ-કિચૂડ અવાજ આવે છે તે જીવડાઓનો છે. આપણા પગ નીચે તેની હિંસા થાય તો મહાપાપ લાગે. આપણે રાત્રિ દરમિયાન ઉપાશ્રયની બહાર જવાનું માંડી વાળીએ. હિંસા કરીને આપણા આત્માનું અકલ્યાણ આપણે કરવું નથી. સેનસૂરિજીના સાધુઓએ આ જોયું. જૈન સાધુઓના અહિંસા પ્રત્યેના અનુરાગનો એમાં પડઘો સંભળાતો હતો.

થોડી વાર પછી રુદ્રદેવસૂરિજી લઘુશંકા નિમિત્તે ઊઠ્યા. એ ઉપાશ્રયની બહાર આવ્યા. એમના પગ નીચે પણ કિચૂડ-કિચૂડ અવાજ આવ્યો. રુદ્રદેવસૂરિ હસી પડ્યા. એ બોલ્યા :

'હે અરિહંતનાં જીવડાંઓ, કિચૂડ-કિચૂડ અવાજ કેમ કરો છો ? જ્યાં ત્યાં રસ્તામાં પડો તો દબાઓ પણ ખરા અને મરો પણ ખરા !'

આ શબ્દો સેનસૂરિજી અને તેમના શિષ્યોએ સાંભળ્યા. સૌ ખળભળી ઊઠ્યા.

રુદ્રદેવસૂરિજી કોલસાની કપચીને જીવડાઓ સમજ્યા હતા. કોલસાની કપચીનો અવાજ જીવડાઓનો અવાજ માનતા હતા. પગ નીચે દબાવાથી થતો કિચૂડ-કિચૂડ અવાજ સાંભળીને આનંદ પામતા હતા. તેમને જીવ-હિંસાનો ડર નહોતો લાગતો. જીવ-હિંસાના પાપથી એમનો આત્મા કંપતો નહોતો. એમના હૃદયમાંથી પ્રાયશ્ચિત્તનો કોઈ સૂર સંભળાતો નહોતો.

સેનસૂરિજીના શિષ્યોને થયું કે ગુરુદેવે કહેલું સ્વપ્નકથન સાચું છે. રુદ્રદેવસૂરિજી મહારાજ માત્ર બીજાને ઉપદેશ આપે છે. પણ એમનું હૃદય તો કોરુંધાકોર છે. એમના હૃદયમાં ધર્મની શ્રદ્ધા નથી, ધર્મના સંસ્કાર નથી, ધર્મની ભાવના નથી.

રુદ્રદેવસૂરિ ખરેખર અભવિ જ લાગે છે !

સેનસૂરિજીના શિષ્યો સમજ્યા કે સ્વપ્નમાં પોતે જે જોયેલું તે સાચું છે. એક ડુક્કરની પાંચસો હાથીઓ સેવા કરે છે. એનો અર્થ એ છે કે રુદ્રદેવસૂરિ અભવિ છે માટે ડુક્કર સમાન છે અને શિષ્યો ધર્મની પરિણતીવાળા છે માટે ગજરાજ સમાન છે. પણ શિષ્યો પોતાના ગુરુની અંતરદશા જાણતા નથી માટે સેવા કર્યા કરે છે !

પ્રાતઃકાળ થયું. સેનસૂરિજીના શિષ્યોએ રુદ્રદેવસૂરિના શિષ્યોને રાતની વાત કહી. એ સાધુઓ પણ ખળભળી ઊઠ્યા. સૌએ ગુરુનો ત્યાગ કર્યો.

રુદ્રદેવસૂરિ પાછળથી અંગારમર્દકાચાર્ય તરીકે ઓળખાયા.

માનવીનું મન એટલે વિચારનું ખેતર. જે વ્યક્તિ શ્રદ્ધાનું વાવેતર કરે છે તે મુક્તિ પામે છે.

પ્રભાવના

યુવાન પુત્રે એક અનુભવી વડીલને કહ્યું કે, મારા પિતાએ મરણ સમયે ગામેગામ ઘર બાંધવાનું કહ્યું છે પણ તેવું તો કેવી રીતે બને ?

'ભાઈ, ગામેગામ ઘર બાંધવું એટલે તમારું રસોડું ખુલ્લું મૂકવું : અતિથિને આવકારો, એને હૈયાના ઉમંગથી જમાડો એટલે એના ગામ જ્યારે પણ જશો ત્યારે એનું ઘર તમારું ઘર હશે !'

૨૧

સાધનાના માર્ગે પ્રેમ સાધક બને કે બાધક?

એક સ્ત્રી હતી. બહુ જ સૌંદર્યમયી, પણ એકલું સૌંદર્ય ઘણી વાર આફતોનું કારણ બને છે. સૌંદર્ય જેમ માનવીને મહાનતા બક્ષે છે તેમ એ આફતોય લાવનાર નીવડે છે. તેમાંય સૌંદર્યમયી સ્ત્રીઓ તેમના કુટુંબ, રાજ્ય, દેશ અને ખુદના માટેય કલહના કારણરૂપ બન્યાના સેંકડો દાખલાઓ ઇતિહાસનાં પાને નોંધાયેલા છે, ને વણ નોંધાયેલાનો તો પાર જ નથી. આમાં જો સૌંદર્યમયી સ્ત્રીનો પતિ બળવાન હોય, ઉપલા વર્ગનો હોય કે બધી રીતે પહોંચતો હોય તો-તો એને સૌંદર્યમયી સ્ત્રી અને સૌંદર્ય સાચવવામાં નવનેજાં જ થાય છે.

એવું જ આ બાઈ માટે બન્યું. ગામનો મોટો માણસ આ બાઈ પાછળ દીવાનો બન્યો. એણે બાઈને લલચાવવા માંડી પણ ફાવ્યો નહિ. એટલે એણે એના વરને યેનકેન પ્રકારેણ દાવમાં લઈ હેતુ પાર પાડવાના પ્રયાસો કરવા માંડ્યા. બાઈ જેવી સૌંદર્યમયી હતી, તેવી જ ગુણિયલ પણ હતી. ધણીને તેની બાઈમાં વિશ્વાસ હતો. બંનેએ આ બાબત પર વિચાર કર્યો પણ અંતે બંને એક નિર્ણય પર આવ્યાં. પેલા મોટા માણસને પહેલાં તો કળથી સમજાવી લેવા કોશિશ કરી, ન સમજે તો આ પાર કે પેલે પાર કરી નાખવું.

એટલે એ યોજના મુજબ ગામમાં દેખાવ

કર્યો કે બાઈનો વર બે-ત્રણ દિવસ માટે બહારગામ ગયો છે. વાત જાણીને, પાકી ખાતરી કરીને, એક મધરાતે પેલા મોટા માણસે બારણું ઠોક્યું. પેલી સ્ત્રીએ બારણું ખોલ્યું. મોટા માણસને આદરથી ઘરમાં લીધો.

'અહાહાહા...! આપ તો બહુ સમજુ નીકળ્યાં! હું માનતો હતો કે સૌંદર્ય તો મોટાને ઘેર જ શોભે હં... ઠીક તો હવે આપ તાબે થઈ જાવ.'

'અરે શેઠ! આટલી અધીરાઈ કાં? બેસો, હું દૂધ લઈ આવું?' થોડી વારમાં એ ત્રણ-ચાર રંગબેરંગી પ્યાલામાં સફેદ તાજું દૂધ લઈ આવી.

'લો.'

પેલો મોટો માણસ દૂધના ત્રણ-ચાર પ્યાલા જોઈ નવાઈ પામ્યો, પરંતુ બાઈને મેળવવાની હોંશમાં ને એને રીઝવી લેવાના ઇરાદે બધાય પ્યાલાઓનું એણે દૂધ પીધું.

'અરે, આમ દૂધ જ હતું તો એક જ પ્યાલામાં આપ્યું હોત તો ચાલત, આમ જુદાજુદા...'

'કાળા પ્યાલાનું દૂધ કેવું લાગ્યું?' બાઈએ અધવચ્ચે જ પૂછ્યું.

'સરસ.'

'લાલ પ્યાલાનું'

'સરસ.'

'સફેદ પ્યાલાનું?'

'સરસ.'

'કાંઈ જ ફેર ન લાગ્યો?'

'વાહ, બધામાં એક જ જાતનું દૂધ હતું. પ્યાલાના રંગ જુદાજુદા હતા, એટલે દૂધનો સ્વાદ તો સરખો જ રહે ને!'

'તો સાંભળો. આપને ત્યાંય પત્ની છે, એય મારા જેવી છે. એમનામાં ને મારામાં દેખીતો દૂધના પ્યાલાઓના રંગફેર જેવો જ છે. બાકી જેમ બધા પ્યાલામાં એક જ સરખું દૂધ હતું, તેમ બધી સ્ત્રીઓમાં એકસરખાપણું જ હોય છે. આત્મા સૌ સરખો જ રહ્યો છે. દેહના ખોળિયાના રંગ જુદા છે.'

તેજીને ટકોરો બસ થઈ પડે છે. પેલો મોટો માણસ બાઈની વાતમાં ઘણુંઘણું સમજી ગયો.

'બહેન! તેં તો મને નવી દૃષ્ટિ દીધી!'

* * *

મહાકવિ માઘ રાજદરબારમાં ગયેલો. પત્ની નગર બહાર પ્રતીક્ષા કરતી હતી. દિવસોથી ભૂખ્યાં હતાં બંને. રાજદરબારમાં કવિ માઘે સંસ્કૃતિની સ્તુતિ કરી. ભરપૂર પારિતોષિકો અને સોનૈયા મળ્યા એને, ભૂખ્યો કવિ માઘ પાછો વળે છે, પત્ની પાસે જવાની ઊલટ છે એને. એનાં કદમમાં ત્વરા છે.

એ વેળા આમ બને છે : માર્ગમાં એક ભિક્ષુક કવિ માઘને મળ્યો. ચહેરા પર નૂર, આંખમાં જ્ઞાનીની ચમક. નસીબે એને ભિક્ષુક બનાવેલો. કવિ માઘને જોઈને આટલું જ કહ્યું, 'કવિવર, મારો પરિવાર દિવસોથી ભૂખ્યો છે. પુત્રીનું લગ્ન છે, કોઈ આશરો નથી, શું થશે ?'

'થવાનું શું હતું ?' કવિ માઘ હસી પડ્યા : 'મારી પાસે છે તે તારું જ છે ને !' કવિ માઘે બધું જ આપી દીધું ને પત્ની પાસે પહોંચીને સાચી વાત કરી દીધી. પત્નીએ આટલું જ કહ્યું : 'કેવું સારું કર્યું તમે !' પોતાની પીડા એ ભૂલી ગયાં હતાં.

પરની પીડા પોતાની કરવાની ભાવના એ જ સાચી પ્રસન્નતા. એ લાધે તો ભવની ભાવઠ ભાંગી જાય.

પ્રસન્નતાનો ત્યાં પરિમલ પ્રસરી રહ્યો હતો.

* * *

સૂર્યાસ્તની વેળા હતી. શેત્રુંજી કલકલ વહેતી હતી. નદી પાસેના ઘટાદાર વૃક્ષની નીચે એક પંડિત આસન લગાવીને બેઠા હતા. તેમની વાણીમાં વહેતું ઓજસ અને ધ્વનિનું કલામય પ્રાકટ્ય તેમની વિદ્વત્તાની સાથોસાથ રસિકતાની પ્રતીતિ કરાવતું હતું.

નજીકના ધોરીમાર્ગ પરથી એ સમયે એક રથ પસાર થયો અને ક્ષણભર ત્યાં અટક્યો. રથમાં બેઠેલી યૌવનાએ બહાર દૃષ્ટિ કરી. નદીના કલકલ પ્રવાહમાં સૂર્યનાં કિરણોની રંગલીલા એ તાકી રહી, તે જ ક્ષણે પંડિતે આ સુંદરીને જોઈ અને ધ્યાનભંગ થઈ ગયા. ઓહ ! આવું અપૂર્વ સૌંદર્ય ! પંડિતને થયું, આ માત્ર સૌંદર્ય નથી, પવિત્રતાની સુરેખ નકશી દેહરૂપે મઢાઈ છે.

ત્યાં જ પડદો પડ્યો અને રથ ચાલતો થયો.

નદીના કલકલ પ્રવાહની જેમ વહેતા ગુરુશિષ્યના સંવાદમાં એક કાંકરી પડી અંતરાયની અને વાર્તાલાપ ખંડિત થઈ ગયો.

પંડિતના મનમાં અણધારી અકળામણ ઊઠી. એમનું ચિત્ત વિચલિત

થઈ ગયું. એક શિષ્યને પૂછ્યું : 'ક્યાંનો હતો આ રથ ભાઈ ? ક્યાં જવાનો ?'

'મહાતીર્થ શત્રુંજયની યાત્રા માટે નગરશેઠે સંઘ કાઢ્યો છે, આ કન્યા નગરશેઠની બહેન હતી.'

પંડિતે આસન સંકેલ્યું અને શત્રુંજય ભણી ચાલવા માંડ્યા.

તળેટીમાં રહેલી ધર્મશાળાની પરસાળમાં આસન જમાવ્યું. જનગણનો પ્રવાહ અખંડપણે યાત્રાર્થે આવ્યા કરતો હતો. પંડિત બેઠક પર બેઠા. છટાદાર શૈલીમાં કથા જમાવતા હતા. લોક ટોળે વળતા, પણ પંડિત જેને શોધતા હતા, તેના દીદાર દીસતા ન હતા.

થોડા દિવસ વીત્યા અને અણધારી તે દેખાઈ. આકાશમાંથી ચંદ્ર ધીમે પગલે જેમ પૃથ્વી પર આવે તેમ તે પર્વત પરથી આવતી હતી. ધર્મશાળા તરફ તે સરી. પંડિતની વાણી થંભી ગઈ. હૃદય ધડક્યું. પણ પેલી સુંદરી વધુ નજીક ન આવી, ખૂણા પાસે થઈને એક નિવાસ તરફ વળી ગઈ. હવામાં સૌંદર્યની સુગંધ ફેલાઈ ગઈ.

બીજા દિવસે આ સમયની પંડિત પ્રતીક્ષા કરતા રહ્યા. સભા ભરચક હતી. પંડિતની વાણી અને શ્રોતા એકાકાર થઈ ગયાં હતાં. ત્યાં એ તરુણી સીધી આવી અને બોલી :

'પંડિતજી, પ્રશ્ન પૂછું કે ?'

'જરૂર.' પંડિત હરખાયા. 'અહીં જ કે એકાંતમાં, ક્યાં પૂછશો દેવી ?'

'કોઈ જ વાંધો નથી, અહીં પણ પૂછી શકું, પૂછું ?' અને તેણે પૂછ્યું : 'પંડિતવર, સાધનાના માર્ગે પ્રેમ સાધક બને કે બાધક ?'

પંડિતે કન્યાના દીપ્તિમંત મુખ તરફ જોયું. મુખ પર રેલાતો સૂર્યનો અંતિમ પ્રકાશ એમને અંતરને સ્પર્શતો લાગ્યો. એમણે ધીમેથી કહ્યું : 'પ્રેમ સ્વાર્થની તળેટીમાં રમે તો બાધક અને નિઃસ્વાર્થ બનીને શિખર તરફ જાય તો સાધક.'

એ સુંદર યુવતીએ ફરી પૂછ્યું : 'એ પ્રેમ પામવા શું કરવું જોઈએ ?'

'સર્વત્યાગ.'

યુવતી મધુર હસી. તેણે કહ્યું : 'મારો પ્રેમ એવા ત્યાગીને કાજે છે.' અને તે પોતાના નિવાસની દિશામાં ચાલી ગઈ.

પ્રભાવના

પરમ પૂજ્ય, ગચ્છાધિપતે આચાર્યશ્રી સૂર્યોદયસૂરીશ્વરજી મહારાજ તા.
૪-૫-૧૧ના રોજ અમદાવાદમાં કાળધર્મ પામ્યા. તેઓશ્રી પ્રખર વિદ્વાન
હતા અને પ્રખર વક્તા હતા. ગુરુજનોની ઉત્તમ સેવા કરીને તેઓની
દિવ્ય કૃપા તેમણે પ્રાપ્ત કરેલી. પ્રતિભાશાળી વ્યક્તિત્વ ધરાવતા અને
મધુર હાસ્ય ફેલાવતા આચાર્ય શ્રી સૂર્યોદયસૂરિજી મહારાજ અમને નાના
સાધુઓને જે કડપ અને પ્રેમથી સાચવતા તે ક્યારેય ભુલાશે નહીં.

અમે તેમને મજાકમાં 'બાળકોના સ્પેશિયાલિસ્ટ' કહેતા હતા. જૈન
સંઘની મહાન પરંપરાને આગળ વધારવામાં પૂજ્ય આચાર્યશ્રી
સૂર્યોદયસૂરીશ્વરજી મહારાજનું યોગદાન સદાય સ્મરણીય રહેશે.

૨૨

પ્રમાણિકતા, નિષ્ઠા, પ્રજાપ્રેમ અને ભ્રષ્ટાચારમુક્ત એક મહાન રાજવી!

માનવતાનો ધર્મ જગતનો સૌથી શ્રેષ્ઠ ધર્મ છે.

જેના હૃદયમાં માનવતાનો દીપક ઝળહળે છે તેને જગતનો અંધકાર નડતો નથી. ભારતને આઝાદી મળી તે પહેલાં માનવતાના ધર્મથી સમૃદ્ધ જેમનાં દિલ હતાં તેવા રાજાઓ ગુજરાતને પણ મળ્યા હતા. પ્રજા આજે પણ એ રાજાઓને વીસરી શકી નથી.

સૌરાષ્ટ્રની ખૂબી એ હતી કે અહીંના રાજાઓ કદી સંપીને રહ્યા જ નહીં. કિંતુ આ રાજાઓમાં કેટલાક ઉચ્ચ કોટિના રાજવીઓ સૌરાષ્ટ્રને મળ્યા. ભાવનગરના કૃષ્ણકુમારસિંહજી, મોરબીના લખધીરસિંહજી, રાજકોટના લાખાજી રાજજી, ગોંડલના ભગવતસિંહજીને પ્રજા આજે પણ દેવની જેમ પૂજે છે. ક્યારેક તો એમ કહે છે કે આવા રાજાઓ ફરી મળતા હોય તો લોકશાહી પણ નથી જોઈતી!

ગોંડલના સર ભગવતસિંહજી ઉચ્ચ કોટિના માનવતાવાદી રાજા હતા. એમનાં ન્યાય, ક્ષમા, સાહિત્ય પ્રેમ, દયા હંમેશાં પ્રજાના પક્ષમાં ઢળેલાં રહેતાં. કોઈ પણ રીતે ગોંડલ સ્ટેટની પ્રજા સુખી થવી જોઈએ.

સર ભગવતસિંહજીની વહીવટી નિપુણતા સૌ દંતકથાની જેમ સંભારે છે.

ગોંડલ સ્ટેટ એક એવું રાજ્ય હતું કે જ્યાં કોઈ કરવેરો જ નહોતો ! અને જ્યારે ભારતને આઝાદી સાંપડી ત્યારે ગોંડલ સ્ટેટની સત્તા સૌરાષ્ટ્ર સરકારને સોંપવામાં આવી તે વખતે સ્ટેટની તિજોરી ત્રીસ કરોડ રૂપિયાથી છલકાતી હતી ! આટલા રૂપિયા અન્ય કોઈ સ્ટેટ તરફથી સરકારને આપવામાં આવ્યા નહોતા ! સર ભગવતસિંહજી કરવેરા નાખ્યા વિના પ્રજાને વધુમાં વધુ ઉપયોગી બનવામાં માનતા હતા. ક્યારેક તો એમ લાગે છે કે સર ભગવતસિંહજી ભારતના સૌથી પહેલા નાણાંમંત્રી થયા હોત તો કેવું સારું થાત ! સર ભગવતસિંહજીએ મા સરસ્વતીની અમર સેવારૂપે ભગવત ગૌમંડળની રચના કરીને અમર કીર્તિ પ્રાપ્ત કરી છે. આ શબ્દકોશ જ્યાં સુધી રહેશે ત્યાં સુધી આ રાજા ભુલાશે નહીં. એક વખતની વાત છે. ગોંડલથી પોરબંદર જતી સડક ઉપલેટા થઈને પસાર થાય છે. ઉપલેટા ગોંડલ સ્ટેટનું નાનકડું ગામ છે. બપોરની વેળા છે. આકાશમાં સૂર્ય પ્રચંડ તડકો વેરતો ધખે છે. રોડ ઉપર માનવી તો ઠીક પશુ કે પંખી પણ નિહાળવા મળતાં નથી.

એવા સમયે ગોંડલનરેશ સર ભગવતસિંહજીની મોટર ત્યાંથી નીકળી. એમણે દૂરદૂર જોયું કે ધખધખતા તાપમાં ગામડાના કેટલાક પ્રવાસીઓ જઈ રહ્યા હતા. સ્ત્રીઓએ કેડ પર બાળકો ઊંચક્યાં હતાં. પુરુષોએ સામાનનાં પોટલાં માથા પર ઊંચક્યાં હતાં. સૌના પગ ખુલ્લા હતા. સૌના દેહ પસીનાથી લથબથ હતા. સૌ ઝડપથી ચાલતા હતા. ધરતી એવી ધખતી હતી કે ગરમ તાવડા પર પાણીનું ટીપું પડે અને છમકારો બોલીને પાણી ઊડી જાય તેમ લોકો પોતાના પગ ઝડપથી ઉપાડીને ભાગતા હતા ! સર ભગવતસિંહજીએ આ દૃશ્ય જોયું. એમણે નોંધ્યું કે રસ્તામાં વિસામો ખાવા માટેનું કોઈ સ્થાન જ નથી. મહારાજાએ ડ્રાઇવરને ગાડી રોકવાનું કહ્યું. તેઓ નીચે ઊતર્યા એટલે ડ્રાઇવર પણ નીચે ઊતર્યો.

સર ભગવતસિંહજીએ ચારેકોર દૃષ્ટિપાત કર્યો. ક્યાંય ન મળે ઝાડ કે ન મળે વિસામા માટેનો ઓટલો ! એ મનથી દુઃખી થઈ ગયા. એમને થયું કે આ ભયંકર તાપમાં ગાડીમાં બેઠાબેઠા હું આટલો અકળાઈ જાઉં છું તો રસ્તે ચાલતી પ્રજાનું શું થતું હશે ? સર ભગવતસિંહજી વહેવારુ રાજવી હતા. એ વાતો કરવામાં માનતા નહોતા. એ વચન દેવામાં માનતા નહોતા. એ કામ કરવામાં માનતા હતા. ખેલદિલ રાજાએ ડ્રાઇવરને પૂછ્યું,

'ખૂબ ગરમી છે કે નહીં ?'

ડ્રાઇવર કહે, 'જી.'

રાજા કહે, 'આટલી બધી ગરમીમાં લોકો પ્રવાસ કરે ત્યારે એમને વિશ્રામ મળે એ માટે આ રોડ ઉપર વૃક્ષોની વાવણી ન કરવી જોઈએ?'

ડ્રાઇવર કહે, 'જી.'

રાજા કહે, 'જેમ વૃક્ષો વાવવાં જોઈએ તેમ વિશ્રામ માટે ઓટલા પણ બનાવવા જોઈએ ને?'

ડ્રાઇવર કહે, 'જી.' રાજા પોતાની જેવા સામાન્ય માણસને આટલું બધું પ્રેમપૂર્વક પૂછતા જોઈને એ શરમથી પાણીપાણી થઈ જતો હતો.

સર ભગવતસિંહજીએ ગોંડલ પહોંચીને રાજ્યના જંગલ ખાતાના હોદ્દેદારોને બોલાવ્યા ને તાત્કાલિક ગોંડલ રાજ્યની તમામ સડકો પર બંને બાજુએ ઘટાદાર વૃક્ષો વાવવાની આજ્ઞા કરી. થોડાથોડા અંતરે સુંદર ઓટલાઓ બનાવવાની આજ્ઞા કરી. અધિકારીઓને કડક સૂચના આપી કે આ કામ ઓછામાં ઓછા દિવસમાં અને ઝડપથી પૂરું થવું જોઈએ અને રાજ્યનો એક પણ પૈસો ખોટો વેડફાવો ન જોઈએ!

એમ જ થયું. વહીવટમાં અત્યંત ચોકસાઈ રાખનારા ગોંડલનરેશ સર ભગવતસિંહજી પોતાના સ્ટેટમાં જ્યારે આ કામ શરૂ થયું ત્યારે સ્વયં આ કામ પર દેખરેખ રાખવા માંડ્યા. રોજેરોજ હિસાબ માગવા માંડ્યા. કામમાં કેટલી પ્રગતિ થઈ તેની તપાસ કરવા માંડ્યા. એક વર્ષ જેટલા ઓછા સમયમાં રાજ્યની સડકોના બંને ભાગો લીલાંછમ વૃક્ષોથી છલકાઈ ઊઠ્યાં. રાજ તરફથી રાજમાર્ગો પર વધારામાં પાણીની પરબો બેસાડવામાં આવી. ગોંડલની આસપાસમાં આજે પણ આ સડકો, આ વૃક્ષો સર ભગવતસિંહજીની પ્રજાપ્રીતિનું ગાન કરે છે!

સૌરાષ્ટ્રમાં જમીનને ફળદ્રુપ બનાવવા માટેની સિંચાઈ યોજના ગોંડલ સ્ટેટમાં સૌથી પ્રથમ શરૂ થઈ હતી. સૌરાષ્ટ્રમાં પાકી સડકો ગોંડલ સ્ટેટમાં સૌપ્રથમ બંધાઈ હતી. સર ભગવતસિંહજીના હૃદયમાં પડેલા પ્રજાપ્રેમના અદ્ભુત સ્નેહને કારણે આ પંથક આજે પણ હરિયાળો અને લીલોછમ દેખાય છે.

સર ભગવતસિંહજીના રાજમાં મોટી ઇમારતો ઘણી બની પણ તેમાં તેમની અંગત દેખરેખ રહી. રાજ્યનો એક પણ અમલદાર, કોન્ટ્રાક્ટર, એન્જિનિયર કોઈ પણ જાતની ગોલમાલ ન કરે, કોઈને છેતરે નહીં તેનું

તેઓ ધ્યાન રાખતા. બાંધકામમાં જે વસ્તુઓ વપરાતી તેની પણ તેઓ ખુદ તપાસ કરતા. તેમની પોતાની ઑફિસ એવી રીતે ગોઠવી હતી કે સ્ટેટના આખાયે સ્ટાફ તરફ નજર રાખી શકાય અને કોણ શું કરે છે એનું ધ્યાન રાખી શકાય.

સર ભગવતસિંહજીએ પોતાના ચારે રાજકુમારોને કૉલેજ સુધીનું શિક્ષણ આપ્યા પછી માત્ર ત્રણસો રૂપિયાના પગારમાં રાજ્યના જુદાજુદા ખાતાઓમાં નોકરીએ બેસાડી દીધા ! પ્રામાણિકતાનું અને નિષ્ઠાનું કેવું જ્વલંત ઉદાહરણ !

સર ભગવતસિંહજી પોતે સિવિલ સર્જન હતા. તેઓ સતત અભ્યાસ કરતા રહેતા હતા. પરીક્ષા આપીને ડિગ્રીઓ મેળવતા રહેતા હતા. પોતાના પુત્રને કે સગાંઓને આગળ ધરીને કશું મેળવી લેવું કે પડાવી લેવું એનો વિચાર સુધ્ધાં કરતા નહોતા.

સર ભગવતસિંહજી એક દિવસ ચાલીને જઈ રહ્યા હતા. કોઈએ પૂછ્યું, ‘આપ ગાડીમાં કેમ જતા નથી?’ રાજાએ હસીને કહ્યું, ‘મારી ગાડીમાં જે પેટ્રોલ વપરાય છે તે પ્રજાના પૈસાથી આવે છે. એ પેટ્રોલ ખરેખર જરૂર હોય છે ત્યારે જ હું વાપરું છું!’

રાજા ભગવતસિંહજીના ખભા પર રહેલો ખેસ થોડોક ફાટી ગયો હતો. કોઈએ કહ્યું, ‘સર, આપનો ખેસ ફાટી ગયો છે. બીજો બદલાવી લ્યો તો સારું.’

રાજાએ સ્મિત વેરતાં કહ્યું : ‘મિત્ર, હું વરસમાં બે ખેસ વાપરું છું. અને પૂરેપૂરું એક વર્ષ એ ચલાવું છું. વચમાં હું બદલાવતો નથી. પ્રજાના પૈસા વેડફવા માટે થોડા છે?’

સર ભગવતસિંહજી નિયમિત મંદિરે જતા હતા અને ભગવાનની ભક્તિપૂર્વક ઉપાસના કરતા. તેઓ કહેતા કે જે વ્યક્તિ ભગવાનની સાચા હૃદયથી ભક્તિ કરે છે તેને પ્રભુના આશીર્વાદ જરૂર મળે છે!

આવા રાજાને પ્રજા ક્યારેય ભૂલી શકે?

પ્રભાવના

ગુરુના જ્ઞાનનો વિસ્તાર એટલે ઉપનિષદ. જ્ઞાનપ્રાપ્તિના જે વિવિધ માર્ગો છે તેમાં ગુરુની સમીપતા એ સૌથી શ્રેષ્ઠ માર્ગ છે. ગુરુચરણે બેસીને મેળવેલું જ્ઞાન વ્યક્તિને પરિપક્વ બનાવે છે અને એક એવી પરંપરાને

જન્મ આપે છે જે યુગાનુયુગ કલ્યાણકારી રહે છે.

દરેક ધર્મના ગ્રંથોની એક આગવી પરિભાષા હોય છે. વૈદિક પરંપરાએ 'ઉપનિષદ' શબ્દને જન્મ આપ્યો. બીજા શબ્દોમાં કહીએ તો ઉપનિષદ એ વૈદિક પરંપરાનો પારિભાષિક શબ્દ છે. જેનો પ્રારંભિક અર્થ છે ગુરુનિશ્રાએ મેળવેલું જ્ઞાન, ગુરુ-શિષ્ય વચ્ચેના વાર્તાલાપનો સંગ્રહ, શિષ્યના પ્રશ્નોના ગુરુ દ્વારા અપાયેલા ઉત્તરો અને શિષ્યની જિજ્ઞાસાઓનું ગુરુ દ્વારા અપાયેલું સમાધાન. આ પ્રારંભિક અર્થના વિસ્તારથી ઉપનિષદ શબ્દની અનેક છાયાઓ થઈ શકે.

૨૩

કેવું સરસ! મંત્રી અંબડને જિનમંદિરના નિર્માણમાં આફત આવી!

વિક્રમની તેરમી સદી ચાલતી હતી. સંવત ૧૨૨૦નું વર્ષ ચાલતું હતું. પાટણમાં મંત્રી અંબડનું શાસન ચાલતું હતું.

મંત્રી અંબડ કુશળ રાજનીતિજ્ઞ હતા, તેવી જ રીતે ધર્મપરાયણ શ્રાવક હતા. દેવ, ગુરુ અને ધર્મની સેવા કરવામાં તેમને અનેરો આનંદ આવતો. જિનેશ્વરનો ધર્મ આત્મકલ્યાણ કરે છે માટે તેની અખંડ ઉપાસના કરવી જોઈએ તેવી તેમની શ્રદ્ધા હતી. મંત્રી અંબડનાં ધર્મપત્ની પણ ધર્મપરાયણ શ્રાવિકા હતાં.

એક દિવસ સવારે ભરૂચથી એક ભાવિક શ્રાવક પાટણ આવ્યો અને મંત્રી અંબડને મળ્યો. તેણે સમાચાર આપ્યા કે ભરૂચમાં રહેલું પ્રાચીન જિનમંદિર 'સમડીવિહાર' જીર્ણ થઈ ગયું છે. આ જિનમંદિરનો તત્કાળ જીર્ણોદ્ધાર કરવામાં ન આવે તો ગમે તે ઘડીએ તે ધસી પડે!

મંત્રી અંબડ આ સાંભળીને વિચારમાં ડૂબ્યા.

મંત્રી અંબડે તત્ક્ષણ નિર્ણય કર્યો કે આ જિનમંદિરના જિર્ણોદ્ધારનો લાભ પોતે લેશે. પત્નીની સંમતિ મેળવી ગુરુદેવ આચાર્યશ્રી હેમચંદ્રસૂરિના આશીર્વાદ લીધા. મહારાજા કુમારપાળની આજ્ઞા મેળવી અને શુભમુહૂર્તે જીર્ણોદ્ધારના કાર્યનો પ્રારંભ થયો. મંત્રી

અંબડના ઉત્સાહનો પાર નહોતો. એ દંપતી જીર્ણોદ્ધાર કાર્યમાં તન, મન, ધનથી ઓતપ્રોત થઈ ગયું. ભરૂચમાં એમણે વિશાળ હવેલી ખરીદીને વસવાટ કર્યો : 'જિનભક્તિનો આવો અવસર બડભાગીને જ મળે !'

મજૂરોએ ઊંડો પાયો ખોદ્યો. એ સમયે એક કલ્પનાતીત આપત્તિ ખડી થઈ.

કહે છે કે નર્મદાદેવી કોપાયમાન થયાં. આકાશમાંથી અવાજ સંભળાયો કે, 'તમે મારી આજ્ઞા વિના આ ધરતીમાં પાયો ખોદીને મારું અપમાન કર્યું છે. હું અપમાનનો બદલો લઈશ. બધા જ કારીગરો અને મજૂરોને જમીનમાં જીવતા દાટી દઈશ.'

કારીગરો કે મજૂરો કંઈ સમજે કે વિચારે તે પૂર્વે ખાડામાં ફેંકાઈ ગયા. કારમી ચિચિયારીઓ ઊઠી.

ચારેકોર હાહાકાર ફેલાઈ ગયો.

મંત્રી અંબડ પત્ની સાથે તત્ક્ષણ ત્યાં આવી પહોંચ્યા. સમગ્ર ઘટના જાણીને આકુળવ્યાકુળ થઈ ગયા. મંત્રી અંબડ સમજ્યા કે દેવી નર્મદા સામે પ્રતિકાર કરવાની પોતાની કોઈ શક્તિ નથી, ધર્મનું શરણું જ આ ક્ષણે તરણોપાય છે. મંત્રી અંબડ અને તેમનાં પત્ની ત્યાં જ કાઉસગ્ગના ધ્યાનમાં બેસી ગયાં અને બુલંદ સ્વરે પ્રતિજ્ઞા કરી કે, 'જ્યાં સુધી મારા આ નિર્દોષ કારીગરો અને મજૂરો પાયામાંથી હેમખેમ પાછા નહીં વળે ત્યાં સુધી હું અન્નજળનો ત્યાગ કરું છું. હું કાઉસગ્ગના ધ્યાનમાં રહીશ અને અહીંથી હટીશ પણ નહીં !'

મંત્રી અંબડનાં ધર્મપત્ની પણ તેમને અનુસર્યાં.

એક પ્રહર વીત્યો.

ધર્મની શક્તિ મંત્રી અંબડની વહારે આવી. દેવી નર્મદા મંત્રી અંબડની પ્રતિજ્ઞાથી પ્રભાવિત થયાં. તેમણે પ્રસન્ન થઈને કહ્યું કે, "હે મંત્રી, આ જિનમંદિરનું કાર્ય તારે નિર્વિઘ્ને કરવું હોય અને મજૂરો તથા કારીગરોને ક્ષેમકુશળ સાથે જીવંત જોવા હોય તો મને એક બત્રીસલક્ષણા દંપતીનું બલિદાન આપ !'

મંત્રી અંબડે ધ્યાનનો ત્યાગ કર્યો અને પત્ની પ્રતિ જોયું. પત્ની પણ અંબડને નિહાળી રહી હતી. અંબડે કહ્યું,

'દેવી, નર્મદાદેવીનું વચન તેં સાંભળ્યું છે. મને વિચાર આવે છે કે

જીવનમાં આવી ઘડી વારંવાર આવતી નથી !'

'મને પણ એવા જ વિચાર આવે છે જે તમારા મનમાં ઘૂંટાય છે, પણ બલિદાન આપ્યા પછી કારીગરો અને મજૂરો હેમખેમ પાછા તો આવશે ને ?'

અંબડે કહ્યું, 'દેવીનું વચન છે માટે એમ જ થશે.'

'તો હવે આપ આજ્ઞા કરો.'

અંબડે કહ્યું, 'તું સંમતિ આપે તો આપણું જ બલિદાન આપીએ.'

'એમાં પૂછવાનું થોડું હોય ? ચાલો, કૂદી પડીએ.'

ચારેકોરથી અવાજો આવવા માંડ્યા : 'મંત્રીશ્વર, તમારું બલિદાન ન આપો, ન આપો.'

મંત્રી અંબડે કહ્યું, 'અમારા બલિદાનથી અનેકનાં જીવન સુરક્ષિત થાય છે. જિનમંદિરનું કાર્ય નિર્વિઘ્ને પરિપૂર્ણ થાય છે. આવો પુણ્યમય અવસર કેમ ચુકાય ?'

અને બીજી જ પળે અંબડે પત્ની સાથે ઊંડા ખાડામાં કૂદકો માર્યો. જેમણે આ જોયું તે સૌ કારમું આક્રંદ કરવા લાગ્યાં. એ જ ક્ષણે આકાશમાંથી અવાજ આવ્યો કે,

'અંબડ દંપતીના બલિદાનથી હું પ્રસન્ન થઈ છું. તમામ લોકોને હું ક્ષેમકુશળ પાછા મોકલું છું. હવે આ જિનમંદિરનું કાર્ય નિર્વિઘ્ને પાર પડશે.'

એમ જ થયું.

મંત્રી અંબડ પત્ની અને કારીગરો સાથે હસતાં-હસતાં બહાર આવ્યા. સૌએ હર્ષની ચિચિયારીઓ પાડી.

અદ્ભુત કલાવૈભવ સાથે જિનમંદિર તૈયાર થયું. પ્રભુની પ્રતિષ્ઠા થઈ. મંત્રી અંબડ શિખર પર ધજા ચઢાવવા પહોંચ્યા. એ ક્ષણે નવી આપત્તિ આવી. મંત્રી અંબડ શિખર પરથી ફેંકાઈ ગયા. જમીન પર પડ્યા અને બેભાન થઈ ગયા !

આનંદ અને ઉત્સાહથી ભરેલું વાતાવરણ ખિન્ન થઈ ગયું. અંબડનું શિર પોતાના ખોળામાં લઈને બેઠેલાં તેમનાં ધર્મપત્નીએ સેનાપતિને કહ્યું કે તમે હમણાં જ પાટણ પહોંચો અને કલિકાલસર્વજ્ઞ શ્રી હેમચંદ્રસૂરિજી મહારાજને આ વાતની જાણ કરો. તેમની કૃપા વરસશે તો સઘળું સારું થશે ! હું મારા પતિને લઈને અહીં જ બેઠી છું. પવનવેગે ઘોડા ઉપર બેસીને રાજપુરુષો ભાગ્યા. બે દિવસમાં પાટણ પહોંચી ગયા. શ્રી હેમચંદ્રસૂરિ મહારાજ, રાજા

કુમારપાળ, મહામંત્રી બાહડને આ સમાચાર આપવામાં આવ્યા. સૌ ચિંતામાં પડ્યા. તત્ક્ષણ શ્રી હેમચંદ્રસૂરિ મહારાજ ધ્યાનમાં બેઠા. થોડી પળો પછી તેમણે સૌને કહ્યું,

'દેવી સિંધવા નામની મિથ્યાત્વી દેવી છે. તેનું આ પરાક્રમ છે. તેના કુકર્મનો નાશ કરવા માટે મારે સ્વયં ભરૂચ જવું પડશે.' મંત્રી બાહડે પૂછ્યું, 'આપ જશો ?'

સૂરિજી બોલ્યા : 'આજે સાંજના હું મુનિ યશશ્ચન્દ્રને લઈને આકાશમાર્ગે જઈશ. અને આવતીકાલે પાછો આવી જઈશ. શ્રીદેવ, ગુરુ, ધર્મની કૃપાથી સૌ સારાં વાનાં થશે. જૈન શાસનનો જયકાર થશે : તમે સૌ નિશ્ચિંત રહો.'

સૌ વીખરાયા.

સાંજ પડી.

આચાર્ય શ્રી હેમચંદ્રસૂરિજી પોતાના શિષ્ય સાથે યોગશક્તિથી આકાશમાર્ગે ક્ષણવારમાં ભરૂચ પહોંચ્યા. દેવી સિંધવાના મંદિરમાં ગયા. આચાર્યશ્રી ધ્યાનમાં લીન થયા. મુનિ યશશ્ચન્દ્રને જમીન પર પ્રહાર કરવા કહ્યું, દેવી સિંધવાનું મંદિર ધ્રૂજી ઊઠ્યું. થોડી વારમાં દેવી પ્રતિમા જમીન પર પટકાઈ. થોડોક સમય વીત્યો. આચાર્યશ્રી ધ્યાનમાં લીન હતા. એ સમયે ચોસઠેય જોગણીઓ હાજર થઈ. તેમણે વિનંતી કરી કે, 'હે ગુરુદેવ, દેવી સિંધવાનો અપરાધ અક્ષમ્ય છે પણ તેને ક્ષમા કરો, તેને મુક્ત કરો.'

તે સમયે દેવી સિંધવા હાજર થઈ. તેણે ક્ષમા માંગી. મંત્રી અંબડને મુક્ત કર્યા. મંત્રી અંબડને સૌ દેવીઓએ વધાવણાં કર્યાં. કલિકાલસર્વજ્ઞ આચાર્યશ્રી હેમચંદ્રસૂરિજી પ્રસન્ન થયા. તેમણે સૌને ધર્મલાભ આપ્યા ને વળતી પળે આકાશમાર્ગે પાટણ તરફ રવાના થયા. જૈન શાસનનો જયજયકાર થયો. મંત્રી અંબડનું બાંધેલું એ જિનમંદિર ભરૂચમાં આજેય છે. અને 'અંબડવિહાર' તરીકે ઓળખાય છે.

પ્રભાવના

બ્રિટનના સાક્ષર ડૉ. થોમસ કૂપર શબ્દકોશ તૈયાર કરતી વખતે એવા ડૂબી ગયાં કે પત્નીને પણ ભૂલી ગયા. પત્નીના ગુસ્સાનો પાર નહીં. ડૉ. કૂપર બહાર ગયા ત્યારે તેણીએ બધા જ પેપર્સ બાળી નાંખ્યા. ડૉ. કૂપર પાછા આવ્યા ત્યારે તેણીએ કહ્યું, 'હવે આરામ કરો. મેં બધા જ

પેપર્સ બાળી નાંખ્યા છે !

ડૉ. કપૂર રડી પડ્યા. પછી એમણે ધીરજથી કહ્યું, 'તને ખબર નથી કે જ્ઞાન શી ચીજ છે ! તેં પેપર્સ બાળ્યા પણ મારા દિમાગમાં શબ્દકોશ જેમનો તેમ પડ્યો છે. હું ફરીથી તૈયાર કરી નાંખીશ.' અને ખરેખર ડૉ. કૂપરે શબ્દકોશ પાછો તૈયાર કરી નાખ્યો !

૨૪

ભગવાન ઋષભદેવ એવા જ એક મહાપુરુષ હતા

પ્રાચીન કાળની વાત છે. રાજા ઋષભદેવનું અયોધ્યામાં રાજ તપે. પ્રજા જીવનથી સુખી અને હૃદયથી સંસ્કારી બને તે માટે આ ધરતીના સર્વપ્રથમ રાજા ઋષભદેવે નર અને નારીને ભાષા શીખવી, ગણિત શીખવ્યું, કળા શીખવી, યુદ્ધની વિદ્યા શીખવી.

રાજા ઋષભદેવ મહાન પુરુષ હતા. એક દિવસ પોતાના પુત્રોને રાજ સોંપીને ત્યાગને માર્ગે ચાલી નીકળ્યા. આ ધરતીના એ સર્વપ્રથમ ત્યાગી હતા. જગતે એમને ભગવાન ઋષભદેવ તરીકે ઓળખ્યા.

રાજા ઋષભદેવને સો પુત્રો હતા. ભરત સૌથી મોટો. બાહુબલિ નાના. ભરત અયોધ્યાના રાજા થયા. બાહુબલિ બહોલ દેશના રાજા થયા. બહોલ(બહલી) તે આજનું પંજાબ.

ભરત અને બાહુબલિ શૂરવીર અને પ્રતાપી રાજાઓ હતા.

ભરતરાજાના નામે આપણો દેશ ઓળખાયો. ભરતનું થયું ભારત.

ભરત મહત્ત્વાકાંક્ષી રાજા હતો. એણે છ ખંડ પૃથ્વી જીતી લીધી. દરેક રાજાઓને પોતાના દાસ બનાવ્યા. અમાપ સમૃદ્ધિ પ્રાપ્ત કરી. દેવોને વશ કર્યા. ધરતી પર ભરત રાજાનો જયજયકાર થઈ રહ્યો. રાજા ભરત

ચક્રરત્નથી શોભવા લાગ્યા. એ ચક્રવર્તી કહેવાયા.

ભરતરાજાના સુખનો પાર નથી. અપાર વૈભવ, અખૂટ સમૃદ્ધિ, દેવાંગના સમી રાણીઓ, શ્રેષ્ઠ પ્રધાનો – આ સઘળું હોવા છતાં રાજા ભરતના મનમાં વિષાદ ઘૂંટાય છે. રાજા ભરતને થાય છે કે આખી પૃથ્વી મારા ચરણમાં ઝૂકે છે પણ એક બાહુબલિ! રાજા બાહુબલિ ભરત ચક્રવર્તીની આજ્ઞા માનતા નથી.

રાજા બાહુબલિ મહાન અને સમર્થ રાજવી છે. એના શૌર્યનાં દૃષ્ટાંત અપાય છે. જંગલનો રાજા વાઘ અને ધરતીનો રાજા માનવી સૌ એનાથી ધ્રૂજે. રાજા બાહુબલિ એકલો ઊભો હોય ને બીજી બાજુ ધરતીનું સમગ્ર સૈન્ય હોય તોય રાજા બાહુબલિ એકલો પહોંચી વળે! રાજા ભરતને થાય છે બાહુબલિ મારી આજ્ઞામાં આવે તો સારું. પણ બાહુબલિને જીતવો શી રીતે? આકાશને જિતાય પણ બાહુબલિને ન જિતાય. સિંહ જેવો બળવાન અને વાઘ જેવો વિકરાળ બાહુબલિને જીતવો એટલે જમ સાથે જુદ્ધ. બાહુબલિ કોઈથી ગાંજ્યો ન જાય. શત્રુઓ તેનું નામ સાંભળે એટલે મૃત્યુ આવ્યું જાણીને પ્રભુનાં નામ લેવા માંડે!

રાજા ભરતની મૂંઝવણનો પાર નહીં. રાજા ભરત પણ મહાન પરાક્રમી રાજા હતો. રાજા ભરતને થાય કે બાહુબલિ સાથે યુદ્ધ થાય તો લોકો એમ કહે કે નાના ભાઈનું રાજ્ય પડાવી લીધું અને જો હાર થાય તો આખી દુનિયા જીતનાર નાના ભાઈથી હાર્યો એમ કહેવાય!

રાજા ભરતની મૂંઝવણનો પાર નહીં. રાજા ભરતે મંત્રીની સલાહ માંગી. મંત્રી કહે, 'આપણે યુદ્ધ કરવું નથી પણ બાહુબલિને કહેવડાવી દઈએ કે મોટા ભાઈની આજ્ઞા માનવી એ તમારો ધર્મ છે. જો રાજા બાહુબલિ માની જાય તો ઠીક છે ન માને તો જોઈ લઈશું!'

ચક્રવર્તી ભરતે દૂત રવાના કર્યો.

રાજસભા ભરાઈ છે. દુનિયાનો તમામ વૈભવ એ રાજસભામાં છલકાય છે. રાજા બાહુબલિનો ભારે પ્રતાપ છે. રાજમાં કોઈ દુઃખી નથી. પ્રજા સુખના હિંચોળે હીંચે છે. રાજસભામાં કામદેવ જેવા શોભતા રાજા બાહુબલિ સિંહાસન પર બેઠા છે. મંત્રીઓ ને સામંતો રાજાનો પડ્યો બોલ ઝીલે છે. એ સમયે રાજા ભરતનો દૂત રાજસભામાં આવ્યો. રાજાને પ્રણામ કર્યા. પોતાની ઓળખાણ આપી અને કહ્યું કે, 'રાજન્, ભરત તમારા મોટા ભાઈ

છે, છ ખંડ પૃથ્વીના ધણી છે. રાજા ભરતની આજ્ઞા માનો અને તેમના સેવક બનો તેમ કહેવડાવ્યું છે!'

આટલું સાંભળતાં રાજા બાહુબલિનું માથું ભમી ગયું.

બાહુબલિ કહે.

'દૂત, તું તો ભાઈ ભારે બોલકો, ભરત મોટો ભાઈ સાચો, પણ હું રાજ્ય મારા પિતાનું આપેલું ભોગવું છું. એનું રાજ્ય એ ભોગવે, મારું રાજ્ય હું ભોગવું. સેવક થાય તે બીજા. જા ભાગ અહીંથી!'

દૂત એક છલાંગે રાજસભાની બહાર નીકળી ગયો. એ ભયથી થરથરતો હતો. એણે રાજસભાની બહાર ઊભા રહીને કહ્યું, 'રાજા ભરત રાજ રાજેશ્વર છે. ચક્રવર્તી છે. એમની આજ્ઞા માનો અથવા યુદ્ધ માટે સાબદા થાઓ.'

રાજા બાહુબલિએ આ શબ્દો સાંભળ્યા અને તે ક્રોધથી લાલચોળ થઈ ગયો. એણે સિંહની જેમ ગર્જના કરી, 'અલ્યા દૂત, તારું મોત માથે ભમે છે. તારા રાજાને જઈને કહેજે કે તારી જેવા તો કંઈક જોયા. અમે શરીર દઈએ પણ સ્વમાન ન દઈએ! રણમેદાનમાં આવી જાય તો ખબર પડે કે કોણ રાજા છે ને કોણ સેવક!'

દૂત પહોંચ્યો રાજા ભરત પાસે. એણે ધ્રૂજતાં-ધ્રૂજતાં બધી વાત કરી. રાજા ભરત પણ શૂરવીર હતો. એણે નગારે ધાવ દીધો. યુદ્ધના ડંકા વાગ્યા. રાજા બાહુબલિ પણ લશ્કર સાથે આવ્યો. જાણે માનવસમુદ્ર છલકાયો. એ સમયે રાજા બાહુબલિને વિચાર આવ્યો કે, 'લડાઈ મારી અને ભરતની વચમાં છે, તો અમે બંને જ કેમ લડી ના લઈએ? સૈન્ય વચમાં આવશે તો લાખો નિર્દોષ લોકો મરી જશે! એવું કેમ કરાય!'

રાજા ભરતે બાહુબલિની વાત માની. રાજા ભરત કહે, 'ચાલ આવી જા. સૌથી પહેલું દૃષ્ટિયુદ્ધ કરીએ.'

દૃષ્ટિયુદ્ધનો નિયમ એવો છે કે, બંનેને એકબીજાની સામે જોવાનું, ટગર-ટગર જોવાનું. આંખ મિંચાય નહીં ને મટકું મરાય નહીં. જે પહેલો આંખ મીંચે તે હારે.

બંને રાજાઓની વચમાં દૃષ્ટિયુદ્ધ શરૂ થયું. આંખો સ્થિર કરી. આંખો ફાડીને જોઈ રહ્યા.

એક પ્રહર વીત્યો.

બંનેની આંખો ઝીણી થઈ. જરા ભીની થઈ. પણ ન કોઈ હાલે કે ન કોઈ ચાલે. આંખો લાલચોળ થઈ. જાણે સૂરજદેવ તપ્યા. હમણાં ડોળા

નીકળ્યા કે નીકળશે.

રાજા ભરત પહેલા થાક્યા. એમની આંખ મીંચાઈ.

રાજા બાહુબલિ જીત્યા.

રાજા ભરત શરમાયા. પછી નાદયુદ્ધ શરૂ થયું.

નાદયુદ્ધ એટલે ભયંકર અવાજ. રાજા ભરતે અવાજ કર્યો. જાણે મેઘ ગાજ્યો. આકાશમાં પડઘા પડ્યા.

રાજા બાહુબલિએ અવાજ કર્યો, તો ધરતી ધ્રૂજી ઊઠી. પર્વતો કાંપી ઊઠ્યા.

રાજા ભરત હાર્યા. રાજા ભરતે ભયંકર ગુસ્સામાં દંડ ઉઠાવીને ફેંક્યો. બાહુબલિ ગોઠણ સુધી જમીનમાં પેસી ગયા. પછી બાહુબલિએ દંડ ફેંક્યો, રાજા ભરત પૂરેપૂરા જમીનમાં ઘૂસી ગયા. રાજા ભરતે છેલ્લું શસ્ત્ર અજમાવ્યું. એમણે ચક્રરત્ન ફેંક્યું. ચક્રનો નિયમ એવો કે સગાભાઈને તે હણે નહીં. બાહુબલિ તો સગો ભાઈ. ચક્ર પ્રદક્ષિણા કરવા લાગ્યું. એ સમયે બાહુબલિનો ક્રોધ માય નહીં. એણે ભરતને મારવા મુઠ્ઠી ઉપાડી.

બાહુબલિની મુઠ્ઠી એટલે પહાડ પણ ભોંય ભેગો થઈ જાય તો ભરતનું શું ગજું!

પણ એ સમયે રાજા બાહુબલિને થયું કે છેવટ તો ભરત મોટો ભાઈ છે. એક રાજ ખાતર એને મારીને શો ફાયદો? એમણે પોતાના મસ્તકના વાળ પોતાની મુઠ્ઠીથી ચૂંટી લીધા અને સંસારનો ત્યાગ કરીને ભગવાન ઋષભદેવના પંથે ચાલી નીકળ્યા!

રાજા ભરત આભો બની ગયો. એણે કહ્યું, 'ભાઈ, તું જીત્યો હું હાર્યો. તું પાછો વળ. આ છ ખંડ પૃથ્વીનું રાજ તારું છે.' પણ વાહ રે મહાન રાજા બાહુબલિ! એમણે સંસાર સાપ કાંચળી ત્યજે એમ ત્યજી દીધો.

પ્રભાવના

તમારી પત્ની તમને હડદૂત કરે છે તે તમે ચલાવી લો છો. તમારો પુત્ર તમને ગણકારતો નથી તે તમે ચલાવી લો છો. વેપારી તમારી સાથે બરછટ વર્તન કરે છે તે તમે ચલાવી લો છો. જ્યારે ધર્મગુરુ એકાદ માર્મિક વચન કહે ત્યારે તમે ખોટું લગાડો છો, એમ કેમ?

મજબૂરીને લીધે સહન કરો છો તેમાં નવાઈ નથી કરતાં, પણ સદ્ગુરુનું વચન માનીને જીવનમાં પરિવર્તન લાવશો તો તમારું જ શ્રેય થશે!

૨૫

ચક્રવર્તી ભરત અને મહાન સુંદરી

ઊંચેરા અષ્ટાપદ પર્વતની તળેટીમાં અપ્સરા જેવી એક કન્યા હાથમાં મોગરાનું ફૂલ લઈને ઊભી છે. ઊંડા વિચારમાં ડૂબી હોય તેવી તેની મુદ્રા છે.

તે કન્યા થોડુંક ચાલે છે. વળી ઊભી રહે છે. થોડુંક દોડે છે. વળી બેસી જાય છે. મનમાં ચાલતું વિચારોનું ઘમસાણ બંધ થતું નથી.

કન્યાની આંખોમાંથી આંસુનાં મોતી ખર્યાં.

રૂપરૂપના અંબાર સમી એ કન્યા ધીમે-ધીમે કંઈક બોલે છે પણ તેને સમજાતું નથી કે પોતાના હૃદયમાં શું થઈ રહ્યું છે?

એ કન્યાએ આકાશ ભણી જોયું. સૂર્યના પ્રકાશે તેનું મુખમંડળ ઝગમગી રહ્યું. કમળ જેવાં નયનો અને કાળી ભમર અને સૌંદર્યથી છલકાતું મુખ કન્યાની આગવી સંપત્તિ હતી. પીનપયોધરા એકાકી ભમતી હોવા છતાં ન તેને કશો ડર હતો, કશો સંકોચ હતો પણ ચિત્તમાં ચાલતું વિચારોનું ચકેડું બંધ થતું નહોતું.

છ ખંડ પૃથ્વી પર વિજય મેળવવા નીકળેલ મહારાજા ભરત આજે હસ્તિનાપુરમાં પાછા આવશે અને પછી શું થશે?

ગુલાબના છોડ પાસે એ કન્યા માથું પકડીને બેસી ગઈ. ક્યાંય સુધી એમ જ બેસી

રહી. છેવટ એ ઊઠી ભગવાન આદિનાથનું મનોમન સ્મરણ કર્યું. મનમાં કશો દઢ સંકલ્પ કર્યો, અને એ રાજમહેલમાં પાછી ફરી.

રાજમહેલના ઝરૂખામાં રાજા ભરત તેની જ પ્રતીક્ષામાં ઊભો હતો. ચક્રવર્તી ભરત પ્રતાપી રાજા હતો. એ ચાલતો અને ધરતી ધ્રૂજતી. એ હાક પાડતો અને આકાશમાં પડઘા પડતા. એની આજ્ઞા થતી અને શૂરવીર રાજાઓ તેના શરણમાં આવી જતા. એવો મહાન ભરત ક્યારનો સુંદરીને શોધતો હતો. ૬૦,૦૦૦ વર્ષના વિજયી પ્રવાસમાં રાજા ભરત એક પણ પળ સુંદરીને વીસર્યો નહોતો.

સુંદરી અષ્ટાપદ પર્વતની દિશામાંથી આવી રહી હતી.

સુંદરી આવતી જોઈને ભરતે ઝરૂખામાંથી છલાંગ લગાવી. પોતાના હસ્તદ્વયમાં સુંદરીને ઝીલી લીધી અને બીજી પળે ભરતનું મુખ ગુસ્સાથી રાતુંચોળ થઈ ગયું.

'તારી આવી હાલત કોણે કરી, સુંદરી? તારી કાયા કૃશ કેમ થઈ ગઈ? ખેર, હવે હું આવી ગયો છું ને એટલે બધું સારું થઈ જશે!'

ચક્રવર્તી ભરતે સુંદરીને પોતાની સાથે ભીંસી દીધી.

'ઓહ, મને છોડ!'

'શા માટે છોડું? કેટલા દીર્ઘ કાળ પછી આપણે મળીએ છીએ! પણ તું કૃશ કેમ થઈ ગઈ?'

'હું તપ કરું છું!'

'ઓહ, તું તપ કરે છે? શેનું તપ કરે છે? હું પાછો જલદી આવું, આપણાં લગ્ન જલદી થાય એ માટે તપ કરે છે ને?'

સુંદરી ભરતના હાથમાંથી ધીમેથી નીચે ઊતરી. એના ગૌર મુખ પર પ્રસ્વેદ બિંદુઓ છવાઈ ગયાં. એની સુકોમળ કાયા થથરી ગઈ. રાજા ભરતનાં વચનો તેણે શાંતિપૂર્વક સાંભળ્યાં.

વિશાળ રાજમહેલના મનોહર પ્રાંગણમાં ચક્રવર્તી ભરત અને સુંદરી ઊભાં હતાં. આસપાસમાં કોઈ નહોતું. કલ્પવૃક્ષનાં પુષ્પોની માદક સુગંધ લહેરાતી હતી. ગંગા નદીનો કલરવ સંભળાતો હતો. મયૂરનો કેકારવ ગુંજતો હતી. રાજા ભરત પ્રેમનું તીવ્ર સાંનિધ્ય અનુભવતો હતો. એ પૂછતો હતો :

'કહે ને પ્રિયે, આપણું મિલન જલદી થાય તે માટે તું તપ કરે છે ને?'

સુંદરી મૌનમુખ ઊભી હતી. તેણે નજીકમાં પસાર થઈ રહેલી કામધેનુ

ગાયને હળવો સાદ પાડ્યો. ગાય સુંદરીની બાજુમાં આવીને ઊભી રહી ગઈ. સુંદરીને વહાલ કરવા માંડી.

ચક્રવર્તી ભરત અકળાયો. એણે કહ્યું, 'સુંદરી, હું ક્યારનો તને કંઈક પૂછું છું અને તને કંઈ કિંમત નથી?'

સુંદરી ધીમેથી બોલી : 'તમે વિજયયાત્રા માટે સંચર્યા તે પછી હું ભગવાન આદિનાથને – પિતાજીને વંદન કરવા માટે અષ્ટાપદ પર્વત પર ગઈ હતી. પ્રભુજીને મેં વિનંતી કરી હતી કે મને દીક્ષા આપો! પણ પિતાજીએ ના પાડી!

'કેવું સરસ! મારે તને પટરાણી બનાવવી હતી માટે તો હું જ્યારે નીકળ્યો ત્યારે તને કહીને ગયેલો કે તારે મારી પટરાણી બનવાનું છે! પ્રભુ તો આ જાણે જ ને! તો પછી તને દીક્ષાની સંમતિ પ્રભુ ક્યાંથી આપે?'

ચક્રવર્તી ભરતના અવાજમાં અહંકાર ધમધમતો હતો.

સુંદરીની આંખમાં અશ્રુબિંદુ રમતું હતું.

'હું અને મોટી બહેન બ્રાહ્મી બંને જણાં સાથે પ્રભુને વંદન કરવા ગયાં હતાં. બ્રાહ્મીબહેનને પણ પ્રભુએ દીક્ષા આપી. આપણા ૯૮ ભાઈઓએ પણ પ્રભુ પાસે દીક્ષા લીધી છે. કેટલો હર્ષ થયેલો! એ જ વખતે દીક્ષા ગ્રહણ કરવાનો મને કેટલો ભાવ થયેલો! મને હૃદયમાં વૈરાગ્ય કેવો ઉછાળા મારતો હતો! પણ પ્રભુએ મને દીક્ષા ન આપી. કારણ ખબર છે? મેં પ્રભુને પૂછ્યું કે તમે દીક્ષા કેમ નથી આપતા? તો પ્રભુ કહે કે –

'અત્યારે પરિવારમાં તારી જવાબદારી ભરતના શિરે છે. એ તને દીક્ષા લેવા માટે આપતો નથી. જ્યાં સુધી ભરતની અનુમતિ ન મળે ત્યાં સુધી તને દીક્ષા ન અપાય.'

સુંદરીની આંખમાં વહેલું અશ્રુબિંદુ સરિતા બની ગયું.

ચક્રવર્તી ભરત ઢીલો થઈ ગયો.

ચક્રવર્તી ભરતને સુંદરી અત્યંત પ્રિય હતી. તે માનતો હતો કે અખિલ બ્રહ્માંડમાં સુંદરી જેવી સુંદર નાર અન્ય છે જ નહીં. સુંદરીને તે હૃદયથી ચાહતો હતો. ભરતે સુંદરીને કહેલું કે જ્યારે પોતે ચક્રવર્તી બનશે ત્યારે તને જ પટરાણી બનાવીશ. અને આજે સુંદરી, આટલાં વર્ષો પછી મળે છે ત્યારે વૈરાગ્યથી ભીંજાઈ ગઈ છે!

સુંદરી બોલતી હતી : 'મેં તો પ્રભુને એ જ વખતે પૂછ્યું કે મને

ચારિત્રની પ્રાપ્તિ કેવી રીતે થાય? પ્રભુ કહે કે તપ કર. બસ, તે દિવસથી હું આયંબિલનું તપ કરું છું! એ વાતને આજે ૬૦,૦૦૦ વર્ષ થયાં! હવે તો તમે મને દીક્ષા માટે અનુમતિ આપશો ને?'

સુંદરીના પ્રત્યેક શબ્દોમાં સંસારમુક્તિની ઝંખના ટપકતી હતી. સુંદરીએ રાજા ભરત સામે બંને હાથ જોડ્યા.

ચક્રવર્તી ભરત વિહ્વળ થઈ ગયો. એક તરફ સુંદરી વિના ગમતું નહોતું. બીજી તરફ સુંદરી સંસારથી મુક્ત થવા માટે અનુમતિ માંગતી હતી.

ચક્રવર્તી ભરતના મનમાં રાગ અને વૈરાગ્યનું મોહ અને મુક્તિનું યુદ્ધ જામ્યું. સર્વાંગ સુંદર સુંદરીને વૈરાગ્યથી તરબોળ જોઈને ચક્રવર્તી ભરત હલબલી ગયો. એણે અષ્ટાપદ ગિરિના શિખર ભણી જોયું. ત્યાં બેઠેલા ભગવાન આદિનાથ સૌને આત્મકલ્યાણનો સદુપદેશ આપતા હતા. ચક્રવર્તી ભરતે મનમાં કશોક નિર્ણય કર્યો. એણે પૂછ્યું,

'સુંદરી, વૈરાગ્યનો પંથ કઠિન છે. તારાથી એ જીવનનું પાલન થશે?'

સુંદરીએ નતમસ્તકે કહ્યું, 'પ્રભુની કૃપાથી જરૂર થશે. આપણા પિતા કેવા મહાન છે!'

ચક્રવર્તી ભરતે પોતાનો રાજહસ્તી મંગાવ્યો. પુષ્પની જેમ ઊંચકીને સુંદરીને ઉપર બેસાડી અને કહ્યું, 'ચાલ બહેન, દીક્ષા માટે મારી સંમતિ છે. હું તને પ્રભુ પાસે મૂકવા આવું છું.'

ધરતી પરનાં તમામ પુષ્પો એકસાથે ખીલી ઊઠ્યાં.

પ્રભાવના

> યુધિષ્ઠિર રોજ દાન આપે છે. દેનાર અને લેનારની વચ્ચે બારી રાખી હતી. દાન આપવાનો સમય નક્કી હતો. એક વાર બારી બંધ થયા પછી કોઈ યાચક આવ્યો. યુધિષ્ઠિર કહે કે કાલે આવજે. આ શબ્દો ભીમે સાંભળ્યા. એણે નગારા પર ઘાવ દીધો. યુધિષ્ઠિરે ભીમનો હાથ પકડી લીધો. કહ્યું કે આ શું કરે છે? આ નગારે દાંડી તો જ પિટાય જો આપણે કોઈ યુદ્ધ જીત્યા હોઈએ!
>
> ભીમ કહે, 'મોટા ભાઈ, તમે ચોવીસ કલાક માટે કાળ પર વિજય ન મેળવ્યો?
>
> યુધિષ્ઠિરની આંખ ખૂલી ગઈ.

૨૬

રાજા ભરતનું અરીસા ભવન એટલે જગતની શ્રેષ્ઠ અજાયબી!

હસ્તિનાપુર એટલે ધરતી પરનું સ્વર્ગ.

મહાન ચક્રવર્તી ભરતદેવનું શાસન તપતું હતું. રાજા ભરત પ્રજાના સુખમાં સુખી અને પ્રજાના દુઃખમાં દુઃખી બનીને રાજ કરતા હતા. પ્રજા રાજાને અપાર પ્રેમ આપતી હતી.

હસ્તિનાપુર શ્રીમંતોની નગરી હતી. અપાર ધનવૈભવ હસ્તિનાપુરમાં છલકાતો હતો.

હસ્તિનાપુર સૌંદર્યની નગરી હતી. હસ્તિનાપુરની સુંદરતા અને સુંદર નારીઓ સર્વત્ર પોતાની આભા પ્રસારતાં હતાં.

ભગવાન આદિનાથે દીક્ષા ગ્રહણ કર્યા પછી રાજા ભરતદેવે રાજધુરા સંભાળી. એ ચક્રવર્તી થયા. રાજા ભરતદેવે એવો અદ્‌ભુત લોકપ્રેમ જીત્યો કે આપણો દેશ એમના નામે ઓળખાયો. ભરતનું થયું ભારત.

ચક્રવર્તી ભરત હંમેશાં અદ્‌ભુતના આશક હતા. હસ્તિનાપુરમાં શ્રી અને સૌંદર્ય સદાય અખૂટ હોવાં જોઈએ એવું રાજા ભરત ઝંખતા. હસ્તિનાપુરમાં ધનના ઢગલા થતા અને રત્નના ભંડાર થતા. રાજા ભરતદેવની સેવામાં છ ખંડ પૃથ્વીના હજારો રાજાઓ હંમેશાં હાજર રહેતા. દેવલોકનાં દેવી-દેવીઓ રાજા ભરતના એક ઇશારા પર અલૌકિક વિશ્વ

ખડું કરતાં. રાજા ભરતદેવના અંતઃપુરમાં શ્રેષ્ઠ સૌંદર્યવતી હજારો રાણીઓ ચક્રવર્તી ભરતનું મન પ્રસન્ન કરવા આતુર રહેતી.

ચક્રવર્તી ભરતે ધન ભેગું કર્યું તેમ સૌને સુખી કરવા અનરાધાર દાન પણ કર્યું. રાજા ભરતદેવે મોટી દાનશાળા બાંધી. દેશદેશના લોકો ત્યાં દાન લેવા આવ્યા. રાજા ભરતે કહ્યું કે, 'જેને જે જોઈએ તે આપો. જેની પાસે ધન નથી તેને ધન આપો. જેની પાસે વસ્ત્રો નથી તેને વસ્ત્રો આપો. જેની પાસે મકાન નથી તેને મકાન આપો. જેને જે જોઈએ એ આપો. લેનારો થાકવો જોઈએ. દેનારો નહીં થાકે.'

રાજા ભરતદેવે મોટીમોટી ભોજનશાળા બાંધી. જેને જમવું હોય તે જમી જાય. કોઈ કોઈને રોકો નહીં. જે ભૂખ્યાં હોય તે ભોજન કરતાં જાય, હૃદયના આશિષ દેતા જાય.

રાજા ભરતદેવે વિદ્યાશાળા બાંધી. પોતાના રાજ્યમાં કોઈ અશિક્ષિત રહેવું ન જોઈએ. જેની પાસે જ્ઞાન નથી એ આ ભૂમિ પર ભારરૂપ છે!

રાજા ભરતદેવે કસરતશાળા બાંધી. શરીરનું સૌષ્ઠવ અને મજબૂતી પરિવાર, સમાજ અને દેશ સૌ માટે જરૂરી હોય છે.

ચક્રવર્તી ભરતના શાસનમાં સુવર્ણ અને રત્નથી પ્રજાનાં ઘર અભરે ભરાયાં. એ સમયે આકાશના દેવો પણ કહેવા લાગ્યા કે રાજા ભરતના રાજમાં પ્રજા જેવી સુખી છે તેવી ક્યારેય નહોતી.

ચક્રવર્તી ભરતનું મન હંમેશાં સુંદર વસ્તુ શોધ્યા કરે. અષ્ટાપદ પર્વત પર એમણે ચોવીસ સુંદર જિનાલયો બાંધ્યાં. ચોવીસ ભગવાનની દેહપ્રમાણ સુવર્ણની અને રત્નની પ્રતિમાઓ બિરાજમાન કરી હંમેશાં અષ્ટાપદ પર્વત પર જઈને ભગવાનનાં દર્શન કરવાની પ્રતિજ્ઞા લીધી. રાજા ભરતે સૌને કહ્યું કે, 'જેના દિલમાં ભગવાન વસે છે અને ખોટું કામ કરતાં અટકે છે માટે ભગવાનના શરણમાં રહેવું જોઈએ.'

પ્રજાએ પણ આ વાતનું અનુસરણ શરૂ કર્યું. રાજા અને પ્રજા ધર્મપ્રેમથી છલકાયાં.

એકદા રાજા ભરતને વિચાર આવ્યો કે મારી પાસે બધું જ છે. શ્રેષ્ઠ મંત્રીઓ છે. શ્રેષ્ઠ સેનાપતિ છે. શ્રેષ્ઠ નગરજનો છે, શ્રેષ્ઠ પ્રજા છે, શ્રેષ્ઠ રાણીઓ છે, શ્રેષ્ઠ રાજકુમારો છે પણ હજુ મારી પાસે અદ્ભુત કલાકોતરણીથી શોભતા રાજમહેલો નથી.

રાજા ભરતે હસ્તિનાપુરમાં અદ્ભુત મહેલો ચણાવ્યા. મહેલોની કલાકોતરણી અને મહેલોની વિશાળતા જોઈને સૌ અભિભૂત બની ગયા.

આ તમામ મહેલોમાં શ્રેષ્ઠ એટલે અરીસા ભવન.

અરીસા ભવન ખૂબ સુંદર બન્યું હતું. શિલ્પ અને કલા અરીસા ભવનમાં જાણે રમવા નીકળ્યાં હતાં. રાજા ભરતે આ મહેલ બંધાવવામાં સ્વયં રસ લીધો હતો. અરીસા ભવનમાં દર્પણની દીવાલો હતી, દર્પણની બારીઓ હતી, દર્પણનાં બારણાં હતાં, જાણે બધું જ દર્પણનું હતું! કાચના થાંભલા, કાચની જાળીઓ, કાચની અટારીઓ, કાચની છત! જે જુએ તે છક થઈ જાય. દેશવિદેશના લોકો હજારોની સંખ્યામાં રોજ નિહાળવા આવવા માંડ્યા. બે મોઢે પ્રશંસા કરવા માંડ્યા. અરીસા ભવનમાં દર્પણની ભૂમિ જોઈને સૌની આંખો ચાર થઈ ગઈ!

રાજા ભરતદેવ અરીસા ભવનમાં નિવાસ કરે છે અને આનંદ ભોગવે છે. રોજ નિત નવી રાણીઓ સાથે ભોગ માણે છે. દર્પણના હોજમાં ન્હાય છે ને દર્પણના ફુવારા ઉડાડે છે. દર્પણના પલંગમાં સૂવે છે. સંધ્યા સમયે દીપકનો પ્રકાશ રેલાય છે અને અરીસા ભવન ઝગમગી ઊઠે છે.

એક દિવસની વાત છે.

રાજા ભરતદેવ સવારના પહોરમાં સ્નાન કરીને દર્પણની સન્મુખ ઊભા છે. સુંદર વસ્ત્રો પહેર્યાં છે. દેહ પર અત્તર મઘમઘે છે. મહામૂલાં આભૂષણો પહેર્યાં છે. રાજા ભરતનો દેહ અદ્ભુત ક્રાંતિથી શોભી રહ્યો છે. જે જુએ તે મોહી પડે તેમ રાજા ભરત શોભે છે.

અરીસા ભવનમાં એક વિશાળ દર્પણ છે. રાજા ભરત એ દર્પણ સામે ઊભા છે. પોતાનું અનોખું દેહલાલિત્ય જોઈને તેમના મનમાં થાય છે કે, આવી અનોખી દેહકળા મારા સિવાય અન્ય કોની પાસે હશે? રાજા ભરત પોતાના મુખને તાકી જ રહ્યા : કેવું રૂપ! ચંદ્ર જેવી કાંતિ અને સૂરજ જેવું તેજ!

એક ક્ષણ માટે રાજા ભરત પોતે જ શરમાઈ ગયા.

એ સમયે રાજા ભરતની નજર પોતાની આંગળી તરફ ગઈ. આંગળી પર વીંટી પહેરવાની બાકી રહી ગયેલી. રાજા ભરતે પોતાની આંગળી તરફ ધારીને જોયું. સાવ સાદી આંગળી! ન મળે રૂપ કે ન મળે શોભા!

વાત સાવ નાનકડી પણ રાજા ભરત વિચારમાં ડૂબ્યા : એમને થયું કે આંગળી વિરૂપ લાગે છે. એક નાનકડી વીંટી વિના આંગળી બેડોળ લાગે

છે. એમને થયું કે દેહની શોભા શું માત્ર આભૂષણોને કારણે જ છે? શું આભૂષણો ન હોય તો દેહની શોભા નથી? એમને થયું કે જોઉં તો ખરો કે ઘરેણાં વિના બીજાં અંગો કેવાં દેખાય છે?

રાજા ભરતદેવે માથેથી મુગટ ઉતાર્યો, કાનેથી કુંડળ ઉતાર્યાં, હાથેથી બાજુબંધ ઉતાર્યાં, કેડેથી કંદોરો ઉતાર્યો, પગમાંથી પાવડીઓ કાઢી, ખભેથી ખેસ ઉતાર્યો : સઘળાય અલંકારો દૂર કર્યા અને રૂપ સાવ બદલાઈ ગયું! થોડીક ક્ષણો પૂર્વે દેહ જે શોભતો હતો. તે સૌંદર્ય સાવ ઘટી ગયું!

કેટલીક પળો જીવનમાં ક્યારેક અમર બનીને આવે છે.

રાજા ભરતદેવ અંતરમાં ઊંડા ઊતરી ગયા. તેમને થયું કે મેં જીવન ખોટા ગુમાનમાં ખોયું છે, ખોટા મોહમાં ખોયું છે. હું રૂપની ભુલભુલામણીમાં રાચતો રહ્યો, પણ આ બધું તો બહારની માયા છે. આ બધું ક્ષણભંગુર છે.

રાજા ભરતદેવને થયું કે સાચું રૂપ તો આત્માનું છે અને તેની પ્રાપ્તિ ભગવાન આદિનાથે કહેલા ધર્મના પાલનમાંથી જ મળે છે. મેં જે કંઈ કર્યું છે તે સંસારની માયાજાળ છે. મારે વૈરાગ્યના દેશમાં પદાર્પણ કરવું જોઈએ.

રાજા ભરતદેવ અંતરમાં ઊંડા ઊતરતા ગયા. એમના હૃદયમાંથી દેહ અને અલંકારોનો મોહ ઊતરી ગયો. મહેલ અને રાણીનો મોહ ઊતરી ગયો. સત્તા અને સુખનો મોહ ઊતરી ગયો. સંસાર આખો નશ્વર દેહ ભાસ્યો. એમણે હાથ જોડીને ભગવાન આદિનાથને કહ્યું કે, 'હે પ્રભુ, મને આપના શરણમાં લો. મને સંસાર નથી જોઈતો. મને સંસારનું સુખ નથી જોઈતું. મને દેહની માયા નથી જોઈતી. મને આત્માનું સુખ જોઈએ છે, મને આત્માનો વૈભવ જોઈએ છે. મને આત્માનું સૌંદર્ય જોઈએ છે.'

અરીસા ભવનમાં દર્પણની સન્મુખ ઊભેલા ચક્રવર્તી ભરતદેવને આત્માનું સાચું જ્ઞાન પ્રાપ્ત થયું.

એક ક્ષણના ઝબકારમાંથી એમને વિરાટ પ્રકાશની પ્રાપ્તિ થઈ. એવો પ્રકાશ, જે ક્યારેય બુઝાવાનો નથી.

પ્રભાવના

એક પંડિત મુસાફરીએ નીકળ્યા. રાતવાસા માટે કોઈ ધર્મશાળામાં પહોંચ્યા. ગેટ બંધ હતો. પંડિતે અવાજ કર્યો એટલે ચોકીદારે પૂછ્યું, 'કોણ છો?

પંડિત કહે, 'મુસાફર છું.' ચોકીદાર કહે, 'જગ્યા નથી.' પંડિત કહે, 'હું એક જ જણ છું. મને રાત રહેવા દો.' ચોકીદાર કહે, 'શું નામ છે ?' પંડિત કહે, 'પંડિત દીનદયાળ શર્મા, વ્યાકરણાચાર્ય, ન્યાયાચાર્ય, જ્યોતિષાચાર્ય, ગણિતાચાર્ય, વેદાન્તાચાર્ય.'

ચોકીદાર કહે, 'પહેલા કહો છો કે એક જ જણ છો અને પછી આટલા બધા માણસોનાં નામ બોલો છો ! ખોટું બોલતાં શરમ નથી આવતી ? જાવ, ભાગો અહીંથી.'

ડિગ્રીનું ભૂત લઈને ફરશો તો કોઈ ધર્મશાળામાં રાતવાસો કરવા માટેય જગ્યા નહીં મળે ! અભિમાન છોડો.

૨૭

વચનને ખાતર પરણ્યાની પહેલી રાતે રૂપવતી માળીને મળવા નીકળી

સુજલામ્ સુફલામ્ મગધના મહારાજા હતા શ્રેણિક, મહારાણી હતાં ચેલણા.

રાજા રાણીને એકબીજા પ્રત્યે અનન્ય પ્રેમ. રાજા રાણીની દરેક વાત માને. રાણી કહે કે આસમાનના સિતારા જોઈએ તોપણ શ્રેણિક લાવી આપે. રાણી ચેલણા જેવી રૂપાળી તેવી શોખીન. એકદા રાજાને તેણે કહ્યું : 'હે રાજન, મને એક ઇચ્છા થઈ છે. નગરની બહાર સરસ ઉદ્યાન જોઈએ, ઉદ્યાન ફળફૂલથી ભરેલો જોઈએ, ઉદ્યાનની મધ્યમાં એકદંડિયો મહેલ જોઈએ અને એ મહેલમાં આપણે રંગરાગ ખેલીએ. મારા માટે આવો મહેલ બનાવો.'

રાજા શ્રેણિક કહે : 'હે રાણી, તું મારી પ્રિયતમ રાણી છે. તારી ઇચ્છા મુજબ થોડાક જ સમયમાં એકદંડિયો મહેલ તૈયાર થઈ જશે.'

રાજા શ્રેણિકે મંત્રી અભયકુમારને બોલાવીને એકદંડિયો મહેલ તૈયાર કરવાની આજ્ઞા કરી.

મંત્રી અભયકુમાર તે સમયના શ્રેષ્ઠ બુદ્ધિશાળી મંત્રી હતા. તેમણે જમીન પસંદ કરી. રાજગૃહીના ઉત્તમ સુથારો, કડિયાઓ અને કારીગરોને બોલાવ્યા. જંગલમાં લાકડું લેવા પહોંચ્યા. સુથારોએ એક સુંદર વટવૃક્ષ પસંદ કરીને કહ્યું : 'મંત્રીશ્વર, આ વૃક્ષનું

લાકડું એકદંડિયા મહેલ માટે ચાલશે.'

મંત્રી અભયકુમારે હામી ભણી. કિંતુ અભયકુમાર માનતા હતા કે વૃક્ષમાં પણ જીવ હોય છે. ક્યારેક તો વૃક્ષમાં દેવો પણ વસતા હોય છે. તેમણે હાથ જોડીને વૃક્ષને કહ્યું : 'હે વૃક્ષરાજ, તમારામાં કોઈ દેવ વસતો હોય અથવા કોઈની માલિકી હોય તો અમને કહો. તમારી આજ્ઞા હોય તો કાપીએ.'

એ સમયે એક તેજસ્વી દેવ પ્રગટ થયો. તેણે કહ્યું કે : 'હે અભયકુમાર, તમારા વિનયથી હું પ્રસન્ન થયો છું. હું વર્ષોથી આ વૃક્ષમાં રહું છું. આ વૃક્ષ કાપશો નહીં. હું તમારી ઇચ્છા મુજબ રાજગૃહીનગરની બહાર એક સુંદર બગીચો બનાવી દઈશ. એ ઉદ્યાનમાં તમામ ઋતુઓનાં ફળો અને ફૂલો ખીલશે. બગીચાની મધ્યમાં એક સ્થંભનો મહેલ બનાવી આપીશ. જે જોશે એ આશ્ચર્યચકિત થઈ જશે.'

અભયકુમાર ખુશખુશ થઈ ગયા. રાજા અને રાણીએ જ્યારે આ વાત જાણી ત્યારે તેમની ખુશીનો પાર ન રહ્યો.

દેવે પોતાની દિવ્ય શક્તિથી થોડાક જ સમયમાં ઉદ્યાન અને મહેલ તૈયાર કર્યાં. મહેલની કલાકોતરણી અદ્‌ભુત હતી. ઉદ્યાનનાં ફળો અને ફૂલો સુગંધ રસથી ભરેલાં હતાં. રાણી ચેલણા મહેલ અને ઉદ્યાનને જોઈને ઝૂમી ઊઠી. તેણે રાજાને કહ્યું : આપણે આજે જ આ મહેલમાં વસવાનું શરૂ કરી દઈએ ?'

રાજાએ હામી ભણી.

રાજા શ્રેણિક અને રાણી ચેલણાએ દેવ નિર્મિત ઉદ્યાનમાં અને એક દંડીયા મહેલમાં રહે છે. વૈભવરસ માણે છે. ઋતુઋતુનાં ફળ અને ફૂલ પ્રાપ્ત કરી સુખ પામે છે. મગધના લોકો આવો અદ્‌ભુત મહેલ જોઈને ખૂબ પ્રશંસા કરે છે.

એક વખતની વાત છે.

રાજગૃહીનગરમાં એક ચંડાળ રહે. ચંડાળને પોતાની પત્ની પર અપાર પ્રેમ. ચંડાળ પોતાની પત્નીનું મન રાજી રાખવા તનતોડ પ્રયત્ન કરે.

શિયાળાની ઠંડી ઋતુ હતી. શીત ઋતુમાં એક દિવસ ચંડાળની પત્નીની ઇચ્છા થઈ કે મારે પાકી કેરી ખાવી છે. એણે પોતાના પતિને કહ્યું. ચંડાળને વિમાસણ થઈ કે આ ઋતુમાં કેરી ક્યાંથી મળે ? એ સમયે તેની પત્નીએ

સૂચવ્યું કે રાજાના ઉદ્યાનમાં તમામ ઋતુઓનાં ફળ થાય છે. ત્યાં કેરી પણ હશે જ. એ લઈ આવો.

ચંડાળે હામી ભણી.

શિયાળાની કડકડતી ઠંડીમાં વહેલી સવારે ચંડાળ બગીચા પાસે પહોંચ્યો. ઉદ્યાનમાં કિનારે આંબાનું વૃક્ષ હતું. રસદાર અને પાકેલી કેરીઓ લટકતી હતી. ડાળ ખૂબ ઊંચી હતી.

ચંડાળ બુદ્ધિશાળી હતો. એણે સાધના કરી હતી. તેની પાસે 'અવનામિની' નામની વિદ્યા હતી. આ વિદ્યાનું સ્મરણ કરે એટલે ઊંચી વસ્તુ નીચી આવે. તેની પાસે બીજી પણ એક વિદ્યા હતી : 'ઉન્માનિની.' આ વિદ્યાનું સ્મરણ કરે એટલે નીચે આવેલી વસ્તુ ઊંચી જતી રહે. ચંડાળે પોતાની વિદ્યાના પ્રભાવથી કેરીઓ મેળવી. ઘરે આવીને એ સુંદર ફળો પત્નીને સમર્પિત કર્યાં. પત્નીએ ચંડાળને પ્રેમથી ભરી દીધો.

સવારની વેળાએ રાજા શ્રેણિક અને રાણી ચેલણા ઉદ્યાનમાં ઘૂમવા નીકળ્યાં. રાજાએ આંબાનું વૃક્ષ જોયું. ડાળી પર કેરીઓ ન જોઈ. રાજાએ માળીને બોલાવીને પૂછી જોયું. માળીને કશી ખબર નહોતી. ચતુર રાજા સમજી ગયો કે ઉદ્યાનમાં ચોરી થઈ છે. રાજાએ મહામંત્રી અભયકુમારને બોલાવીને કહ્યું : 'કેરીના ચોરને જ્યાં હોય ત્યાંથી હાજર કર.' મંત્રી અભયકુમારની બુદ્ધિની કસોટીનો એ સમય હતો.

મંત્રી અભયકુમારે સમગ્ર રાજગૃહીમાં શોધ આદરી. ચોરનો ક્યાંય પત્તો ન લાગ્યો. એક સ્થળે નાટકની તૈયારી ચાલતી હતી. નટમંડળ ઊંચા ઓટલા પર નાટક કરવા માટે તૈયાર હતું. થોડાક લોકો એ નાટક જોવા આવ્યા હતા. મંત્રી અભયકુમારે ઊંચા ઓટલા પર ચઢીને સૌને કહ્યું : 'હે મિત્રો, તમે નાટક જુઓ એ પહેલાં મારે તમને એક વાર્તા કહેવી છે તે સાંભળો :

એક નાનકડું નગર હતું. નગરમાં ગોવર્ધન નામના શેઠ હતા. શેઠને એક સુંદર પુત્રી હતી. તેનું નામ રૂપવતી. શેઠ નિર્ધન હતા. શેઠની પુત્રીને પરણવા માટે કોઈ યુવક તૈયાર થતો નહોતો. તે સમયે રૂપવતીએ કામદેવના મંદિરમાં જઈને પૂજા કરવા માંડી. નજીકના બગીચામાંથી ફૂલો ચોરી લાવીને કામદેવની પૂજા કરવા માંડી. તેને આશા હતી કે કામદેવ પ્રસન્ન થાય તો પોતાને સારો વર મળે !

રૂપવતી ફૂલો ચોરતી હતી તે વખતે બગીચાના માળીએ તેને પકડી

પાડી. માળી રૂપવતીનું જોબન જોઈ મોહિત થઈ ગયો. એણે રૂપવતીને હેરાન કરવા માંડી. રૂપવતીએ કહ્યું : 'તારે મને મારી નાખવી હોય તો મારી નાખ, પણ મારા શિયળને અખંડ રહેવા દે.'

માળી કહે : 'હું તને એક શરતે છોડી દઉં: તું જ્યારે પરણે ત્યારે તારા પતિ સાથે સુખ ભોગવે એ પહેલાં મારી પાસે આવવાની પ્રતીજ્ઞા કરે તો તને છોડી દઈશ.'

રૂપવતીએ હામી ભણી. તેણે બગીચામાંથી હવે રોજ નિરાંતે ફૂલો લેવા માંડ્યાં. માળીની તેને કોઈ રોકટોક નહોતી.

રૂપવતીની શ્રદ્ધા ફળી. એક યુવક સાથે રૂપવતીનાં લગ્ન થયાં. રૂપવતી પોતાની વ્યથાથી મૂંઝાતી હતી. લગ્નની પહેલી રાત હતી. તેણે માળીને વચન આપ્યું હતું તે યાદ હતું. તેણે પતિને કહ્યું : 'મેં મારા શિયળના રક્ષણ માટે બગીચાના માળીને વચન આપેલું કે પરણીને પહેલાં હું તારી પાસે આવીશ. પછી જ મારા પતિ સાથે સુખ ભોગવીશ. માટે મને રજા આપો. હું માળી પાસે જઈ આવું. મારા માટે ખોટો વિચાર ન કરશો. મેં આપેલું વચન મને પાળવા માટે રજા આપો.'

પતિ પોતાની પત્નીની સચ્ચાઈ જાણીને ખુશ થયો. તેને થયું કે પોતાની પત્નીને રજા આપવી જોઈએ. તેણે રજા આપી.

રાત સમસમ વીતતી હતી.

રૂપવતી માળી પાસે જવા નીકળી. તેને મનમાં કોઈ ભય નહોતો. પોતાનાં લગ્ન થઈ ગયાં અને પતિ સમજદાર મળ્યો તેની તેને ખુશી થતી હતી. તે મક્કમ પગલે માળીને મળવા નીકળી હતી. એ સમયે રૂપવતીને રસ્તામાં ચોરો મળ્યા.

ચોરોએ રૂપવતીને પકડી.

રૂપવતીનું રૂપ ભલભલાને સંમોહિત કરે તેવું હતું. ચોરોએ કહ્યું : 'અમે તને ઉપાડી જઈશું. અમારી પલ્લીમાં રાખીશું. અમારી પત્ની બનાવીશું.'

રૂપવતી સ્તબ્ધ થઈ ગઈ.

પળવારમાં તો તેને શું કરવું તે સૂઝ્યું નહીં. પછી તેણે સાચું કહી દીધું કે, 'હું માળીને મળવા જાઉં છું. મારી એ પ્રતિજ્ઞા છે. ત્યાં જઈને પાછી આવું પછી તમારે જે કરવું હોય તે કરજો પણ મને જવા દો.' ચોરોએ થોડી વાર વિચાર કર્યો પછી રૂપવતીને જવા દીધી. ચોરો ત્યાં જ રૂપવતીની

રાહ જોઈને બેસી રહ્યા.

રૂપવતી આગળ ચાલી.

આજે તકલીફો જાણે રૂપવતીની પાછળ પડી હતી. રૂપવતીને રસ્તામાં એક રાક્ષસ મળ્યો. રાક્ષસ ભૂખ્યો હતો. તેણે રૂપવતીને જોઈ અને કહ્યું, 'હું ખૂબ ભૂખ્યો થયો છું. હું તને ખાઈ જઈશ.'

રૂપવતીએ સહેજ પણ ડર્યા વિના કહ્યું, 'મારે માળી પાસે જવાની પ્રતિજ્ઞા છે. મને જવા દો. હું પાછી આવું પછી તમારે જે કરવું હોય તે કરજો.'

રાક્ષસે તેને જવા દીધી.

રૂપવતી બગીચામાં માળીના ઘરે પહોંચી. માળી રૂપવતીને જોઈને હરખઘેલો થઈ ગયો. આશ્ચર્યમાં ડૂબી ગયો. તેણે પૂછ્યું, "રૂપવતી, આવી મધરાતે તું અહીંયાં ?"

રૂપવતીએ કહ્યું : "મેં તને વચન આપેલું કે પરણ્યાની પહેલી રાતે મારા પતિ સાથે સુખ ભોગવતાં પહેલાં તને મળવા આવીશ માટે આવી છું. મારું વચન એટલે મારું જીવન એ પાળવા આવી છું."

માળી સ્તબ્ધ થઈ ગયો. એણે પૂછ્યું, "તારા પતિએ તને અહીંયાં આવવાની રજા આપી ?"

રૂપવતી કહે, "મારી પ્રતિજ્ઞા સાચવવા માટે મારા પતિએ રજા આપી."

રૂપવતીની આંખમાં ઝાકળ રમતું હતું. રૂપવતીએ રસ્તામાં ચોરો મળ્યા તથા રાક્ષસ મળ્યો તેની પણ વાત કરી. માળી વિચારમાં ડૂબ્યો : એને થયું કે જે સ્ત્રી પ્રતિજ્ઞાને ખાતર પતિ, ચોર અને રાક્ષસને જીતી શકે તે સ્ત્રી સાથે ખોટું કામ કરવાનો વિચાર કરવો તેના જેવું કોઈ ભયંકર પાપ નથી. તેણે રૂપવતીને બહેન માનીને દક્ષિણાના અગિયાર રૂપિયા આપ્યા અને પ્રેમથી વળાવી. રૂપવતી રાક્ષસ પાસે આવી. રાક્ષસના આશ્ચર્યનો પાર ન રહ્યો. રૂપવતીની વાતનું સત્ય જાણીને રાક્ષસે તેને જવા દીધી. રૂપવતી ચોરો પાસે આવી. ચોરો રૂપવતીની નિર્ભયતા અને પ્રતિજ્ઞાપાલનની દઢતા જોઈને ખુશ થઈ ગયા. એમણે પણ રૂપવતીને જવા દીધી.

ઘરે આવીને રૂપવતીએ પોતાના પતિને સંપૂર્ણ વાત કરી. તેનો પતિ રૂપવતીના ગુણો જોઈને ખૂબ રાજી થયો. તેને ખૂબ પ્રેમ કરવા લાગ્યો. અભયકુમારે આ વાર્તા કહીને લોકોને પૂછ્યું, 'હે નગરજનો હું તમને પૂછું છું કે રૂપવતીનો પતિ, ચોર, રાક્ષસ અને માળી આ ચારમાંથી કોણ મહાન

છે તે કહો.'

એક વણિક બોલ્યો, 'રૂપવતીનો પતિ શ્રેષ્ઠ છે.'

એક બ્રાહ્મણ બોલ્યો, 'રાક્ષસ શ્રેષ્ઠ છે.'

એક ક્ષત્રિય બોલ્યો, 'માળી શ્રેષ્ઠ છે.'

એક ચંડાળ બોલ્યો, 'ચોર શ્રેષ્ઠ છે.'

ચાલાક અભયકુમારે ચંડાળને પકડી લીધો. તેને રાજા સામે ઊભો કરી કહ્યું, 'હે રાજન, આ છે કેરીનો ચોર!'

રાજા શ્રેણિકે પૂછ્યું, 'તેં કેરીઓ ચોરી છે?'

ચંડાળે કહ્યું, 'જી.'

'તેં ચોરી શા માટે કરી?'

ચંડાળે કહ્યું, "મારી પત્નીને પ્રસન્ન રાખવા માટે."

રાજાએ કહ્યું, 'તેં આંબાની ડાળ પરથી કેરી કેવી રીતે ઉતારી, કેમ કે આંબાની ડાળ તો ઊંચી હતી?'

ચંડાળ કહે, 'હે રાજન, મારી પાસે બે વિદ્યાઓ છે. એક વિદ્યાથી કોઈ પણ વસ્તુ નીચી આવે. બીજી વિદ્યાથી એ વસ્તુ ઊંચે જાય. એ વિદ્યાનું નામ છે 'અવનામિની' અને 'ઉન્નામિની.' આ વિદ્યાનો પ્રયોગ કરીને મેં ડાળ ઉપરથી કેરીઓ ઉતારી હતી.'

રાજા શ્રેણીક ચંડાળની સત્ય બોલવાની ટેવ જોઈને પ્રસન્ન થઈ ગયા. તેણે કહ્યું, 'હું તારી સચ્ચાઈથી રાજી થયો છું પણ મને તારી બે વિદ્યા શીખવ તો તને સજા કર્યા વિના છોડી દઉં.'

ચંડાળે હામી ભણી.

રાજા સિંહાસન પર બેઠા હતા. ચંડાળ રાજાની સામે જમીન પર ઊભો હતો. ચંડાળે રાજાને વિદ્યા શીખવવાની શરૂઆત કરી. મંત્રો બોલવા માંડ્યા. મંત્રો કેવી રીતે બોલાય અને શું વિધિ કરવાની એ કહેવા માંડ્યું. ચંડાળે પ્રયોગ કરીને બતાવ્યો. રાજા શ્રેણિકે ચંડાળે કહ્યું તેમ કરવા માંડ્યું. પરંતુ રાજા શ્રેણિકને એ વિદ્યા ન ફળી. રાજા શ્રેણિક કહે, 'તું ખોટું બોલી રહ્યો છે. તું વિદ્યા બરાબર મને શિખવાડતો નથી.'

ચંડાળ કહે, 'રાજન, ક્ષમા કરો તો એક વાત કહું?'

રાજા શ્રેણિક તેની સામે જોઈ રહ્યા.

ચંડાળ કહે, 'રાજન, વિદ્યા હંમેશાં વિનયથી પ્રાપ્ત થાય. આપ જ્યારે

મારી પાસે વિદ્યા શીખો છો ત્યારે શિષ્ય છો અને હું શીખવું છું ત્યારે ગુરુના પદે છું પણ આપ સિંહાસન પર બેઠા છો અને હું જમીન પર ઊભો છું! આ રીતે તો વિદ્યા કેવી રીતે પ્રાપ્ત થાય?'

રાજા શ્રેણિક પોતાની ભૂલ સમજ્યા. એ શરમિંદા થઈ ગયા. રાજા સિંહાસન પરથી નીચે ઊતરીને જમીન પર બેઠા. ચંડાળને સિંહાસન પર બેસાડ્યો. ચંડાળે રાજાને બંને વિદ્યાઓ શિખવાડી.

રાજાને વિદ્યા ફળી.

એ દિવસે ચંડાળ રાજાનો વિદ્યાગુરુ બની ગયો!

પ્રભાવના

ગુરુનો મહિમા અપાર છે.

ગુરુપદનું મહત્ત્વ અપરંપાર છે. જેટલી શ્રદ્ધા ગુરુપદ સાથે જોડીએ તેટલી ઓછી છે.

મનુષ્યજીવનની કેટલી કિંમત છે તે તમે જાણતા નથી. મનુષ્યજીવનનો મહિમા દરેક ધર્મમાં ગવાયો છે. ઉત્તરાધ્યયન સૂત્રમાં માનવ ભવને દુર્લભ કહ્યો છે.

જે શક્યતા નરકના જીવનમાં નથી, તિર્યંચના જીવનમાં નથી, અરે! દેવના જીવનમાં નથી તે શક્યતા મનુષ્યજીવનમાં છે. મનુષ્યજીવન દ્વારા જ મોક્ષમાં જઈ શકાય છે. મનુષ્યજીવનની આવી અણમોલ કિંમત છે.

માનવીમાંથી મોક્ષગામી બનવા માટે સદ્ગુરુની કૃપા જોઈએ. સામાન્ય માનવીમાંથી સદ્ગુણી બનવા માટે સદ્ગુરુની કૃપા જોઈએ. ભગવાનનો ભેટો થાય તે માટે સદ્ગુરુની કૃપા જોઈએ.

૨૮

રાજુલ અને રથનેમિ : ત્યાગના પંથનાં પ્રવાસીઓ

સાત-સાત સમુદ્રો છલકાઈ રહ્યા હોય, સરિતાઓ મહાસમંદરમાં સમાઈ જવા માટે મદભર માનુની જેમ નાચી રહી હોય, કૂવા-નવાણ માતાના અમૃતકુંભની જેમ ઊભરાઈ રહ્યાં હોય તેવી મોસમ વર્તાતી હતી. અને તેવે ટાણે, રાજુલરાણી જાણે આજન્મ તરસી નાર હોય તેમ, વિરહમાં તરફડિયાં મારતી હતી !

રાજુલરાણી અનંત વિરહભોક્તા નારી હતી.

અંતરની પ્યાસ બુઝાવવા માટે ઓષ્ઠ પર્યંત આવેલો પ્યાલો જાણે કોઈએ ખૂંચવી લીધો હોય અને તરફડાટ નિઃસીમ બની જાય એમ, રાજુલ પ્યાસી વેદનાથી તરફડતી હતી. એનો આર્તનાદ અંતરની અતલ ગહરાઈમાંથી પ્રકટતો હતો.

એ કાળા ઘોડાનો અસવાર ! રાજકુમાર નેમિનાથ હાથે મીંઢળ બાંધીને, માથે મુકુટ પહેરીને આવેલા, પણ જાણે દર્શન દેવા જ આવ્યા હોય એમ જ આવેલા ! એ તો એકાએક વીતરાગના માર્ગે ચાલી નીકળ્યા – ગિરનારના વાસી બની ગયા : રાજુલ વિરહની વેદનાથી અકળાતી, મૂરઝાતી અને તરફડિયાં મારતી રહી ગઈ – એકલી, અટૂલી, એની વેદનાને સીમા નહોતી !

પણ વાહ રાજુલ નાર ! એવી ભીષણ

વેદનાની પળોમાંય એનું અંતઃકરણ તો પોતાની સ્થિતિ કરતાંય પોતાને મૂકીને ચાલી ગયેલા નાથની ચિંતામાં શેકાતું હતું.

રાજુલ ગિરનાર ભણી નિહાળતી અને વિચારતી : એ તો વૈભવી મહાલયના મહાલનારા હતા, એ આવાં આકરાં તપ શેં જીરવી શકશે? ઓહ ! આ ગ્રીષ્મના તાપ અને શીતની ઠંડી એમનાથી શેં સહેવાશે ? માર્ગના કંટક અને કંકર એમનાથી શેં સહેવાશે ? આ ચિંતામાં રાજુલ અડધી-અડધી થઈ જતી. એના હૃદયમાં એક છાનું રુદન સતત ગુંજ્યા કરતું.

આમ વિરહની આગમાં તરફડતી રાજુલ રાજમહેલના ઝરૂખે બેઠી છે. ગિરનાર ભણી એની દૃષ્ટિ છે. ઊંચેરા ગઢ ગિરનાર પરથી એ શામળિયો નેમિનાથ ક્યારે તેડાં મોકલે એની એને ઝંખના છે : એવે ટાણે રાજસેવિકાઓ ત્યાં આવી ચડી.

'બહેન !'

રાજુલ ચમકી. એણે જોયું તો પોતાની પ્રિય દાસીઓ હતી. રાજુલે પૂછ્યું : 'શું કહે છે ?'

'આ વસ્ત્રાભૂષણો...' એક દાસીએ કહ્યું.

'અને આ મિષ્ટાન્ન થાળ..' બીજી દાસીએ કહ્યું.

'અને આ નવલખો હાર...' ત્રીજી દાસીએ કહ્યું. નયન પ્રસન્ન બની જાય તેવો એ નવલખો હાર હતો... દાસીએ રાજુલના રૂપાળા કંઠમાં પહેરાવી દીધો. 'આ બધું આપના માટે છે !'

'ઓહ, પણ આ બધું શું છે ?' રાજુલ જાણે અકળાઈ ઊઠી હોય તેમ બોલી : 'શેની છે આટલી બધી ભેટસોગાદો ! કોણે મોકલાવેલ છે, એ તો કહો.'

'તમારા દિયર રથનેમિએ આ સઘળું મોકલ્યું છે.'

'એમ ! રથનેમિએ મોકલ્યું છે ?'

'જી.'

રાજુલે એ સ્વીકાર્યું. એના અંતરમાં આનંદ છવાયો. કેવો મમતાળુ અને સ્નેહાળ દિયર છે ! જ્યારથી ભગવાન નેમિનાથ વનવાસી બન્યા, ત્યારથી એ પોતાનું ધ્યાન રાખે છે. રથનેમિનું વર્તન પ્રસન્નતાદાયી છે. એનામાં નમ્રતા છે. વિવેક છે અને સૌજન્ય છે. પાછો નરબંકો રાજકુમાર છે ! એના ધનુષની પણછમાં સિંહને નાથવાની શક્તિ છે, એના બાહુબળમાં નરવીરોને હરાવવાની તાકાત છે. પરંતુ મારા માટે તો એ સ્નેહ રાખે છે – રાજુલને

થયું. એના અંતરમાં નિર્મળ આનંદનો વાયુ વાઈ રહ્યો.

એ વાતને કેટલાક દિવસો પસાર થઈ ગયા. એક દિવસ રાજુલ એકલી ઝરૂખે બેઠી છે. નેમિનાથના વિચારો જ એને આવ્યા કરે છે. મનમાં સહેજે આનંદ નથી. ત્યાં જ અચાનક એની નજર ચુપકીદીથી પોતાની સમીપ આવેલા રથનેમિ પર પડી.

રાજુલ એને દિવસો પછી જોતી હતી.

પોતાના માટે ભેટ મોકલનાર દિયરને જોઈને રાજુલને ખુશી ઊપજી, સ્નેહ થયો. કિંતુ રથનેમિના મુખ પર નિરાળા ભાવ જોઈને રાજુલ ખચકાઈ. આ હંમેશનો રથનેમિ નહિ!

સ્ત્રીની આંખમાં દર્પણ હોય છે, એમાં પુરુષના અંતરના ભાવનું પ્રતિબિંબ ઝિલાયા વિના રહેતું નથી.

રથનેમિ રાજુલની સન્મુખ આવીને ઊભો રહ્યો :

'રાજુલભાભી!'

'આવો.'

રથનેમિ કશુંક કહેવા ગયો અને ખચકાયો. એ રાજુલને અપલક નિહાળી રહ્યો. એ અદ્ભુત રૂપાંગના હતી. મુખ પર લહેરાતી જાજરમાન નારીની ચમક, નેત્રોમાં છલકાતી મહાન સ્ત્રીની છબિ અને વાણીમાં મહોરતી અનોખી દીપ્તિ. રાજુલ અનોખી હતી. એની મૃદુ વાણી પ્રકટતી ને જાણે મોતી ઝરતાં, એ ચાલતી ને જાણે કુમકુમનાં પગલાં રચાતાં! રાજુલ સાથે વાર્તાલાપ કરવો એ આસાન નહોતું. કિંતુ રથનેમિ પણ અનોખું વ્યક્તિત્વ ધરાવતો હતો. એ આજાનબાહુ શૂરવીર હતો. એના વર્તનમાં સૌજન્ય રહેતું, પણ એની વાણી એક સૈનિકની હતી. એ કદી પાછો ન પડતો. પરંતુ એ રાજુલથી અભિભૂત હતો.

રથનેમિ રાજુલના રૂપ પર ફિદા હતો. એને પળપળ રાજુલ સ્મરણે ચઢતી હતી. એને થતું હતું કે રાજુલનું સર્જન પોતાના માટે થયું છે. અંતરથી એ જળ બિન મીન જેવી સ્થિતિ શ્વસી રહ્યો.

આજે એ કંઈક કહેવા આવ્યો હતો. કિંતુ રાજુલનાં નેત્રોની જ્યોતિ નિહાળીને એ ખમચાયો :

'તમે કંઈક કહેવા આવ્યા છો?' રાજુલે પૂછ્યું.

'હા.'

'તો કહોને !' રાજુલ મીઠું હસી : 'કેમ મૌન થઈ ગયા ?' 'રાજુલભાભી ! મોટા ભાઈ તો સંસારત્યાગ કરીને ગિરનારના પંથે ચાલી નીકળ્યા...'

'મને એમના જ વિચારો રાત-દિવસ સતાવે છે, રથનેમિ ! એ શાતામાં તો હશેને ?!'

'મને પણ એવું જ થાય છે, કિંતુ...'

'ઓહ, વળી તમે કેમ અટક્યા ?'

'મને એમના કરતાં તમારા વિચારો વધુ આવે છે...'

'મારા ?' રાજુલ ગંભીર બની ગઈ.

'હા.' રથનેમિ પણ ગંભીર હતો.

'શા માટે ?'

'કહું ?'

'કહોને, એમાં વળી પૂછવાનું શું ?' રાજુલને મૂંઝવણ થતી હતી. મહાલયના એ ખંડમાં નીરવ શાંતિ હતી. ત્યાં રાજુલ અને રથનેમિ સિવાય કોઈ નહોતું.

'મને એમ થાય છે કે...' રથનેમિએ કહ્યું. 'એ તો ગયા પણ હવે તમારું શું ? આ સુંદર જુવાની, ઇન્દ્રની અપ્સરાને પણ ઝાંખપ પમાડે તેવી લાવણ્યમય દેહલતા, અને સૌને મંત્રમુગ્ધ કરે તેવાં તમારાં મનોહર નયનો. ભાભી ! આ બધું, અરણ્યમાં ભૂલી પડેલી કોઈ સરિતાની માફક નિરર્થક થતું જોઈને મને કંઈ-કંઈ વેદના થાય છે ! શા માટે વેડફો છો તમારી આ યૌવનસમૃદ્ધિને !'

'એટલે ?' રાજુલ અવાક્ બની ગઈ.

'એટલે એ જુવાનીનો સ્વામી હું...'

'રથનેમિ ! રથનેમિ ! તમે શું બોલી રહ્યા છો તેનું તમને ભાન છે ?'

'હા, મને સંપૂર્ણ ભાન છે અને ભાનના અમલ માટે આ રથનેમિ તમારા વેરણછેરણ થઈ રહેલા સૌંદર્યના જતન માટે તમારી પાસે આવ્યો છે !'

'રથનેમિકુમાર ! આવતી કાલે મારા આવાસે પધારજો અને ભોજન પણ ત્યાં જ લેજો.'

રાજુલના શબ્દો સાંભળીને રથનેમિ મનોમન હસ્યો. એ વિજયી યોદ્ધાની માફક મલકાતો-મલકાતો પોતાના મહેલ ભણી ચાલી નીકળ્યો.

બીજા દિવસે એ સમયસર આવી પહોંચ્યો.

રાજુલે તેને ભોજનખંડમાં દોર્યો.

રથનેમિ એક સોનાના પાટલા પર બેઠો. સામે ઢાંકેલો ભોજનનો થાળ હતો. રાજુલે એના પરથી આચ્છાદાન ઉઠાવ્યું ને ખંડમાં દુર્ગંધ પ્રસરી ગઈ.

'આ શું?'

'મારો વમેલો આહાર!'

'રાજુલભાભી!'

રાજુલ અડગ ઊભી હતી. 'અકળાવ નહિ, રાજકુમાર! આ મારો વમેલો આહાર છે. આરોગો!'

'શું બોલો છો તેનું...'

રાજુલના બોલમાં વિશ્વાસ હતો. 'હા, મને સંપૂર્ણ ભાન છે. તમારા ભાઈની હું પત્ની છું, એમણે ત્યજી દીધેલી – જો વમેલો આહાર ભાવતો ન હોય તો રાજકુમાર! ત્યજી દીધેલી સ્ત્રી કેમ ગમી? એ બેમાં કોઈ ફરક નથી...'

'ભાભી!'

'સાંભળો રથનેમિ! તમારા મોટા ભાઈની પત્ની એટલે તમારા માતા સમાન ગણાઉં. મા અને પુત્ર વચ્ચે કદી ઉપભોગની કલ્પના સંભવે ખરી કે? રથનેમિ, આ વાત કહેવા જ મેં તમને ભોજનાર્થે આમંત્રણ આપેલું...'

રાજુલનાં નેત્રોમાં ઝળઝળિયાં આવી ગયાં.

રથનેમિ તો એ વેણ સાંભળી અવાક્ બની ગયો, ચિત્રમાં આકારેલા પૂતળાની જેમ! પણ રાજુલના દેહમાં તો જાણે જ્ઞાનદીપ પ્રગટ્યો હોય તેમ તેનું તન તેજવંતું બની ગયું અને એ જ વખતે તે રાજવૈભવની આળપંપાળ છોડી વૈરાગ્યના પંથે ચાલી નીકળી.

અને ગિરનારના વાસી નેમિનાથ પાસે આટલું જ વરદાન માગ્યું : 'ભવોભવનાં બંધન કપાય તેવી કલ્યાણકારી દીક્ષા મને આપો, નાથ! ત્યાગના એ પાવન પંથે રથનેમિ પણ પાછળ જ ચાલ્યા આવતા હતા!

પ્રભાવના

ઉદારતા જરૂર કેળવો, ઉડાઉ ન બનો. કરકસર જરૂર કેળવો, કંજૂસ ન બનો. ઉદાર વ્યક્તિ કરકસર, બચત કરે ત્યારે પણ પોતાનું ભવિષ્ય સુરક્ષિત તો કરે જ છે, બીજાને સહાયક પણ બને છે. જે બીજાનું સારું કરે તેનું સદાય સારું જ થાય છે.

૨૯

અનાર્ય દેશમાંથી આવેલા રાજકુમાર આર્દ્ર કેવળજ્ઞાન પામ્યા !

ઐશ્વર્યથી આચ્છાદિત મહાનગર રાજગૃહી આંતરબાહ્ય સમૃદ્ધિથી ઊભરાતું હતું.

નરકેસરી શ્રેણિક ત્યાં મહારાજ હતા. મહામના અભયકુમાર ત્યાં મંત્રીશ્વર હતા. રાજગૃહીની બાહ્ય સિદ્ધિ આ ધૂરીણોએ છલકાવી દીધી હતી.

તો રાજગૃહીની આંતરઋદ્ધિ છલકાવનાર હતા શ્રમણ મહાવીર. હિમાલયશી શાંત મુદ્રા અને ગંગાશી પવિત્ર વાણીથી એમણે સૌના ભીતર ગુણા છલકાવ્યા હતા.

શ્રમણ વર્ધમાનસ્વામી રાજગૃહમાં પધારે એટલે ધરતી અને આકાશ, વૃક્ષ અને પવન, માનવી અને પ્રાણી. સૌનાં ચિત્ત ઝંકૃત થઈ ઊઠે. લોકો કહેતા કે જ્યાં મહાવીરનાં ચરણ સ્પર્શે છે ત્યાં દુ:ખ નાસી જાય છે, વિપત્તિ વિનાશ પામે છે, સુખ વધે છે, સંપત્તિ આવી મળે છે.

નગર નરેશ સેણિયબિંબિસાર શ્રમણ મહાવીર અને શ્રમણ-શ્રમણીઓના નિર્મળ અને તપોમય જીવનના પરમ આશક. મહાદેવી ચિલ્લાણા તો શ્રમણીઓનાં સખી બનીને જીવનઘડતર કરનારાં હતાં. શ્રમણીઓના સહવાસમાં રહીને એમણે મહાવીરની દિવ્યવાણી મુખસ્થ કરવા માંડી હતી.

મંત્રીશ્વર અભયકુમારની તો વાત જ નિરાળી, ભલા !

પરમ બુદ્ધિમાન એ માનવી છલકાતા ગુણોના સાગર જેવો હતો. શ્રમણ મહાવીરની પ્રથમ દેશના એમણે મગધના મહામંત્રી બન્યા પછી જેવી સાંભળી કે તત્ક્ષણ એમણે પ્રતિજ્ઞા લીધી.

– મગધનરેશનું પદ નહિ સ્વીકારું.

– આજીવન બ્રહ્મચર્ય પાલન કરીશ.

– દેહની લીલા સમેટતાં પહેલાં સંયમથી જીવન શોભાવીશ.

અભયકુમાર એટલે ઇતિહાસના કાળપિંડમાં પોતાના સદ્‌ગુણોથી ઊભરાતું વ્યક્તિત્વ. એમણે જીવનકાળ દરમિયાન મગધમાં અનેક બુદ્ધિના ચમત્કારો સર્જ્યા અને પોતાના સમગ્ર રાજશાસનમાં એક પણ યુદ્ધ ખેલ્યા વિના મગધને અજેય રાખ્યું.

એવા અભયકુમાર આજે વિસ્મયથી આકાશને નિહાળતા હતા.

સંગેમરમરના રાજમહેલના ગવાક્ષમાં એ બેઠા હતા. આકાશમાં સૂર્યની સવારી આવી પહોંચવાની થોડીક જ વેળા શેષ હતી. એમણે રાતભર આજે જે શ્રવણ કર્યું હતું તે એવું તો અદ્‌ભુત હતું કે નિદ્રારાણી નયનના ગોખલે પ્રવેશે એ સંભવ જ નહોતું.

કેવું બન્યું, ગત સંધ્યા ઢળતી હતી ત્યારે.

મંત્રી રાજસભામાંથી પાછા વળ્યા ત્યારે અજબ ખબર મળી. રાજગૃહીનો રાજહસ્તી ગાંડો થઈને શહેર બહાર ભાગ્યો છે. મંત્રી અભયકુમારે રથને તત્ક્ષણ તે દિશામાં લીધો, ત્યાં વળી ખબર મળી કે કોઈ મુનિ પોતાના વિશાળ શિષ્યસમુદાય સાથે આવી રહ્યા હતા ને તેમણે કશોક મંત્ર ઉચ્ચારીને હાથીને શાંત કરી દીધો છે.

મંત્રી અભયકુમારને અચરજ થયું : કોણ હશે એ મુનિજન ?

અભયકુમાર એ મુનિ સન્મુખ પહોંચ્યા.

શાંત અને ગંભીર મુદ્રા. આકાશને જીતવાની મોહિની સર્જતું મુખ પર પ્રસન્ન હાસ્ય ને વરદાનની મુદ્રામાં છલકાતો હાથ. એ શ્વેત વસ્ત્રધારી સાધુની આ બાહ્ય ગરિમા હતી. અભયકુમારે એમને પ્રણામ કર્યા.

'ધર્મલાભ.' મુનિએ કહ્યું. એ અપલક જોતા હતા.

'આપે કૃપા કરી, મુનિવર !' અભયકુમારે ભાવથી હસ્તદ્વય જોડેલા રાખ્યા. 'હાથીને વશ કરીને સૌને અભય આપ્યું.'

મુનિ શાંત ઊભા હતા. એમનો શિષ્ય સમુદાય શાંત ઊભો હતો.

'મુનિજી, હાથીને વશ કરવો સહેલો નથી, હું જાણું છું. આપે શી રીતે કર્યું હશે તે ?'

'ભંતે !' મુનિ સ્વસ્થ વાણીમાં કહેતા હતા : 'હાથીને વશ કરવો ન કઠિન છે, ન મુશ્કેલ. જીવનના હાથીને વશ કરવો ન સહેલો છે, ન સરળ. હું જાણું છું મંત્રીશ્વર ! તમે મારા જીવનના પાગલ હાથીને નાથવામાં નિમિત્ત છો !'

'હે !' અભયકુમાર અચરજથી ઊભરાતા હતા.

'જી.'

'પણ, મને આપનો પરિચય સ્મરણે ચડતો નથી.'

'એ સાચું છે.' મુનિના મુખ પર ગાંભીર્ય વધ્યું : 'આપણે કદી મળ્યા જ નથી, મંત્રીશ્વર !'

'ઓહ !' અભયકુમારે વિનંતી કરી : 'કોયડાની ભાષામાં ન વદો, પૂજ્યવર ! સત્યકથા કહો.'

મુનિ હસ્યા : 'માત્ર સત્યકથા જ નહિ, મારી જીવનકથા કહીશ, ભાઈ ! રાત્રીમાં આકાશમાં ટમટમતા નક્ષત્રની એ કથા છે, પણ દિવસના સૂરજ જેવા શ્રમણશ્રેષ્ઠ મહાવીર પાસે પહોંચવાની એમાં તડપન છે. એ કથા સાંભળીને મને ત્યાં પહોંચાડશો ?'

અભયકુમારની આંખમાં વિનમ્રતા છવાઈ : 'મુનિજી, એ તો પ્રભુ છે. પ્રભુ પાસે પહોંચાડનાર હું કોણ ? આપના સાંનિધ્યમાં હું તેઓ પાસે વંદનાર્થે જરૂર આવીશ. આજકાલ તેઓ રાજગૃહીમાં જ છે.'

'હું જાણું છું એથી તો અહીં આવ્યો છું.'

'મંત્રીશ્વર, માથે સૂરજ ઢળે છે, આપણે ક્યાંક બેસીને વાત કરીએ તો ? કદાચ એમ બને કે વાત પૂર્ણ થાય ત્યારે રાત્રી પણ પૂર્ણ થવા આવી હોય !'

વૈભારગિરિના પહાડોની તળેટીમાં મુનીશ્વર અને મંત્રીશ્વર બેઠા. આકાશમાં ચંદ્રોદય થયા ત્યારે મુનિવરે પોતાની વાત માંડી. સંસારના ક્લેશ ટળે ને આત્માના સુખનો સૂર્યોદય થાય એવી વાર્તા હતી :

જ્યાં શ્રદ્ધાના અમી સુકાઈ ગયાં છે તેવો એ દેશ છે, સૌ તેને અનાર્ય દેશ કહે છે. એ દેશનો રાજા ધનુર્ધર છે ને વળી પ્રજાપ્રિય છે. એને એક પુત્ર છે. પુત્રનું નામ આર્દ્રકુમાર.

હૈયાની મધુરપથી સૌને આર્દ્ર કરે તેવો એ રાજકુમાર છે. રાજકારણના

રંગે હજી એ રંગાયો નથી ત્યાં એને એક મિત્ર મળ્યો, અભયકુમાર. મગધનો એ મહામંત્રી છે.

રાજવાર્તાના નિમિત્તે બંને મિત્રો બનેલા. આભિજાત્ય શાલિનતાના સ્વામી અભયકુમારને હંમેશાં થાય કે મારા મિત્રનું હું શુભ કરું. તો હું મિત્ર સાચો. એમણે મગધના શ્રેષ્ઠીઓને એક સુવર્ણમઢી ચંદન કાષ્ઠની પેટી સોંપીને કહ્યું કે આ આર્દ્રકુમારને પહોંચાડજો. આ પેટી સોંપીને આર્દ્રકુમારને કહેજો કે પોતાના અંગત ભવનમાં એ ખોલે.

આર્દ્રકુમારને એ અનોખી પેટી મળી ત્યારે એના ચિત્તાકાશમાં સુખની સુગંધ છલકાઈ. એ તત્ક્ષણ અંગત ખંડમાં પહોંચ્યો. એને આશ્ચર્ય થતું હતું કે એ પેટીમાં શું હશે ?

એણે પેટી ખોલી.

એ સ્તબ્ધ બની ગયો. એને ન સમજાયું કે આ શું છે ! એણે વારંવાર નિહાળ્યા કર્યું. એની ભીતર મૂંઝવણનો અંત નહોતો. એ વ્યથામાં બેહોશ થઈ ગયો.

ગવાક્ષની વાટે વહી આવતી પવનની પાતળી સવારીએ જેને જાગ્રત કર્યો ત્યારે એ અનોખા અનુભવમાંથી બહાર આવ્યો હતો. એને જાતિસ્મરણ જ્ઞાન થયું. એને પોતાનો ભૂતકાળ સાંભરી આવ્યો હતો. એને પેટીમાં રહેલી ભેટની ઓળખાણ પડી હતી.

એ જિન પ્રતિમા હતી !

આર્દ્રકુમારને યાદ આવ્યું કે પૂર્વે પોતે ગત જન્મમાં દીક્ષા લીધેલી. ચારિત્ર્યની સાધનામાં એણે પગરણ માંડ્યા ત્યારે પત્નીએ પણ દીક્ષા લીધેલી – એનું નામ બિંદુમતી. પોતાનું નામ સામયિક. પરંતુ એ દીક્ષામાં મોહનાં બીજ વવાયાં. ચારિત્ર્યની સાધના નિર્મળ ન રહી.

ચારિત્ર્યના પુણ્યથી માનવદેહ મળ્યો પણ મોહના વાવેતરથી જે કર્મ સર્જાયું તેણે અનાર્ય દેશમાં મૂક્યો. આર્દ્રકુમારને થયું કે પોતે તત્ક્ષણ આર્યદેશમાં જવું જોઈએ, પુનઃ ચારિત્ર્ય લેવું જોઈએ.

આર્દ્રકુમારના ચકોર પિતાની આંખે પુત્રના માનસિક ફેરફાર નોંધ્યો. એમણે પુત્રની રક્ષા માટે પાંચસો સુભટો મૂક્યા. કિંતુ આર્દ્રકુમારની ભાવના પ્રબળ હતી. એ આર્યદેશમાં નાસી છૂટ્યો. પોતાના જ હાથે એણે શ્રમણનો વેશ પહેર્યો !

પરંતુ આશ્ચર્ય ક્યારેક કેડો નથી મૂકતું. આર્દ્રકુમારે દીક્ષા લીધી ત્યારે આકાશમાં ઘોષણા થઈ : 'દીક્ષા લેવાની ઉતાવળ ન કરો, હજી વાર છે!' પરંતુ મુનિ બનેલા આર્દ્રકુમારે એ ગણકાર્યું નહિ.

એમણે એકાકી વિહાર આદર્યો.

તપસ્વી એમની કાયા છે. સાધના એમના જીવનમાં પ્રકટી છે. અંતરની સરળતા અકબંધ રાખીને તેઓ વિહરે છે.

એકદા મુનિ આર્દ્રકુમાર વસંતપુરમાં પધાર્યા.

વસંતપુરમાં નગર બહાર રહેલા સુંદર ઉદ્યાનમાં તેમણે ધ્યાન શરૂ કર્યું. આમ્રકુંજમાં વિલસતી સૌરભ એમના ધ્યાનને પુરસ્કાર કરી રહી.

એ ઉદ્યાનમાં, એવે વખતે રૂપના આકાશ જેવી શ્રીમતી પોતાની સખીઓ સાથે ક્રીડા કરતી હતી.

સુંદર આંખો, નાજુક દેહ અને મધુર વાણીની સ્વામિની જેવી શ્રીમતીનો દાવ હતો. એ આંખે પાટા બાંધીને દોડતી હતી. એણે અણધાર્યા એક ઝાડને પકડી લીધું ને બૂમ પાડી : 'આ મારો વર!'

પણ રે! એ તો ધ્યાની મુનિના પગ હતા!

સખીઓ હસી પડી.

શ્રીમતીએ આંખનો પાટો ખોલ્યો ત્યારે મૂંઝાઈ ગઈ. સખીઓએ કહ્યું : 'આ તો જૈન મુનિ છે! એ તારા વર થશે કે?'

શ્રીમતી રડી પડી. એણે ટૂંકો જવાબ વાળ્યો : 'હા.'

કિંતુ એટલી વારમાં તો મુનિ ચાલી નીકળ્યા. શ્રીમતી એમની પ્રતીક્ષા કરતી રહી. એકદા મુનિ એ નગરમાં પુનઃ આવ્યા ત્યારે શ્રીમતીએ ઓળખી લીધા. શ્રીમતીએ એટલું જ કહ્યું :

'સ્વામી! ઉદ્યાનમાં નિહાળ્યા ત્યારથી પ્રતીક્ષા કરું છું. હવે મને સ્વીકારો.'

મુનિએ શ્રીમતી ભણી જોયું. એ તારામૈત્રકમાં પ્રેમનાં બંધન હતાં. એમને માટે લાગણીઓના એ કાચા તંતુ તોડવા અસહ્ય હતા, વજ્ર કરતાં એ મજબૂત હતા. આર્દ્રકુમારે શ્રીમતીને સ્વીકારી. એના ભવ્ય આવાસમાં સુખનો સૂરજ ઊગ્યો. શ્રીમતીને એક પુત્ર થયો.

વખત વીતતાં શી વાર લાગે છે?

આર્દ્રકુમારે એક વખત શ્રીમતીને કહ્યું કે પોતે હવે સંયમ સ્વીકારવા માંગે છે. શ્રીમતી રડી રહી. એણે કહ્યું કે : 'કુમાર, તમે મારા જન્મજન્માંતરનાં

સ્વામી છો. હું તમારી જન્મજન્મની દાસી છું. આપણે જન્મજન્મનાં સાથી છીએ. તમે ન જાઓ. સ્વામી, કૃપયા રહી જાઓ.'

આર્દ્રકુમાર અને શ્રીમતીના સ્નેહના સાક્ષાત્કાર જેવો એમનો પુત્ર પોતાની માતાને અશ્રુ સારતી જોઈને વિહ્વળ બની ગયો. એ ક્યાંકથી સૂતરના તાર લાવીને આર્દ્રકુમારને પગે વીંટાળવા માંડ્યો. થોડીક પળો પછી એણે શ્રીમતીને કહ્યું : 'મા, હવે મારા પિતા નહીં જાય. જો, મેં તેમના પગ બાંધી દીધા છે.'

બંને હસી પડ્યાં.

આર્દ્રકુમારે એ તાર ગણ્યા. બરાબર બાર હતા એ. એમને લાગ્યું કે તારના બંધન જેટલાં વર્ષ હજી વીતશે.

એમ જ થયું.

બાર વર્ષ પછી એ સંયમ લઈને નીકળી પડ્યા ત્યારે રાહમાં પિતાએ પોતાની સુરક્ષા માટે મૂકેલા પાંચસો સુભટો મળ્યા. એ સૌ રાજકુમારને શોધતા હતા, ચોર બનીને જીવતા હતા. મુનિએ એમને ઉપદેશ આપીને દીક્ષિત કર્યા. રસમય વાર્તાના વહેણમાં સૌ તન્મય હતા ત્યારે આકાશમાં રાતનો ચંદ્રોદય મધ્યાવકાશે હતો. વૈભારગિરિની તળેટીમાં એક મુનિના જીવનની કથામાં રમમાણ બનેલા મંત્રી અભયકુમાર મુનિરાજને અનિમિષ નિહાળતા હતા ત્યાં મુનિ મૌન બની ગયા.

અભયકુમાર વિસ્મયથી સભર હતા. 'ઓહ! તમે મૌન કેમ બની ગયા? એ આર્દ્રકુમાર મુનિ, જેઓ મારા મિત્ર હતા, તેઓ અત્યારે ક્યાં છે?' મુનિ હસ્યા : 'મંત્રીશ્વર, એ આર્દ્રકુમાર મુનિ તે હું પોતે! મને પ્રભુ પાસે લઈ જાઓ, મારે એમના વરદ હસ્તે સંયમ સ્વીકારવો છે.'

મંત્રી અભયકુમારની આંખમાં હર્ષાશ્રુ છવાયાં. 'મુનિ આર્દ્રકુમાર આપ પોતે! રે! આપ તરી ગયા, મને ચારિત્ર્ય ક્યારે મળશે?'

મંત્રી અભયકુમારની સંગાથે મુનિ આર્દ્રકુમાર શ્રમણ ભગવાન મહાવીર પાસે પહોંચ્યા.

એમણે સર્વમંગળકારી વિરતિધર્મ સ્વીકાર્યો. સૌ મુનિઓ તેમને અનુસર્યા. સંગેમરમરના રાજમહેલના ગવાક્ષમાં ઊભેલા મંત્રીશ્વર અભયકુમારની આંખમાં વિસ્મય કળા કરતું હતું. એમને થયું, એક જિનપ્રતિમાનાં દર્શન આત્માનો ઉદ્ધાર કરે છે એ જિનશાસનનો મહિમા છે! મને તો પરમાત્મા સ્વયં મળ્યા છે. મારું કલ્યાણ ક્યારે થશે?

એ આકાશભણી તાકી રહ્યા. આકાશમાં સૂરજ ઊગતો હતો. મંત્રી અભયકુમારને થયું કે આ સૂર્યોદય સૂચવે છે કે મારું આત્મશ્રેય જરૂર થશે.

દૂર-સુદૂર મયૂર કળા કરતો હતો, કોયલ ટહુકતી હતી, સરિતાનાં શાંત જળ વહેતાં હતાં.

પ્રભાવના

ફૂટપાથ પર બેઠેલો ભિક્ષુક અને મંદિરમાં પ્રભુ પાસે માંગતો ધાર્મિક : એ બેમાં શો ફરક ?

જે આજ માટે માંગે તે ભિક્ષુક અને જે કાયમ માટે માગે તે ધાર્મિક !

૩૦

જૈન ધર્મના પ્રભાવક ઉવસગ્ગહરં સ્તોત્રનો ચમત્કાર

હૃદયમાં શ્રદ્ધાની જ્યોત ઝળહળે તો ચમત્કાર ક્યાં નથી?

જૈન ધર્મમાં મહાપ્રભાવક શ્રી ઉવસગ્ગહરં સ્તોત્રનો અપાર મહિમા છે. શતાવધાની પં. ધીરજલાલ ટોકરશી શાહના બે અનુભવ તેમના જ શબ્દોમાં માણીએ :

બાર વર્ષની ઉંમરે અમદાવાદના શેઠ ચીમનલાલ છાત્રાલયમાં દાખલ થયા પછી અમને વ્યવસ્થિત ધાર્મિક શિક્ષણ મળવા માંડ્યું, ત્યારે અન્ય સ્તુતિ-સ્તવન-સ્તોત્રોની શિક્ષણમાં બે વસ્તુ મહત્ત્વની હતી : સૂત્રોની ઉચ્ચારશુદ્ધિ અને તેના અર્થનું જ્ઞાન. તેથી અમે આ સૂત્ર શુદ્ધ ઉચ્ચારણપૂર્વક બોલતાં શીખ્યા અને તેમાં કયો વિષય આવે છે? તેનાથી પરિચિત થયા.

આ સ્તોત્ર કેમ રચાયું? તેની માહિતી પછીથી મળી પણ તેણે અમારા મનમાં એવો સંસ્કાર દૃઢ કર્યો કે આ સ્તોત્ર એક ચમત્કારિક સ્તોત્ર છે અને તેની રોજ ગણના કરીએ તો તાવ-તરિયો આવે નહિ તથા શ્રી પાર્શ્વનાથ પ્રભુ સ્વપ્નમાં દર્શન આપે, એટલે રોજ તેની ગણના કરવા માંડી અને એક રાત્રિએ સ્વપ્નમાં શ્રી પાર્શ્વનાથ પ્રભુનાં દર્શન થયાં. તેમાં પેલી પંક્તિઓ આકાર થતી જણાઈ.

"રાતાં જેવાં ફૂલડાં ને શામળ જેવો રંગ;
આજ તારી આંગીનો કંઈ અજબ બન્યો છે રંગ,
પ્યારા પાસજી હો લાલ!
દીનદયાળ! મુને નયણે નિહાળ!"

તેણે આ સ્તોત્ર પ્રત્યે અમારા હૃદયમાં ભારે ભક્તિભાવનો સંચાર કર્યો અને શ્રદ્ધાનો દીવડો પ્રકટાવી દીધો.

ત્યાર પછી ગુરુમુખેથી તેની ધારણા કરી અને વ્યવસાયમાં પડ્યા પછી પણ તેની ગણના ચાલુ રાખી. તેથી અમારી આંતરિક શક્તિઓનો વિકાસ થતો ગયો હોય એમ લાગ્યું. એમ કરતાં એક દિવસ એક પ્રસંગે તેની સહાય લેવાની જરૂર પડી અને તે સહાય તેના તરફથી બરાબર મળી. એ આખી ઘટના અમે પાઠકો સમક્ષ રજૂ કરીએ તો ઉચિત જ લેખાશે. એક દિવસ એક વકીલ મિત્ર મળવા આવ્યા. તેમણે અમને પથારીમાં જોઈ આશ્ચર્ય વ્યક્ત કર્યું. અમને તાવ-તરિયો ભાગ્યે જ આવતો. એકંદર અમારી તબિયત બહુ સારી રહેતી. આથી અમને પથારીમાં જોઈને તેમને આશ્ચર્ય થાય એ સ્વાભાવિક હતું. તેમણે પૂછ્યું : 'કેમ શું છે?'

અમે કહ્યું : 'તાવ આવ્યો છે.'

તેમણે પૂછ્યું : 'કેટલો છે?'

અમે કહ્યું : 'હમણાં માપ્યો હતો. લગભગ ૧૦૪ ડિગ્રી છે.'

તેમણે કહ્યું : 'ત્યારે તો શું બની શકે?'

અમે કહ્યું : 'આપ જે કામે આવ્યા હો તે જણાવો, એમાં સકોચ પામવાનું કારણ નથી.'

તેમણે કહ્યું : 'તમારું ખાસ કામ હતું, પણ આ તબિયત જોયા પછી કહેવાનું દિલ થતું નથી.'

અમે કહ્યું : 'આવી તબિયત બધો વખત થોડી રહેવાની છે?'

તેમણે કહ્યું : 'પણ આજનું જ કામ હતું. અહીં હંસરાજ પ્રાગજી હૉલમાં એક નાનકડું ધર્મસંમેલન ગોઠવ્યું છે. તેમાં હું એક કાર્યકર્તા છું. મેં જૈન ધર્મ ઉપર બોલનાર તરીકે તમારું નામ આપ્યું છે, પણ હવે તમારાથી તો આવી શકાશે નહિ, તો શું કરીશું?'

અમે પૂછ્યું : 'સંમેલન કેટલા વાગે છે?'

તેમણે કહ્યું : 'બપોરના ત્રણ વાગે. પણ જૈન ધર્મ પર બોલવાનું

લગભગ ચાર વાગે આવશે.'

અમે કહ્યું : 'વારું, બરાબર સાડા ત્રણ વાગે તેડવા આવજો. હું જૈન ધર્મ ઉપર બોલીશ.'

આ વખતે બાજુમાં અમારાં ધર્મપત્ની બેઠાં હતાં, તે બોલી ઊઠ્યાં : 'તમે આ શું કહો છો? શરીર તાવથી ધગધગી રહ્યું છે અને તમે સાડાત્રણ વાગ્યે બહાર શી રીતે જઈ શકશો? વળી ત્યાં તો તમારે ભાષણ કરવાનું છે.'

પેલા વકીલ મિત્ર સંકોચ પામ્યા. તેમણે કહ્યું : 'આવી તબિયત છે, માટે આવવાનું રહેવા દો. એ તો ચલાવી લઈશું.'

અમે કહ્યું : 'પણ અત્યારે તમે કોને કહેવા જશો? એનો અર્થ એ જ કે જૈન ધર્મ પર બોલવાનું મુલતવી રહેશે.'

તેમણે કહ્યું : 'હા, લગભગ એમ જ થશે.'

અમે કહ્યું : 'એમ બનવું ન જોઈએ. એ વખતે તાવ અવશ્ય ઊતરી ગયો હશે અને અમે જરૂર આવીશું. સાડાત્રણ વાગે કોઈને પણ તેડવા મોકલશો.'

પેલા મિત્ર રાજી થઈને ગયા. હવે અમે ઉવસગ્ગહરં સ્તોત્રની સહાય લેવા વિચાર્યું. આ વખતે અમે વિષધરસ્ફુલિંગમંત્ર જાણતા ન હતા કે તેનો જાપ કર્યો ન હતો, પણ અમને એવો દૃઢ વિશ્વાસ હતો કે આ સ્તોત્રની ભક્તિભાવથી ગણના કરીશું, એટલે અમારો તાવ ઊતરી જશે અને અમે સમયસર હૉલમાં પહોંચી ભાષણ કરવાને શક્તિમાન થઈશું. પછી અમે ઉવસગ્ગહરં સ્તોત્રની ગણના કરવા માંડી, એટલે ઝડપથી બોલી ગયા, અમે નહિ, તેનો પ્રત્યેક શબ્દ ધ્વનિ ઊઠે એ રીતે ભાવપૂર્વક બોલવા લાગ્યા. અહીં એ પણ જણાવી દઈએ કે જ્યારે અમે આ રીતે થોડી વાર ઉવસગ્ગહરં સ્તોત્ર બોલીએ છીએ, ત્યારે પુરુષાદાનીય શ્રી પાર્શ્વનાથ પ્રભુની અતિસુંદર આકૃતિ અમારા માનસપટ પર અંકિત થઈ જાય છે. અને એમાં અમારી ચિત્તવૃત્તિઓ એકાગ્ર થઈ જાય છે.

આ રીતે સ્તોત્રની પાંચેક વાર ગણના કરી ત્યાં પરસેવો વળવા લાગ્યો અને થોડી વારમાં તાવ તદ્દન ઊતરી ગયો.

પછી અમે કેટલાંક પુસ્તકો જોયા, થોડી નોંધ કરી અને સાડાત્રણ વાગે માણસ તેડવા આવ્યો, તેની સાથે હંસરાજ પ્રાગજી હૉલમાં ગયા. બરાબર ચાર વાગ્યે અમારું 'જૈન ધર્મ' અંગે ભાષણ થયું અને તે પાંત્રીસ મિનિટ

ચાલ્યું. આ ભાષણ અમે ઊભાંઊભાં જ કર્યું હતું.

આ ઘટનાએ અમારા હૃદયમાં ઉવસગ્ગહરં સ્તોત્ર વિશે કેવો ભાવ – કેવો આદર જન્માવ્યો હશે, તેની પાઠકો પોતે જ કલ્પના કરી લે.

આ ઘટના પછી થોડા જ વખતે અમે જ્યોતિ કાર્યાલય નામની અમારી પ્રકાશન સંસ્થાનું જ્યોતિ કાર્યાલય લિમિટેડના રૂપમાં પરિવર્તન કર્યું. તેમાં મહત્ત્વાકાંક્ષી સ્વભાવને લીધે સાથરા કરતાં સોડ લાંબી ખેંચાઈ અને તેથી દ્રવ્યની તંગી ભોગવવાનો વખત આવ્યો. એ વખતે કામ તો નિયમિત અને સારું ચાલતું હતું, પણ વ્યવહાર નભાવવા માટે અમારે ખૂબ કાળજી રાખવી પડતી હતી અને મિત્રો તથા સંબંધી વર્ગની સહાય લેવી પડતી હતી.

તેમાં એક વખત કસોટી આવી પડી. અમારો લખેલો રૂપિયા બે હજારનો ચેક બેંકમાં રજૂ થયો હતો અને તે સ્વીકારાય તે માટે અમારે બેથી ત્રણ કલાકમાં તેટલી રકમ બેંકમાં ભરી દેવાની જરૂર હતી. કાર્યાલય શરૂ થયા પછી વ્યવસ્થાપકે આ બાબતમાં અમારું ધ્યાન ખેંચ્યું, પણ તેનો તાત્કાલિક તોડ નીકળે એમ લાગ્યું નહિ. છેવટે અમે ઉવસગ્ગહરં સ્તોત્રનો આશ્રય લેવા વિચાર કર્યો અને તેનું શ્રદ્ધાપૂર્વક સ્મરણ કરવા માંડ્યું.

એ સ્તોત્રનો સાત વાર પાઠ કર્યા પછી અમે થોડી વિશ્રાંતિ લેવા લાગ્યા. એ વખતે એક તદ્દન અજાણી વ્યક્તિએ અમારા કાર્યાલયમાં પ્રવેશ કર્યો અને અમારું નામ પૂછ્યું. અમે તેનો સત્કાર કર્યો અને બેસવા માટે ખુરશી આપી. તેણે કહ્યું : 'મારે તમારી સાથે એક ખાનગી વાત કરવી છે.' એટલે અમે બંને પાસેના ઓરડામાં ગયા. ત્યાં એ વ્યક્તિએ જણાવ્યું કે, 'મારે અને તમારે આમ તો કંઈ ઓળખાણ નથી, પણ મેં તમારું નામ સાંભળેલું છે અને તેથી જ અહીં આવ્યો છું. તમે મારી રૂપિયા બે હજારની આ રકમ અનામત રાખો.' અને તેણે પોતાના ગજવામાંથી રૂપિયા બે હજારની નોટો કાઢી. વિશેષમાં કહ્યું : 'હું ગુજરાતના પ્રવાસે જવા ઇચ્છું છું, એટલે આ રકમને મારી સાથે ફેરવવાની ઇચ્છા નથી.'

આગંતુકના આ શબ્દો સાંભળતાં જ અમે આશ્ચર્યમાં ડૂબી ગયા અને ફરી તેના ચહેરા સામે જોયું. પણ એ ચહેરો ધીર-ગંભીર હતો, સ્વસ્થ અને પ્રસન્ન હતો.

અમે કોઈ પણ જાતની આનાકાની કર્યા વગર એ રકમનો સ્વીકાર કર્યો અને મૂંઝવણમાંથી મુક્ત થયા. એક માસ પછી એ વ્યક્તિ પાછી

આવી અને તેને રૂપિયા બે હજારની રકમ પરત કરવામાં આવી. પછી એ વ્યક્તિનો ફરી મેળાપ થયો નથી કે તેના તરફથી કોઈ પત્ર આવ્યો નથી.

નરસિંહ મહેતાની હૂંડી શામળિયાજીએ સ્વીકારી, એવું જ કંઈ આમાં બન્યું અને તેણે આ સ્તોત્રની ગણનામાં અમારી શ્રદ્ધા અનેકગણી વધારી દીધી.

પ્રભાવના

આબુ દેલવાડા પર અદ્દભુત મંદિરનું સર્જન કરવામાં નિમિત્ત બનેલી મહાન સ્ત્રી અનુપમાદેવીને કોઈકે પૂછ્યું : 'સ્ત્રીઓ માટે ગાલ પર ચોડવાનો સૌથી સુંદર રંગ કયો ?'

સંસ્કારી અનુપમાદેવીએ જવાબ આપ્યો :

'લજ્જા !'

૩૧

શ્રદ્ધાની જ્યોતિ ઝગમગે ત્યારે સર્જાય છે આશ્ચર્ય : એ જ છે ચમત્કાર!

શ્રદ્ધાથી સાધના કરીએ તો અવશ્ય ફળે. જૈન ધર્મમાં મંત્રતંત્ર અને યંત્રની અનેક પ્રભાવક કથાઓ નિહાળવા મળે છે. શતાવધાની પં. ધીરજલાલ ઠાકરશી શાહનો બીજો અનુભવ આપણે તેમના જ શબ્દોમાં માણીએ :

મુંબઈમાં અમે શતાવધાનના પૂરા પ્રયોગો કોઈ આલીશાન થિયેટરમાં કરવાની ઇચ્છા રાખતા હતા. એ અંગે મેટ્રો સિનેમાના મૅનેજરને મળ્યા અને ત્રણ કલાક માટે તમારું સિનેમાગૃહ ભાડે જોઈએ છે, એવી દરખાસ્ત કરી. મૅનેજરે તેનું ભાડું રૂપિયા ૫૦૦ જણાવ્યું, તે અમે તરત જ આપી દીધું અને તેની પાકી રશીદ મેળવી.

ત્યાર બાદ આ પ્રયોગો અંગે અગ્રગણ્ય શહેરીની એક સમિતિ નિમાઈ, જેમાં દી. બ. કૃષ્ણલાલ મનહરલાલ ઝવેરી, બાબુ સાહેબ ભગવાનલાલજી નાનાલાલજી, શેઠ શ્રી કાંતિલાલ ઈશ્વરલાલ, શેઠશ્રી પ્રેમચંદ મોહનલાલ, પ્રો. આર. ચોકસી, આચાર્ય પ્રભાશંકર દયાશંકર, બૉમ્બે કોનિકલના અધિપતિ સૈયદ અબ્દુલ્લા બ્રેલ્વી વગેરેનો સમાવેશ થતો હતો. આ પ્રયોગોનું અધ્યક્ષસ્થાન અમારા પરમ હિતચિંતક સર મણિલાલ ભલાભાઈ નાણાવટીની

ખાસ ભલામણથી મુંબઈના શાહ સોદાગર અને જાણીતા આગેવાન સર પુરુષોત્તમદાસ ઠાકુરદાસે સ્વીકાર્યું. ત્યાર બાદ મિત્રો અને સંબંધીઓમાંથી કાર્યકર્તાઓની એક સમિતિ બનાવવામાં આવી અને તેના સભ્યોને જુદાંજુદાં કામો સોંપવામાં આવ્યાં.

આ પ્રયોગો અંગે અમારો ઉત્સાહ ઘણો હતો અને તેનો ખૂબ પ્રચાર થાય તેમ ઇચ્છતા હતા, એટલે તે અંગે અંગ્રેજી અને ગુજરાતી ભાષામાં ખાસ પુસ્તિકાઓ પ્રકટ કરવામાં આવી, હસ્તપત્રો પણ બહાર પાડ્યાં અને વર્તમાનપત્રોમાં પણ તે બાબતની પૂરતી જાહેરાત કરી. આવા જાહેર પ્રયોગો પ્રસંગે પોલીસનું ખાસ લાઇસન્સ જોઈએ, એ વાત અમારા લક્ષ્યમાં હતી અને આ કાર્ય અમારા ખાસ સ્નેહી પ્રો. આર. એમ. શાહને સોંપવામાં આવ્યું હતું. તે અંગે વિધિસરની અરજી આપી દેવામાં આવી હતી, એટલે અમે નિશ્ચિંત હતા.

એમ કરતાં પ્રયોગો આડે માત્ર સાત દિવસ જ બાકી રહ્યા. ત્યારે અમે પ્રો. શાહનું ધ્યાન ખેંચ્યું કે હવે પોલીસ લાઇસન્સ આવી જવું જોઈએ. તેમણે કહ્યું તમે ચિંતા ન કરો. એ હમણાં જ લાવી આપું.

પછી તેઓ ક્રાફર્ડ માર્કેટ પોલીસ સ્ટેશને ગયા અને લાઇસન્સ વિભાગના ક્લાર્કને મળ્યા. ત્યાં એવો જવાબ મળ્યો કે ‘આ લાઇસન્સ તમને મળશે નહિ.’ અને પ્રો. સાહેબના ડાંડિયા ગૂલ થઈ ગયા. તેમણે ક્લાર્કને પૂછ્યું કે ‘એનું કંઈ કારણ?’ ક્લાર્કે કહ્યું : ‘હું ન જાણું. સાહેબનો હુકમ છે, તે તમને જણાવું છું.’ અને તેઓ ભાંગેલા હૈયે અને ભાંગેલા પગે અમારા કાર્યાલયમાં પાછા ફર્યા. આ વખતે અમારું કાર્યાલય પ્રિન્સેસ સ્ટ્રીટમાં ચાલતું હતું.

તેમણે અમને કહ્યું : ‘કંઈ સમજ પડતી નથી. મેં પચાસ વાર આવાં લાઇસન્સો મેળવ્યાં છે અને તેમાં કદી હરકત આવી નથી. પણ આ વખતે કોણ જાણે કેમ, આવો જવાબ મળ્યો. માટે તમે પોતે જ પોલીસ સ્ટેશને જાઓ અને આસી. પોલીસ કમિશનરને મળો તો કામ થશે.’

આ સમાચાર અમારા માટે ઘણા ખેદજનક હતા. જેની કદી કલ્પના રાખી ન હતી, તે વસ્તુ ઉપસ્થિત થવા પામી હતી. છતાં અમે હિંમત રાખી, ત્રણ નમસ્કારમંત્ર અને ત્રણ ઉવસગ્ગહરં સ્તોત્ર ગણી, કેટલીક સાધનાસામગ્રી સાથે ક્રાફર્ડ માર્કેટમાં પહોંચ્યા અને આસિ. પોલીસ કમિશનરની કચેરી આગળ જઈ, પટાવાળાના હાથમાં અમારું વિઝિટિંગ કાર્ડ મૂક્યું. આ વખતે

આસિ. પોલીસ કમિશનરને મળવા માટે ૩૫-૪૦ જણાની હાર ઊભેલી હતી. છતાં તેમણે અમારું કાર્ડ મળતાં તરત જ અમને અંદર બોલાવી લીધા અને બેસવા માટે ખુરશી આપી.

અમે વાતનો પ્રારંભ કરતાં જણાવ્યું કે 'આ પ્રયોગો શૈક્ષણિક છે અને લોકોને પોતાની સ્મરણશક્તિમાં વિશ્વાસ વધે તથા તેને કેળવવા માટે પ્રયત્નશીલ થાય, તે માટે જ યોજવામાં આવેલ છે.'

તેમણે કહ્યું : 'પ્રોફેસર શાહ! તમારી આ શક્તિની હું કદર કરું છું, પણ દિલગીર છું કે તે માટે તમને લાઇસન્સ આપી શકતો નથી.'

અમને સમજ ન પડી કે કયા કારણે તે લાઇસન્સ આપવાની ના પાડે છે, પરંતુ અમે આગળ ચલાવ્યું : 'આ પ્રયોગો માટે અમે ઘણો ખર્ચ કર્યો છે અને તે નિર્ધારિત દિવસે ન થાય તો અમારે ઘણું સહન કરવું પડે એમ છે, માટે લાઇસન્સ તો અમને મળવું જ જોઈએ.'

તેમણે કહ્યું : 'તમારી વાત સાચી છે, પણ એ બાબતમાં હું શું કરી શકું? મારા હાથ તો કાયદાથી બંધાયેલા છે. એટલે હું આ બાબતમાં કંઈ કરી શકું તેમ નથી.'

આ પરથી અમે એટલું સમજી ગયા કે આમાં કાયદાની કોઈ ગૂંચ નડે છે, પણ તેની કલ્પના અમને આવી શકતી ન હતી. હવે વિશેષ દલીલ કરવી નકામી હતી અને જો અમને લાઇસન્સ ન મળે તો અમે મોટા ખર્ચના ખાડમાં ઊતરી પડીએ અને મુંબઈમાં બદનામ થઈએ તે જુદા. એ માટે અમારી હરગિજ તૈયારી ન હતી. હવે શું કરવું? ખરેખર! અમે ઘણી વિચિત્ર પરિસ્થિતિમાં મુકાઈ ગયા.

એવામાં સાહેબે બીજા એક માણસ સાથે વાત શરૂ કરી અને અમે ઉવસગ્ગહરં સ્તોત્રનો આશ્રય લીધો. તેમાં પ્રથમ ગણના પૂરી થઈ કે જાણે કોઈએ અમારા કાનમાં કહ્યું કે 'તમે સાહેબને એમ કહો કે તમારી ભૂલ છે, એટલે તમારું કામ થઈ જશે.'

આ વાત અમારી બુદ્ધિમાં ઊતરી નહિ. આસિ. પોલીસ કમિશનરને એમ કેમ કહેવાય કે આ તમારી ભૂલ છે? તે માટે કંઈ કારણ તો આપવું જોઈએ ને? પણ એવા કોઈ કારણની અમને માહિતી મળી ન હતી. વળી આવા શબ્દો બોલવાનું પરિણામ શું આવે? તે પણ અમારા ધ્યાન બહાર ન હતું.

બીજી વાર સ્તોત્રની ગણના કરી અને બીજી વાર પણ આવો જ જવાબ મળ્યો. છેવટે ત્રીજી વારની ગણનાનું પરિણામ પણ આવું જ સૂચવવામાં આવ્યું. એટલે અમે હિંમત રાખીને આસિ. પોલીસ કમિશનરને કહ્યું કે, 'સાહેબ ! આમાં તમારી ભૂલ થાય છે. તમારે કાયદેસર મને લાઇસન્સ આપવું જ જોઈએ.'

આ શબ્દો અમે મક્કમતાથી ઉચ્ચાર્યા, એટલે સાહેબ વિચારમાં પડી ગયા અને એ જ વખતે એમના મનમાં એવો વિચાર ઝબકી ગયો કે 'રખેને મારી ભૂલ થતી હોય !' આ જ વખતે તેમણે લાઇસન્સ અરજીની ફાઈલ મંગાવી, અરજી કર્યાની તારીખ જોઈ અને પછી જણાવ્યું કે 'પ્રો. શાહ ! તમારી વાત સાચી છે. આમાં મારા ખાતાની ભૂલ થયેલી છે અને તે ભૂલ સુધારવા હું તમને લાઇસન્સ આપું છું.'

શો અજબ ચમત્કાર ! અમે તો એમ માનતા હતા કે અમારા ઉક્ત શબ્દો સાંભળીને આ સાહેબ જરૂર ચિડાશે. અને અમને તેમની ઑફિસ બહાર હાંકી કાઢશે, પણ તેનું પરિણામ આ રીતે અમારી તરફેણમાં આવ્યું.

આમાં હકીકત એમ બની હતી કે મેટ્રો સિનેમાને જાહેર કાર્યક્રમો માટે લાઇસન્સ મળેલ ન હતું, એટલે ત્યાં કોઈ જાહેર કાર્યક્રમો થતા ન હતા, પરંતુ મૅનેજર નવો જ આવેલો અને તેણે અમારી માગણી સ્વીકારીને અમારી પાસેથી ભાડું લઈને રસીદ આપી દીધી. પછી તે અંગે પ્રચાર શરૂ થયો, આ વસ્તુ પોલીસ ખાતાના ધ્યાનમાં આવી અને તેથી મેટ્રો સિનેમાના મૅનેજરને બોલાવીને ધમકાવવામાં આવ્યો કે તમે શું જોઈને આ કાર્યક્રમ માટે સિનેમા ભાડે આપ્યું છે ? તમને જે વર્ગનું લાઇસન્સ છે, તે જોતાં તમે આ સિનેમા જાહેર કાર્યક્રમો માટે ભાડે આપી શકતા નથી. આથી મૅનેજર ગભરાયો અને તેને આસિ. પોલીસ કમિશનર આગળ ભૂલ કબૂલ કરી અને પોતાને બચાવી લેવા જણાવ્યું.

આ ઘટના અમે આસિ. પોલીસ કમિશનર પાસે ગયા, તેના બે દિવસ અગાઉ જ બનેલી હતી.

હવે પોલીસ ખાતામાં એવો કોઈ નિયમ હશે કે જેમને કોઈ પણ કારણસર લાઇસન્સ ન આપવાનું હોય તેને અરજી કર્યાના અમુક દિવસની અંદર ખબર આપી દેવી જોઈએ. પરંતુ પોલીસ ખાતાએ તેમ કર્યું ન હતું જ્યારે દૈવી સંકેતના આધારે અમે સાહેબને જરા જોરથી કહ્યું કે 'સાહેબ !

આમાં તમારી ભૂલ થાય છે', ત્યારે તેમના મગજમાં આ વાત આવી ગઈ અને તેમણે અમને લાઇસન્સ કાઢી આપ્યું.

અહીં વિચારવાનું એ છે કે ઉવસગ્ગહરં સ્તોત્રની ગણના બાદ ઉપર્યુક્ત શબ્દો કોણે કહ્યા? અમે ગમે તેવી બુદ્ધિ લડાવીએ તોપણ આ પ્રકારના શબ્દો તો અમને સૂઝે તેમ ન હતા. વળી તે શબ્દોએ બગડી ગયેલી પરિસ્થિતિને તરત જ સુધારી દીધી અને અમને મોટા નુકસાન તથા બદનામીમાંથી બચાવી લીધા. આને આપણે ચમત્કાર નહિ તો બીજું શું કહી શકીએ? નિર્ધારિત દિવસે એટલે તા. ૧૬-૪-૩૯ રવિવારની સવારે ૯.૩૦ વાગતાં મેટ્રો સિનેમામાં મુંબઈના શિક્ષિત લોકોની ચિક્કાર હાજરીમાં અમારા શતાવધાનના પ્રયોગો થયા ને તેણે લોકોનાં દિલ જીતી લીધાં. આ વખતે મેટ્રો સિનેમાના મૅનેજર હાજર રહ્યા હતા અને તેમણે બધી વ્યવસ્થા ઉત્તમ પ્રકારે કરી હતી, એટલું જ નહિ પણ આ પ્રયોગો પાંચ કલાક સુધી ચાલ્યા હતા. છતાં તેમણે વધારાનો કોઈ ચાર્જ કર્યો ન હતો અને અમે પોલીસ લાઇસન્સ મેળવવાના કારણે પોતે એક આફતમાંથી બચી ગયા, તે માટે અમારો ખાસ આભાર માન્યો હતો.

પ્રભાવના

દેશભક્તિની શું તાકાત છે તે મારે તમને કહેવું છે. પાણીપતની લડાઈમાં અહમદશાહ અબ્દાલી જેવા કુશળ સેનાપતિનો સામનો જનકોજી શિંદેએ કર્યો અને તે પણ સતત એક વરસ સુધી !

એ સમયે જનકોજી શિંદેની ઉંમર કેટલી હતી જાણો છો ? ફક્ત સત્તર વર્ષની !

સત્તર વર્ષનો એ કિશોર અઢાર હજાર સૈનિકોની સેનાનો સેનાપતિ હતો. આટલી નાની ઉંમરે જનકોજી શિંદે બહાદુરીપૂર્વક અહમદશાહ સામે લડ્યો.

આ શાથી બન્યું ? દેશદાઝની અદ્ભુત તાકાતમાંથી !

૩૨

માનવીના સ્વભાવને બદલવાનું ઑપરેશન થઈ શકે ?

આનંદ મહાદેવ નાનકડા ગામમાં રહેતા હતા. આનંદ મહાદેવ ચોખાના મોટા વેપારી હતા. હર્યુંભર્યું ઘર હતું. પૈસા પણ હતા અને પ્રતિષ્ઠા પણ હતી પણ આનંદ મહાદેવ પાક્કા કંજૂસ હતા. સૌ તેમને કંજૂસ વ્યક્તિ તરીકે જ ઓળખતા હતા. સગા ભાઈને મુશ્કેલી આવીને ઊભી રહે તો તેને પણ એક પૈસોય ન આપે !

આનંદ મહાદેવનો દીકરો ઉડાઉ હતો. આનંદ મહાદેવને તે કેમ પોસાય ? તેમણે દીકરાને ઘરમાંથી જ કાઢી મૂક્યો.

આનંદ મહાદેવ ખૂબ ચાલાક અને જાણતલ વેપારી. એમને એક રૂપિયાનો માલ ચૌદ આનામાં ખરીદતાં પણ આવડે અને એ જ માલ વીસ આનામાં વેચતાં પણ આવડે !

સમય જતાં આનંદ મહાદેવની ઉંમર થઈ. એક દિવસ અચાનક એમની ગરદન પર સોજો આવ્યો. સોજો દિવસે-દિવસે વધવા માંડ્યો. આનંદ મહાદેવે ગણકાર્યું નહીં. તેમને ગરદન પર શેક કર્યો. ઘરગથ્થુ ઉપચારો કર્યા. પણ કેમેય સોજો ન ઊતર્યો.

આનંદ મહાદેવ ખાટલામાં પટકાયા.

છેવટે ડૉક્ટર વૈદ્યનાથને બોલાવવા પડ્યા. કિંતુ આનંદ મહાદેવની મૂંઝવણ એ હતી કે ડૉક્ટરની વિઝિટ ફી મોંઘી હશે તો ?

ડૉક્ટર વૈદ્યનાથ આવ્યા ત્યારે તેમની

સાથે તેમના આસિસ્ટન્ટ ડૉક્ટર દવે પણ સાથે હતા. આનંદ મહાદેવે એકસાથે બે ડૉક્ટરને જોયા અને ખૂબ ગભરાઈ ગયા. એમણે પોતાની દીકરીને બૂમ પાડી : 'અરે બેટા, તેં આ બે ડૉક્ટરને એકસાથે કેમ બોલાવ્યા ?'

દીકરી પિતાની મૂંઝવણ સમજી ગઈ. એ બાળવિધવા હતી. પિતાના ઘરે રહેતી હતી. જમાઈનો દલ્લો પણ આનંદ મહાદેવને મળ્યો હતો. દીકરીએ પિતાને સમજાવ્યું કે : તમે ચિંતા ન કરો. આપણે તો એક જ ડૉક્ટરને બોલાવ્યા છે પણ ડૉક્ટર વૈદ્યનાથ ખૂબ મોટા ડૉક્ટર છે એટલે એમની સાથે નાના ડૉક્ટર આવે જ !

આનંદ મહાદેવને થોડી રાહત થઈ.

ડૉક્ટર વૈદ્યનાથે ગળાની પછવાડે ગરદન પર રહેલી મોટી ગાંઠ જોઈ. બરાબર તપાસ કરી અને પછી કહ્યું : 'કોઈ દવા લેવાથી તમને ફાયદો નહીં થાય. આ ગાંઠનું ઑપરેશન કરવું પડશે.'

આનંદ મહાદેવ ભડક્યા. એમણે કહ્યું : 'એટલે તમે મારી ગરદન પર ચાકુ ચલાવશો ?'

ડૉક્ટર વૈદ્યનાથ હસ્યા : 'હા, ઑપરેશન કરવું પડશે. પણ ઑપરેશન હું નહીં કરું. આ મારી સાથે આવેલા ડૉક્ટર હાલમાં જ અમેરિકાથી આવેલા છે. ઘણા હોશિયાર ડૉક્ટર છે. એ તમારું ઑપરેશન કરશે.'

'એટલે ખૂબ રૂપિયા ખરચવા પડશે ?'

'રૂપિયા તો ખરચવા જ પડે ને ! અને એમાંય આટલું મોટું ઑપરેશન !'

'ભલે પણ તમે તમારી દીકરી સાથે વાત કરી લેજો.'

ડૉક્ટર રવાના થયા.

આનંદ મહાદેવે દીકરીને કહ્યું : 'જો સમજીને પૈસા ખરચજે. કોઈની પાંચમની છઠ્ઠ થવાની નથી.'

દીકરી ચૂપચાપ અંદરના ઓરડામાં ગઈ. પણ તે ઑપરેશનની વાત સાંભળીને ગભરાઈ. તેને થયું કે ઑપરેશન એટલે બહુ મોટી વાત ! તેણે પોતાના ભાઈને બોલાવી લીધો અને બધી વાત કરી. વધુમાં કહ્યું કે તે ડૉક્ટર પાસે જાય અને બધી વાત સમજી લે.

દીકરાનું નામ રમેશ મહાદેવ.

રમેશ મહાદેવ ઉદાર પણ હતો અને સમજુ પણ હતો. એ ડૉક્ટર પાસે ગયો. ડૉક્ટર સાથે ઑપરેશનની બધી વાત કરી અને વધુમાં કહ્યું

કે મારા પિતા ખૂબ કંજૂસ છે એ સાચી વાત છે. પણ તમે કશી ચિંતા ના કરતા હું તમે જે પૈસા કહેશો તે આપી દઈશ. પણ મારા પિતાને જે તકલીફ છે તે દૂર થઈ જવી જોઈએ!

ડૉક્ટર વૈદ્યનાથે હામી ભણી. પણ વધુમાં કહ્યું : 'હવે એક નવી શોધ થઈ છે. અમેરિકામાં આ કંજૂસિયા લોકો માટે એક દવા શોધાઈ છે. ખોપરીનો થોડોક ભાગ ખોલીને એમાં એ દવાથી થોડુંક કામ લેવાનું હોય છે. આમ કર્યા પછી એ માણસની કંજૂસાઈ ચાલી જાય છે અને એ માણસ ઉદાર થઈ જાય છે.'

રમેશ મહાદેવે કહ્યું : 'હું નથી માનતો કે આવો કોઈ ઇલાજ હોઈ શકે.'

ડૉક્ટરે કહ્યું : 'આવો ઇલાજ શક્ય છે.'

'શું માણસનો પૂરેપૂરો સ્વભાવ બદલાઈ જાય?'

ડૉક્ટરે કહ્યું : 'હા, એમ બની શકે.'

રમેશ મહાદેવે કહ્યું : 'અગર આવો ઇલાજ સફળ થઈ જાય તો ગજબ થઈ જાય!'

ડૉક્ટરે કહ્યું : 'તમારે શંકા રાખવાની કોઈ જરૂર નથી.'

રમેશ મહાદેવે કહ્યું : 'જો એવું થાય તો હું તમને ઑપરેશનની ફી ઉપરાંત રૂપિયા એક હજાર ઇનામ આપીશ!'

ઑપરેશનની તારીખ નક્કી થઈ.

ડૉક્ટર વૈદ્યનાથ અને ડૉક્ટર દવેએ સફળ ઑપરેશન કર્યું.

રમેશ મહાદેવે પૂછ્યું 'કેમ લાગે છે?' ત્યારે ડૉક્ટરે કહ્યું કે, ચિંતા કરવાનું કોઈ કારણ નથી. ઑપરેશન સફળ થયું છે. થોડા વખતમાં જ તમને બધા ફેરફારો દેખાશે. ચિંતા ના કરો.

રમેશ મહાદેવે ડૉક્ટરની ફી ચૂકવી.

આનંદ મહાદેવ પથારીમાં સૂઈ રહ્યા. એમણે પંદર દિવસ સુધી પથારીમાં જ આરામ કરવાનો હતો. એમણે ઇશારાથી દીકરીને એક વાર પૂછી પણ લીધું : 'ખૂબ રૂપિયા ખરચ્યા નથી ને?'

દીકરીએ ના કહી ત્યારે તેમના મનને શાંતિ થઈ.

કિંતુ આનંદ મહાદેવે એક વાર એ સવાલ પૂછ્યો તે પૂછ્યો. પરંતુ ખાટલામાંથી ઊઠ્યા ત્યારે એવું બન્યું કે જાણે આ આનંદ મહાદેવ જ નહીં! એમનો સ્વભાવ સમૂળો બદલાઈ ગયો. એમણે સૌ પ્રથમ તો દીકરીને

બોલાવીને કહ્યું : 'બેટા, મેં મારી આખી જિંદગીમાં ન સુખ ભોગવ્યું કે ન તને ભોગવવા દીધું. તું એક કામ કર. તું મારા વતી તિરૂપતિ બાલાજીને એક હજાર અર્પણ કરી આવ અને મારા વતી પૂજા કરી આવ.'

આનંદ મહાદેવની આંખોમાં એ વખતે અશ્રુ હતાં. દીકરીની આંખમાં પણ હરખનાં આંસુ આવી ગયાં.

એ ઝડપથી તિરૂપતિ જઈ આવી. પૂજા કરી આવી. ભગવાનને પ્રાર્થના કરતી આવી કે મારા પિતાનો સ્વભાવ બદલાયો છે. હવે એવો જ રાખજો !

થોડાક દિવસ પછી આનંદ મહાદેવે પોતાના પુત્રને બોલાવ્યો અને કહ્યું કે, 'બેટા, પહેલાં મારો સ્વભાવ જુદો હતો. હવે મારો સ્વભાવ જુદો છે. મારા કંજૂસિયા સ્વભાવને કારણે મેં તને દૂર રાખીને ઘણી મોટી ભૂલ કરી છે. મને માફ કરજે. હવે તું ઘરે પાછો આવતો રહે. આપણે બધાએ સાથે રહેવાનું છે.'

રમેશ મહાદેવ ખુશ થઈ ગયો. એ ઘરે પાછો આવી ગયો.

આનંદ મહાદેવે પોતાની ઉદારતાનો વ્યાપ વધાર્યો.

આનંદ મહાદેવે મંદિરમાં પૂજા-અર્ચના કરવા માંડી. સગાંસ્નેહીઓ સાથે ઉદારતાથી વર્તન કરવા માંડ્યું. પુત્ર રમેશ મહાદેવને અલગ ધંધો કરવા માટે રૂપિયા આપ્યા. ભિખારીઓને છૂટા હાથે દાન આપવા માંડ્યું.

ભિખારીઓ આશ્ચર્યમાં પડી ગયા અને અંદર-અંદર વાતો કરવા માંડ્યા કે શેઠનું જ્યારે ઑપરેશન થયું ને ત્યારે તેમને કોઈક જ્ઞાનની પ્રાપ્તિ થઈ લાગે છે ! હવે તો દર સોમવારે આનંદ મહાદેવના ઘરે ભિખારીઓની ભીડ જામતી અને સૌ ખુશખુશાલ પાછા જતા.

આનંદ મહાદેવના પરિચિતો પણ આશ્ચર્યમાં ડૂબી ગયા. સૌને થયું કે ભાઈ આ તો ગજબ ! આવું તો ક્યાંયે જોયું નથી. આ તો આખો માણસ જ બદલાઈ ગયો !

આખું શહેર આનંદ મહાદેવની જ ચર્ચા કરતું. ઠેરઠેર આનંદ મહાદેવના દાનધર્મના વાવટા ફરકવા લાગ્યા. એમણે હૉસ્પિટલ બાંધી. નર્સિંગહોમ બાંધ્યું. ધર્મશાળા બાંધી. સ્કૂલ ખોલી. સર્વત્ર આનંદ મહાદેવની વાહ વાહ થઈ ગઈ.

પણ એ સમયે એક વિચિત્ર સમસ્યા ખડી થઈ.

આનંદ મહાદેવ જેમજેમ ઉદારતાથી સર્વત્ર દાન કરવા માંડ્યા તેમતેમ રમેશ મહાદેવના અને તેની બહેનના સ્વભાવમાં પલટો આવવા માંડ્યો. એ

બંનેને ચિંતા થવા માંડી કે આમ ને આમ પિતાશ્રી બધી મિલકત ઉડાવી દેશે તો આપણું શું થશે? ભાઈ-બહેને પિતા પાસે જઈને ઝઘડો કરવા માંડ્યો. રમેશ મહાદેવે પોતાના શુભેચ્છક ડૉક્ટર વૈદ્યનાથને વિનંતી કરી કે, 'મારા પિતાજી આટલા બધા ઉદાર થઈ ગયા છે, હવે શું કરવું?' એ સમયે ડૉક્ટર વૈદ્યનાથે કહ્યું કે, 'માનવીનો સ્વભાવ બદલવાનું કોઈ ઑપરેશન હોતું નથી. આ તો મેં તારી સામે તુક્કો રજૂ કરેલો. મેં આવું કોઈ ઑપરેશન કર્યું જ નથી.'

'હેં?'

રમેશ મહાદેવ સાવ ઠરી જ ગયો. એણે પૂછ્યું, 'તો મારા પિતામાં આટલું બધું પરિવર્તન આવ્યું કેવી રીતે?'

ડૉક્ટરે કહ્યું : 'માનવીના સ્વભાવમાં તો જ પરિવર્તન આવે છે જો તેને કોઈ દિલની ઠેસ વાગે છે. તારા પિતા ઑપરેશનના થોડા દિવસ પહેલાં મને મળેલા. મને કહેલું કે મારા કંજૂસિયા સ્વભાવથી હું જ કંટાળી ગયો છું. આમાંથી છૂટવાનો કોઈ રસ્તો બતાવો. પછી અમે આ યોજના બનાવી ને તારા પિતામાં આવેલું પરિવર્તન તું નજરોનજર જોઈ રહ્યો છે!

રમેશ મહાદેવે કહ્યું : 'મારા પિતામાં આવેલું પરિવર્તન આ દુનિયાનો શ્રેષ્ઠ ચમત્કાર છે. હવે હું એમને દાન આપતાં ક્યારેય નહીં અટકાવું!'

પ્રભાવના

બૅરિસ્ટર ચીમનલાલ સેતલવડે પોતાના અનુભવનો એક કિસ્સો નોંધ્યો છે : ચીમનલાલ સેતલવડ સ્ટોકહોમ ગયેલા. બસમાં મુસાફરી કરતા હતા. એ સમયે બસના કંડક્ટરે સેતલવડની બાજુમાં બેઠેલા એક ભાઈને ખૂબ જ આદરપૂર્વક ટિકિટ આપી અને નમસ્કાર કર્યા. થોડીક વાર પછી એક સ્ટૅન્ડ પાસે બસ ઊભી રહી અને પેલા સજ્જન ઊતરી ગયા. સેતલવડને કુતૂહલ થયું. એમણે બસના કંડક્ટરને બોલાવીને પૂછ્યું : 'એ સજ્જન કોણ હતા?

કંડક્ટરે કહ્યું : 'એ તો અમારા દેશના મહારાજા હતા!'

'તેઓ પોતાની મોટર નથી રાખતા?

'ના જી. તેઓ પ્રજાના પૈસા વેડફવામાં નથી માનતા. તેઓ માને છે કે પ્રજાના પૈસા એ પ્રજાની સંપત્તિ છે. એ પ્રજા માટે જ વાપરવી પડે!'

33

ભગવાન અને શિષ્ય વચ્ચે થયો મહાન સંવાદ : ગણધરવાદ

જેનાં અંતઃચક્ષુ ખૂલી ગયાં છે, એને બાહ્ય આવરણ નડતાં નથી. કુમાર વર્ધમાનને થયું કે, માતા-પિતાના સ્વર્ગવાસ પછી મહાભિનિષ્ક્રમણનો સમય થઈ ચૂક્યો છે. સ્નેહનું જે બંધન હતું એ છૂટી ગયું. એ મોટા ભાઈ નંદીવર્ધનની રજા લેવા ગયા. પણ મોટા ભાઈ તો જુદા જ વિચારમાં હતા ! એમણે કહ્યું :

'વર્ધમાન, આ રાજ્ય તારું જ છે. બીજો કોઈ વિકલ્પ વિચાર્યા વિના આ રાજ્યને તું આનંદથી ભોગવ. તારો આનંદ એ મારો આનંદ.'

વર્ધમાનને મૂંઝવણ થઈ આવી. એ લેવા ગયા હતા મુક્તિ, પણ આવી પડ્યું બંધન ! એમણે હિંમત કરીને કહ્યું :

'વડીલબંધુ, મારું રાજ્ય તો જુદું છે. એ પ્રેમ અને દયાનું રાજ્ય છે. શક્તિનું ત્યાં સ્વામિત્વ નથી. સ્નેહ ત્યાં પરમ છે.'

'તો રાજ્યધર્મ શો ?' – નંદીવર્ધને આશ્ચર્યથી પૂછ્યું.

'રાજ્યધર્મ ક્ષમાનો અને ઉદારતાનો. ન કોઈ તરફ દ્વેષ, ન કોઈ તરફ રાગ ! બીજાને આપવું, આપીને પામવું. તમામ જીવોનું સંરક્ષણ, કોઈની હત્યા ન થાય તેની તકેદારી.'

'પણ એ તો શક્ય શી રીતે બને ?'

નંદીવર્ધને પૂછ્યું.

વર્ધમાને કહ્યું, 'ભાઈ, એ બનશે જ. પારકાં માટે તજવું હોય, પછી પોતા માટે કોઈ અભીપ્સા નહીં રહે. અને એવી વિશિષ્ટ મનોદશા મારી પાસે ચાર ભાવનાઓ કેળવાવશે : મૈત્રી, પ્રમોદ, માધ્યસ્થ અને કારુણ્ય. એ ચાર ભાવનાઓથી સમગ્ર જગત પર હું રાજ્ય કરીશ. એ રાજ્ય જગતને નિર્ભય બનાવશે, સંસારને સ્વતંત્રતા બક્ષશે.'

નંદીવર્ધન સાંભળી રહ્યા. પણ ભાતૃવિયોગના ખ્યાલથી એ ઢીલા થઈ ગયા. તેમણે કહ્યું :

'ભાઈ, તમારા આકાશી રાજ્યની અને અપૂર્વ શાસનનગરની તો મનેય અપેક્ષા છે, પરંતુ માતાનો અને પિતાનો તાજો જ વિયોગ કેટલો કષ્ટદાયી છે અ તમે ક્યાં નથી જાણતા? શું આવી સ્થિતિમાં તમે મને છોડી જશો? એવું ના કરો, ભાઈ! તમે હજુ બે વર્ષ રહી જાઓ, મારું માનો.'

વર્ધમાને ભાઈની આજ્ઞા સ્વીકારી લીધી. એમને મન તો ભાઈ હવે પિતાને સ્થાને હતા. જેવી પિતાની આજ્ઞા, તેવી ભાઈની આજ્ઞા. વડીલના જીવને દુઃખી કરીને કોણ સુખી થયું છે?

અને બે વર્ષ પૂરાં થતાં જ ભાઈના હેતભર્યા આશીર્વાદ લઈને ભિનિષ્ક્રમણને માર્ગે વર્ધમાન નીકળી પડ્યા.

અને વર્ધમાનની તો પહેલે જ પગલે કસોટી થઈ! એ એકલા હતા. પણ વર્ધમાનને કોઈના સંગાથની જરૂર ન હતી. એ તો માનતા હતા કે જીવ એકલો આવ્યો છે – એકલો જ જવાનો.

માથે ના છત્ર છે. પગમાં ના પાદુકા. હાથમાં ના કમંડલ છે, દેહ પર ના વસ્ત્ર. પંખી જેવા મુક્ત વર્ધમાન ગામેગામ વિહરી રહ્યા છે.

ગામેગામ ફરતા-ફરતા એ ઉત્તરવાચાલા નગરીમાં આવ્યા. રાજા પ્રદેશીએ તેમની ભાવથી પૂજા કરી. એમનાં ચરણે ભક્તિનાં પુષ્પો ધર્યાં.

ત્યાંથી વીર વર્ધમાન ચોરાક સન્નિવેશ ગયા. એ પ્રદેશમાં ચોર-લૂંટારાનો સતત ભય. ગામના લોકો જાગતા રહે, અને ગામની ચોકી કરે. અજાણ્યો જણ આવી ચડે, તો તરત તપાસ થાય.

વર્ધમાન સ્વામી ગામની બહાર ઝાડની શીળી છાયામાં ધ્યાન ધરતા ઊભેલા. અંતરના ધ્યાનમાં એકાકાર, વર્ધમાનને દુનિયાની કશી જ જાણ ન હતી. ગ્રામજનો ત્યાં આવ્યા. પૂછ્યું :

'તમે કોણ છો?'

વર્ધમાન મૌન રહ્યા. ધ્યાનમાં મગ્ન હોઈ કશું ન બોલ્યા. અજ્ઞાન લોકોએ તેમને ઓળખ્યા નહીં. લોકોએ તેમના પગમાં બેડી નાખી, પથ્થર માર્યા અને રાજા પાસે પકડી ગયા.

રાજા રાજકુમાર વર્ધમાનને ઓળખી ગયા. પ્રજાની ભૂલની માફી માગી, તેમને મુક્ત કરી દીધા.

આમ તેમને ક્યાંક પૂજા મળી, ક્યાંક પથ્થર! કિંતુ સમભાગી વર્ધમાનના ચિત્તમાં તેમના પ્રત્યે ના રાગ થયો, ના દ્વેષ. રાગ અને દ્વેષ ઉપર વિજય મેળવીને વર્ધમાન જગતવિજેતા મહાવીર બની ગયા!

* * *

ભગવાન મહાવીરના ધર્મશાસનની સામે મહાપંડિત ઇન્દ્રભૂતિ ગૌતમ અને તેમના દશ ભાઈઓએ વિરોધનો વંટોળ જગાવ્યો છે.

નગરી અપાપામાં લોક હિલ્લોળે ચઢ્યું છે. જ્ઞાની ગૌતમ સર્વજ્ઞ મહાવીરના સમવસરણ તરફ જાય છે. સાથે તેમનો વિશાળ પરિવાર છે. એ કહે છે કે, 'મહાવીર સર્વજ્ઞ હોય તો અમારી શંકાઓને હણે. અમારી સાથે વાદ કરે. તો તે સર્વજ્ઞ સાચા.'

ઓ બેઠા ભગવાન મહાવીર! શાંતિની સાક્ષાત પ્રતિમા! સમવસરણમાં અશોક વૃક્ષની નીચે ભગવાન મહાવીર બેઠા છે. માલકૌંસ રાગમાં મીઠા મીઠા દિવ્ય ધ્વનિમાં પ્રભુ મધુરી દેશના આપે છે.

સામેથી ઇન્દ્રભૂતિ ગૌતમને એમના પરિવાર સહિત આવતા જોઈને મહાવીર કહે, 'આવ ગૌતમ! આ તો મહાસાગરને તણખલાએ રૂંધ્યા જેવું થયું! તું અહીં શંકા લઈને આવે છે, તને શંકા છે કે જીવ છે કે નહિ? હું કહું છું કે જીવ છે. અને તે ચેતનાવિજ્ઞાન અને લક્ષણથી જાણી શકાય છે.'

ગૌતમ નમ્ર શિષ્યની જેમ તેમને શાંત ભાવે શ્રવણ કરી રહ્યા. કેવી મધુરી વાણી! સાદી અને સુંદર સમજણ! એમને થયું કે, આ તો સર્વજ્ઞ છે. એમની પાસે શિષ્યત્વ ગ્રહણ કરવું, એ પણ જીવનની ધન્યતા છે અને તેઓ પોતાના પરિવાર સહિત ભગવાનની પાસે દીક્ષિત થઈ ગયા.

આ પ્રસંગે ચોપાસ આશ્ચર્ય ફેલાવી દીધું. ઘડી પહેલાંના અભિમાની ગૌતમ એકાએક નમ્ર શિષ્ય બની ગયા, એ પણ એક આશ્ચર્યની વાત હતી. પણ જ્ઞાન હંમેશાં મોટું છે, જ્ઞાની હંમેશાં નાનો છે. નમ્ર જ્ઞાની હંમેશાં મોટો

જ્ઞાનવંત બની શકે છે. લોકોને આ સત્ય તે દિવસે સમજાયું.

ત્યાં તો આગ નિખારતા બીજા જ્ઞાની અગ્નિભૂતિ આવ્યા. એમનું પણ ઇન્દ્રભૂતિ ગૌતમ જેવું જ હતું. મહાવીર કહે,

'અગ્નિભૂતિ! એક પણ સંશય પૂર્ણજ્ઞાનમાં ઊણપ રખાવે છે. તને શંકા છે કે કર્મ છે કે નહિ? કેમ કે કર્મ જો હોય તો તે રૂપી હોવાનું. ને આત્મા તો અરૂપી છે. અરૂપી આત્માનો રૂપી કર્મ સાથે સંબંધ ઘટે શી રીતે? માટે, કર્મ નથી તેમ માનવા તું પ્રેરાય છે, પણ હું કહું છું કે કર્મ છે ને એ સૂક્ષ્મ વસ્તુ છે અને તેથી તેનો આત્મા સાથે સંબંધ છે.'

અગ્નિભૂતિ શાંત થઈ ગયા. એમણે પણ ગૌતમની જેમ મહાવીરનું શિષ્યત્વ સ્વીકાર્યું. ત્યાં તો પવનના સુસવાટાની જેમ વાયુભૂતિ આવ્યા. પ્રભુ કહે,

'તને પુનર્જન્મની શંકા છે. તું માને છે કે આત્મા ને દેહ બંને એક જ છે, જુદા નથી. પણ ના, ખરેખર તેમ નથી! આ સંસારમાં બે તત્ત્વો છે : જડ અને ચેતન, જડ દેહથી ચૈતન્યમય આત્મા ભિન્ન છે.'

વાયુભૂતિ મૌન બની ગયા. આર્યવ્યક્તને મહાવીરે કહ્યું : 'જગત સત્ છે કે અસત્ તેની તને શંકા છે, પણ જગત સત્ છે. પરંતુ સત્ એવું જગત પણ મોક્ષના અભિલાષી વૈરાગી જીવો માટે અસત્ જેવું જ છે.'

પછી પાંચમા પંડિત સુધર્મા આવ્યા. છઠ્ઠા પંડિત મંડિત આવ્યા. પ્રભુ કહે, 'સુધર્મ, તું માને છે કે જે યોનિનો જીવ મરે તેમાં જ પુનઃ જન્મ છે, પણ તેવું નથી. જીવની ગતિ કર્માધીન છે. કર્મ પ્રમાણે તેનો જન્મ થાય છે અને મંડિત, તમને આત્માના બંધમોક્ષનો સંશય છે. પણ સંસારીને બંધ-મોક્ષ બંને છે.'

સાતમા પંડિત મૌર્યપુત્ર અને આઠમા પંડિત અકંપિતને મહાવીરે કહ્યું : 'તમને બંનેને ક્રમશઃ દેવલોક અને નરકલોકની શંકા છે. આ દુનિયામાં સુખ અને દુઃખ બંને છે. અને જો તેમ છે, તો તેને ભોગવવાનું સ્થાન પણ છે. અને તે છે – દેવલોક અને નરકલોક, જે પૃથ્વીલોકથી ભિન્ન છે.'

નવમા પંડિત અચલભ્રાતા આવ્યા. ભગવાન મહાવીરે એમને કહ્યું, 'આવો ભ્રાતા! તમને પુણ્ય કે પાપ છે કે નહીં એની શંકા છે. આપણે જીવનની અંદર જે કંઈ સુખદુઃખ અનુભવીએ છીએ, અને તે અનુભવતાં કંઈક સુખની અને કંઈક દુઃખની લાગણી થાય છે, તેનું પણ કંઈક કારણ

તો હશે ને? જો હા, તો તે જ પુણ્ય ને પાપ.'

દસમા પંડિત મેતાર્યને પ્રભુએ કહ્યું, 'પરલોક છે કે નહિ, તે વિશે તમને શંકા છે. પણ આ સમોવસરણની અંદર બેઠેલા દેવોને તમે ને હું બંને જોઈ શકીએ છીએ અને એ આપણા લોકથી ભિન્ન છે. જો એ ભિન્ન છે તો એક વાત નિશ્ચિત થાય છે કે પરલોક છે. કુલ ગતિ ચાર છે : દેવલોક, નરકલોક, તિર્યંચલોક અને મનુષ્યલોક.'

અગિયારમા પંડિત પ્રભાસ પોતાની પ્રભા રેલાવતા આવ્યા. પ્રભુએ એમને પ્રેમથી આવકારતાં કહ્યું, 'તમને મોક્ષ છે કે નહીં, તેની શંકા છે. પણ મોક્ષ છે, અને તે ધર્મસાધકને માટે સુલભ છે.' આ તમામ સંશય દૂર થતાં અગિયારે અગિયાર વિદ્વાનો પ્રભુ મહાવીરના પ્રથમ શિષ્યો બન્યા. તેમની સાથે વિશાળ શિષ્યગણ હોવાથી ગણધર કહેવાયા.

પ્રભાવના

ભગવાન મહાવીરની વાણી-મહાપર્વ પર્યુષણના સમયમાં સાંભળીએ :
આ લોકમાં જેટલા ત્રસ્ત જીવો છે અને સ્થાવર જીવો છે તેને સાધક જાણતાં કે અજાણતાં હણે નહિ કે બીજા પાસે હણાવે નહીં.

૩૪

ભારતના જ્ઞાનાલોકને નવી પ્રતિભા અર્પનારા શ્રી અભયદેવસૂરિ

શ્રી અભયદેવસૂરિ મહાન જૈનાચાર્ય હતા.

વિક્રમના બારમા સૈકામાં થયેલા શ્રી અભયદેવસૂરિની ખ્યાતિ ભારતભરમાં ફેલાયેલી હતી.

જૈન ધર્મના મહાન વિદ્વાન, સંસ્કૃત અને પ્રાકૃત ભાષાના પ્રખર પંડિત શ્રી અભયદેવસૂરિ મહાન શાસ્ત્રજ્ઞ હતા. તેમની પ્રવચન કુશળતા, તેમની તર્કશક્તિ, તેમની વર્ણનશૈલી લાજવાબ હતી. શ્રી અભયદેવ સૂરિના સાંનિધ્યમાં જે આવે તેનું હૃદય તૃપ્તિ પામે. શ્રી અભયદેવ સૂરિનું પ્રવચન જે સાંભળે તે ભવનું ભાથું લઈને પાછો વળે.

ભારતના તમામ વિદ્વાનોની નજર શ્રી અભયદેવસૂરિ પ્રત્યે મંડાયેલી હતી. સૌ માનતા હતા કે ક્યારેક આચાર્ય શ્રી અભયદેવસૂરિજી એવું સર્જન કરશે જેનાથી ભારતવર્ષની સારસ્વત પ્રતિભા સોળે કળાએ ખીલી ઊઠશે !

શ્રી અભયદેવસૂરિજી મનોમન ઝંખતા હતા કે જૈન ધર્મના મહાન શ્રુતજ્ઞાન અંગ સૂત્ર વિશે પોતે કંઈક રચના કરે.

પણ માનવી ધારે કંઈક અને કુદરત કરે કંઈક. એવું જ અહીં થયું.

શ્રી અભયદેવસૂરિજીનું સ્વાસ્થ્ય બગડ્યું.

તેઓ ફરતા-ફરતા ગુજરાતમાં પધાર્યા, તે સમયે તેમના દેહને કોઢનો રોગ ઘેરી વળ્યો. અભયદેવસૂરિજી મનોમન નિરાશ થઈ ગયા. કોઈ પણ દવા કારગત ન થઈ. રોગ દિનપ્રતિદિન વધવા લાગ્યો. પીડા વધવા લાગી. રાત દિવસ શ્રી સંઘ અને શિષ્યો સેવા-શુશ્રૂષા તો કરતા હતા પણ રોગ કેમેય વશ થતો ન હતો.

અભયદેવસૂરિજી વિહાર કરતાં-કરતાં થાંભણા નામના ગામે આવ્યા.

શુક્લપક્ષની ત્રયોદશીની એ રાત્રિ હતી. મધરાતનો સમય હતો. ચારેકોર સૂમસામ વાતાવરણ હતું. શ્રી અભયદેવ સૂરિજી ધ્યાનમગ્ન હતા. શ્રી અરિહંત પરમાત્માનું ધ્યાન ધરીને પોતાના આત્મા પર ચોંટેલા અનંત ભવનાં પાપ ધોઈ નાખવાનો ઉત્તમ પુરુષાર્થ કરતા હતા. આસપાસના વાતાવરણથી સાવ અનભિજ્ઞ હતા.

એ સમયે એક શાસનદેવી આવ્યાં. ધ્યાનમગ્ન આચાર્યશ્રીને નિહાળીને શાસનદેવી પ્રસન્ન થઈ ગયાં. આચાર્યશ્રીના મનમાં ચાલી રહેલા વિચારો એમણે જોયા. અભયદેવસૂરિજી તે સમયે વિચારતા હતા કે મારો રોગ મટે તેમ નથી, મારા કારણે સૌને હેરાનપરેશાન થવું પડે છે આના કરતાં મારે અણશણ લઈ લેવું જોઈએ અને આ દેહ છોડી દેવો જોઈએ !

શાસનદેવી આચાર્યશ્રીના વિચારો પારખી ગયાં. એમણે મધરાતના સમયે આચાર્યશ્રીને પૂછ્યું : 'ગુરુદેવ, જાગો છો કે ?'

જીવનની પ્રત્યેક પળોમાં હંમેશાં સાવધાન રહીને સાધના કરતા આચાર્યશ્રી અભયદેવસૂરિજી શાસનદેવીનો અવાજ ઓળખી ગયા. તેમણે કહ્યું :

'પધારો શાસનદેવી ! હું જાગું છું. આજ્ઞા કરો.'

શાસનદેવીએ કહ્યું : 'ગુરુદેવ, આપને પૂછવા માટે નવકોયડા લાવી છું. તે ઉકેલી આપો.'

અભયદેવસૂરિજીએ કહ્યું : 'હે દેવી, હવે આ શરીરમાં કોઈ શક્તિ શેષ રહી નથી. તમારા કોયડા કેમ ઉકેલું ? હવે તો મનમાં થાય છે કે અણશણ કરીને આ દેહનો ત્યાગ કરું કેમ કે સૌની પાસે આ દેહની સેવા પણ કેટલી કરાવવી ?

શાસનદેવી આચાર્યશ્રીની ભાવના સમજ્યાં. એમણે કહ્યું : 'આપનું જીવન શાસનસેવામાં વીતે તો આપને ન ગમે ?'

આચાર્યશ્રીએ કહ્યું : 'શાસનસેવામાં મારું જીવન વીતે એ મને તો

કેટલું બધું ગમે ! પણ આ દેહનો રોગ ને આ દેહની પીડા રોજ માઝા મૂકી રહી છે ત્યારે એમ થાય છે કે જ્યાં સુધી સમતા ટકી રહી છે ત્યાં સુધીમાં દેહ છૂટી જાય તો સારું !

શાસનદેવીએ કહ્યું : 'ગુરુદેવ, આપનું આયુષ્ય તો હજુ ઘણું દીર્ઘ છે. આપના હાથે શાસનનાં અનેક પ્રભાવક કાર્યો થવાનાં છે. સૌથી મહાન કાર્ય તો હજી તમે નવ અંગની વૃત્તિઓ રચીને જૈન શાસનની ગૌરવગાથા વધારવાના છો. તમે નિરાશ ન થાઓ.'

આચાર્યશ્રીએ પોતાના હસ્તદ્વય જોડીને કહ્યું : 'હે શાસનદેવી, મારું ચિત્ત નિરાશ થઈ ગયું છે. મારા ચિત્તમાં ચિંતાનાં અનેક વાદળો ઘેરાયાં છે. મારું મન તો અણશણ કરવા માટે ઉત્સુક થયું છે અને તમે કહો છો કે મારે હજી મહાન કાર્યો કરવાનાં છે. આ કેવી રીતે બની શકે તે આપ જ કહો.'

શાસનદેવીએ માતૃવત્ વાત્સલ્યથી કહ્યું : 'હે આચાર્યશ્રી, તમે મનથી સ્વસ્થ થઈ જાઓ. જૈન શાસન પ્રાપ્ત કર્યા પછી મનુષ્યજીવનમાં પ્રત્યેક પળે માત્ર આત્માના ઉત્થાનની જ ચિંતા કરવાની હોય. તમારો રોગ કેવી રીતે મટાડવો તેનો પંથ હું તમને બતાવું છું. તમે તે માર્ગે ચાલજો અને જૈન શાસનની મહાન પ્રભાવના કરજો.'

આચાર્યશ્રીએ હામી ભણી.

એ સમયે શાસનદેવીએ કહ્યું કે, 'તમે અહીંથી વિહાર કરીને શેઢી નદીના કિનારે સ્થંભનપુર નામનું નગર છે ત્યાં જાઓ. ત્યાં નગરની બહાર એક ખાખરાનું વૃક્ષ છે. એ વૃક્ષની નીચે જમીનમાં ઊંડે ખોદવામાં આવે તો શ્રી પાર્શ્વનાથ પ્રભુની દિવ્ય પ્રતિમા પ્રાપ્ત થશે. આ પ્રતિમા અત્યંત પ્રભાવશાળી છે. જે એનાં દર્શન કરે તેના દેહના રોગ મટે છે. મનને શાંતિ મળે છે. હૃદયની ઉપાધિ જાય છે. આ દિવ્ય પ્રતિમાનાં તમે ખૂબ ભાવથી દર્શન કરજો, આરાધના કરજો, ભક્તિ કરજો. આમ કરવાથી તમારા દેહનો રોગ મટશે. તમને શાતા પ્રાપ્ત થશે. તમે જૈન શાસનની સેંકડો વર્ષો સુધી યાદ રહી શકે તેવી અમૂલ્ય સેવા કરશો.'

આટલું કહીને શાસનદેવી અંતરધ્યાન થઈ ગયાં.

શ્રી અભયદેવ સૂરિ શાસનદેવીની આજ્ઞા સાંભળીને આશ્ચર્યમાં ડૂબી ગયા. તેમને થયું કે પોતે તો અણશણના વિચાર કરતા હતા ત્યાં સામેથી આવીને શાસનદેવીએ આ કેવી મહાન કૃપા કરી ! તેમને થયું કે આ

સંકેતમાં ઘણું બધું સમાયેલું છે. પોતાના જીવન દ્વારા હજુ અનેક કાર્યો કરવાનાં બાકી છે.

પ્રભાતનો સમય થયો.

થાંભણા ગામનાં શ્રાવક-શ્રાવિકાઓ સવારના સમયે આચાર્ય મહારાજને વંદન કરવા આવ્યાં. તે સમયે તેમણે સૌને કહ્યું કે મારે સ્થંભનપુર જવું છે.

થાંભણા ગામના રહેવાસીઓ વિચારમાં પડ્યા કે આચાર્યશ્રીનો દેહ એટલો બધો દુર્બળ છે કે તેમને ક્યાંક ખસેડી શકાય નહીં. આવા અશક્ત શરીરે તેમને સ્થંભનપુર લઈ જવાય શી રીતે ?

સૌએ પોતાની મૂંઝવણ આચાર્યશ્રી પાસે રજૂ કરી.

અભયદેવ સૂરિજીએ કહ્યું : 'હે ભાગ્યશાળીઓ, મારે સ્થંભનપુર જવું જરૂરી છે કેમ કે મને શાસનદેવીએ આજ્ઞા કરી છે.'

આચાર્યશ્રીની ભાવના સમજીને થાંભણાનો શ્રી સંઘ તેમની સાથે સ્થંભનપુર આવ્યો. શેઢી નદીના કિનારે વસેલા ગામમાં ઉપાશ્રયમાં જવાને બદલે આચાર્યશ્રીએ કહ્યું કે ગામની બહાર આવેલા એક ખાખરાના વૃક્ષ પાસે મને લઈ ચાલો.

એમ જ થયું.

સ્થંભનપુર ગામની બહાર આવેલા એક ખાખરાના વૃક્ષને સૌએ જોયું અને આચાર્યશ્રીનો આત્મવિશ્વાસ વધ્યો. એમણે કહ્યું કે અહીં આપણે જિન પ્રતિમાની શોધ કરવાની છે.

એમ જ થયું.

સૌએ તપાસ કરવા માંડી કે અહીં ક્યાં ખોદકામ કરીએ જેનાથી જિન પ્રતિમાની પ્રાપ્તિ થાય. એ સમયે આચાર્યશ્રીએ જોયું કે ખાખરાના ઝાડની નીચે એક હિસ્સા પર ગાય પોતાની જાતે દૂધ ઝરાવતી હતી. આચાર્યશ્રી સમજ્યા કે અહીં ખોદવાથી પ્રતિમાજીની પ્રાપ્તિ થશે. સૌએ તેમ કર્યું. અને સૌના આશ્ચર્યની વચમાં ધરતીમાંથી શ્રી પાર્શ્વનાથ ભગવાનની દિવ્ય પ્રતિમા પ્રગટ થઈ. આચાર્યશ્રીએ ત્યાં ઊભા રહીને 'જયતિહુઅણ' સ્તોત્ર દ્વારા સ્તુતિ કરી. એમના દેહમાં છવાયેલો કોઢનો રોગ અદશ્ય થઈ ગયો !

તે જ સ્થળે જિન મંદિરનું નિર્માણ થયું. આ પ્રતિમા શ્રી સ્થંભન પાર્શ્વનાથ તરીકે ઓળખાવા લાગી.

એમ કહેવાય છે કે આ સ્થળ આજના ખંભાત શહેરથી પાંચ માઈલ

દૂર આવેલું હતું. શ્રી મેરુતુંગસૂરિએ એવું નોંધ્યું છે કે શ્રી સ્થંભન પાર્શ્વનાથની મૂર્તિને સંવત ૧૩૬૮ની આસપાસ ખંભાત શહેરમાં લાવવામાં આવી અને પુનઃ પ્રતિષ્ઠા કરવામાં આવી.

શ્રી અભયદેવસૂરિજીએ આ શહેરમાં રહીને અત્યંત કઠિન એવી નવ અંગની વૃત્તિઓ રચીને ભારતવર્ષની જ્ઞાન પ્રતિભાને નવો ઢોળ ચડાવ્યો !

પ્રભાવના

> જીવનમાં ક્રાંતિનું નિર્માણ કરવા માટે સદ્‌ગુણના શરણે જવું પડે. આજના માનવીની કઠણાઈ એ છે કે કશુંયે મહાન ઘૂંટ્યા વિના, ઉન્નત ધ્યેયલક્ષી પુરુષાર્થ કર્યા વિના એને મહાન બની જવું છે. ભલા, આંબાની ગોટલી વાવ્યા વિના આમ્રફળ પ્રાપ્ત કેવી રીતે થાય ?

૩૫

શું ગરીબનાં નસીબ ગરીબ હોય છે?

રાકેશ નાનકડા ગામથી મુંબઈમાં રહેવા આવ્યો ત્યારે ખબર પડી કે મુંબઈમાં નોકરી મેળવવા કરતાં રાતવાસા માટે ઝૂંપડી મેળવવી કેટલી મુશ્કેલ છે?

રાકેશે એક કારખાનામાં નોકરી મેળવી તે વખતે સાથીદાર માધુનો ભેટો થયો. માધુ સારો માણસ હતો. દિલનો ભલો અને સ્વભાવનો ઉદાર. માધુ અને રાકેશને મૈત્રી જામી ગઈ. કારખાનામાં કામ પતે એટલે બંને જણા કારખાનામાં જ એક ખૂણામાં પડ્યા રહેતા હતા. એકબીજાને સુખદુઃખની વાતો કહેતા હતા.

રાકેશને ઘરની યાદ ખૂબ આવતી હતી. ગરીબ મા અને ઓશિયાળી પત્ની યાદ આવતી ત્યારે રાકેશની આંખો ભીંજાઈ જતી હતી. મુંબઈ આવવા માટે અને ઘરે થોડાક પૈસા આપી રાખવા માટે અમૂલખ શેઠ પાસેથી રાકેશે રૂપિયા બે હજારની લોન લીધી હતી. મુંબઈમાં આવ્યા ને રાકેશને ઘણા મહિના થઈ ગયા હતા. નોકરી પણ માંડમાંડ મળી હતી. અમૂલખ શેઠના હપ્તાના પૈસા તો ઠીક પણ વ્યાજની રકમ પણ મોકલી શકાઈ નહોતી. ગામથી માનો પત્ર આવતો અને અમૂલખ શેઠ કડક ઉઘરાણી કરે છે તથા નાનકડું ઘર હરાજી કરી નાખવાની વાત

કરે છે. એ વાંચતો ત્યારે રાકેશની આંખમાંથી પાણીની ધાર વહેતી. તેની ચિંતાનો પાર ન રહેતો.

માધુનો એક હાથ કપાઈ ગયેલો હતો. એક વાર અચાનક માધુનો હાથ મશીનમાં આવી ગયો અને પછી કાપી નાખવો પડ્યો. એ વખતે માધુને શેઠે અકસ્માતને કારણે રૂપિયા બે હજાર આપ્યા!

માધુને હાથ કપાયાનું દુઃખ તો ઘણું થયું પણ એણે રૂપિયા બે હજાર ગામડે મોકલી દીધા. પોતાના માથે રહેલું કર્જ થોડું ઓછું કર્યું.

રાકેશને આ વાતની ખબર હતી.

રાકેશને માધુની ઘટના યાદ આવતી અને તે ધ્રૂજી જતો. વળી, અમૂલખ શેઠની યાદ આવતી અને તેની ધ્રુજારી ઓર વધી જતી. રાકેશ પોતાના બજેટના બે છેડા વચ્ચેની ખાઈના વિચારોમાં અટવાઈને પાગલ થઈ જતો : અમુલખ શેઠને આપવાના બે હજાર રૂપિયા લાવવા ક્યાંથી? જો ક્યાંકથી પોતાને બે હજાર રૂપિયા મળે તો દેવાની બધી ઝંઝટ ઓછી થઈ જાય! પણ એ મળે ક્યાંથી? કોણ આપે? વળી થોડા સમય પછી ગુરુકુળમાં ભણતી બહેન જ્યારે ઘરે પાછી આવશે ત્યારે તેના લગ્નનું ખર્ચ નીકળશે શી રીતે? ગામથી પત્ની જણાવતી હતી કે અમૂલખ શેઠ હવે ગમે તેમ વાતો કરે છે અને તેનો માણસ આવીને અપમાન કરી જાય છે. તમે તાત્કાલિક પૈસાની વ્યવસ્થા કરજો!

રાકેશને મા અને પત્નીને પત્ર લખવાની હિંમત નહોતી થતી. બે હજાર રૂપિયાની જોગવાઈ કરવી ક્યાંથી?

એ સમયે રાકેશની તબિયત બગડી. ડૉક્ટરની દવા લેવી પડી. ચાર દિવસ નોકરી પર હાજર થવાયું નહીં. કારખાનાના મૅનેજર પગારમાંથી રૂપિયા પચાસ કાપી લીધા. દુકાળમાં અધિક માસ તે આનું નામ!

રાકેશ અશક્ત શરીરે કારખાનામાં નોકરીએ ચડી ગયો. વધારે પગાર કપાય તો પોસાય તેવું ક્યાં હતું?

માધુ રાકેશની તમામ વ્યથા જાણતો હતો. એણે કહ્યું : 'ભાઈ, ગરીબનાં નસીબ ગરીબ હોય છે.

રાકેશ કારખાનામાં મશીન પર બેસીને કામ કરતો ત્યારે તેનું દિમાગ પણ મશીનની સાથે દોડ્યા કરતું હતું. વૉચમૅને આવીને રાકેશના હાથમાં પોસ્ટ કાર્ડ મૂક્યો. પત્ની પત્રમાં લખતી હતી : તમે તો કાંઈ વ્યવસ્થા કરીને

પૈસા મોકલાવ્યા નહીં એટલે મેં મારું મંગળસૂત્ર વેચીને અમૂલખ શેઠને પૈસા આપવા ગઈ ત્યારે તેણે પૈસા વ્યાજ ખાતે માંડ માંડ લીધા છે અને અપમાનજનક ઘણા શબ્દો મને કહ્યા છે. મેં તેની વાત મનમાં લીધી નથી કેમ કે ભૂલ આપણી છે. જો આપણે પૈસા વ્યાજે લીધા ન હોત તો આ દિવસ થોડો આવત ? પરંતુ હવે અમૂલખ શેઠ માને તેમ નથી. પૈસા માટે ખૂબ ઉતાવળ કરે છે. તમે ગમે ત્યાંથી પૈસા લાવીને ગામ આવજો અને અમૂલખ શેઠનું દેવું ચૂકવી જજો !

રાકેશ પત્ર વાંચીને છુટ્ટા મોંએ રડી પડ્યો. પૈસા, પૈસા ! રૂપિયા લાવવા ક્યાંથી ? પૈસા કમાવવા સહેલા નથી એ સત્ય રાકેશને સમજાઈ ગયું હતું.

પત્નીના પત્રથી રાકેશ વિહ્વળ થઈ ગયો.

રાકેશને કંઈ સૂઝતું નહોતું. મનમાં થયું કે માધુને કહું અને પૈસા માગું. પણ માધુ પણ ક્યાંથી લાવશે ? માધુ પણ પોતાની જેવો જ ગરીબ માણસ છે. સમદુઃખિયાપણું એ અમારી મૈત્રીની ધરોહર છે. ખેર, બીજું કંઈ નહીં તો એકબીજાની હૂંફ અને આ દુઃખના દિવસો કાપવામાં કેટલી બધી મદદ કરે છે !

રાકેશને રાત્રે ઊંઘ ન આવી.

બીજો દિવસ પણ ખૂબ ચિંતામાં ગયો. રાત્રે પથારીમાં પડ્યા-પડ્યા ક્યારે નિદ્રા આવી ગઈ તેની રાકેશને ખબર ન પડી. નિદ્રામાં તેણે ભયંકર સ્વપ્ન જોયું. એણે જોયું કે તેનો જમણો હાથ કપાઈને ભોંય પર પડ્યો છે. પોતે તરફડી રહ્યો છે. શરીરમાં કાતિલ પીડા થઈ રહી છે. એ વખતે મૅનેજરે આવીને રૂપિયા સો સોની વીસ નોટ તેને આપી !

રાકેશથી ભય અને આનંદમાં ચીસ પડાઈ ગઈ.

સવાર પડી.

રાકેશ આળસ મરડીને બેઠો થયો. હવે તેને સમજાયું કે આ તો સ્વપ્ન હતું. પણ આ સ્વપ્નને કારણે રાકેશના મનમાં વિચારની દોડાદોડ શરૂ થઈ ગઈ. એને થયું કે જો પોતાનો હાથ ખરેખર કપાઈ જાય તો કેવું સારું ? રૂપિયા બે હજાર તો મળે !

સવારનું કામ પતાવીને રાકેશ કારખાને પહોંચ્યો. એનું અંગેઅંગ દુખતું હતું. મોં પર થાક છવાયો હતો. અશક્તિ અને ભૂખ બંનેથી તે પીડાતો હતો. રોજના સાથીદાર માધુએ પૂછ્યું પણ ખરું કે, 'કેમ આજે ઠીક નથી ?'

રાકેશ કરુણ હસ્યો : 'તબિયત તો ઠીક છે. હવે તો આ દુઃખમાંથી છૂટવા માટે ભગવાન મોત મોકલે તો સારું!'

માધુ કહે, 'ભાઈ, તારી મુશ્કેલી હું જાણું છું. પરંતુ તું મરવાના વિચાર કરે તે બરાબર નથી. આપણા એકના મરવાથી પાછળ કેટલા દુઃખી થાય તેની ખબર છે?'

રાકેશ કંઈ ન બોલ્યો. એ ચૂપચાપ પોતાના મશીન પર કામે ચઢી ગયો. એને રાતનું સ્વપ્નું વારંવાર યાદ આવતું હતું. પોતાનો હાથ કપાય તો રૂપિયા બે હજાર મળે તે ખ્યાલ મનમાંથી જતો નહોતો.

મશીન એની ગતિમાં ચાલી રહ્યું હતું.

રાકેશ લાકડાનાં પાટિયાં વહેરવા માટે મશીન સામે પાટિયા ગોઠવતો જતો હતો. મશીનના ઘૂમતા ચક્રની સાથે રાકેશના મનમાં બાપ-દાદાનું ઘર અને રૂપિયા બે હજારની રકમ ઘૂમતાં હતાં.

રાકેશને થયું કે આજે ગરમી ઘણી છે. માથા પરનો પંખો હવા પણ ફેંકવામાં કંજૂસાઈ કરતો લાગે છે.

રાકેશે ઝડપથી પાટિયાં મૂકવા માંડ્યાં. મશીન ઝડપથી ચલાવવા માંડ્યું. રાકેશને લાગ્યું કે અત્યારે પોતાને ચક્કર આવી રહ્યા છે. હાથ ધ્રૂજી રહ્યા છે. પોતાની આસપાસ ચારે બાજુ દૃશ્યો આડાંઅવળાં દેખાઈ રહ્યાં છે. મગજ ફાટ ફાટ થઈ રહ્યું છે. એકાએક તેની આંખો મીંચાઈ ગઈ!

શું થયું? તેનું કશુંય ભાન રાકેશને નહોતું. એ જાગ્યો ત્યારે હૉસ્પિટલમાં પડ્યો હતો. એણે જોયું કે પોતાનો જમણો હાથ પ્લાસ્ટરના પાટામાં બંધાયેલો હતો. એને થયું કે પોતાનો હાથ સાબૂત હતો. પોતાના હાથને કંઈ જ થયું નહોતું. રાકેશના ખાટલા પાસે ઊભેલો ડૉક્ટર બોલતો હતો કે, 'અરે ભાઈ, તમે કેવા માણસ છો! કેટલા બધા બેદરકાર છો તમે! એ તો તમારું ભાગ્ય સારું કે તમારો હાથ કપાઈ ગયો નહીં. નહીંતર...'

રાકેશથી ચીસ પડાઈ ગઈ : 'ડૉક્ટર, તમને ખબર નથી. મારો હાથ કપાઈ ગયો હોત તો બહુ સારું થાત!'

ઘા રૂઝાઈ ગયા પછી રાકેશ કારખાને પહોંચ્યો. મૅનેજર તેની જ રાહ જોતો હતો. મૅનેજરે એક કવર રાકેશના હાથમાં પકડાવીને કહ્યું, 'લો, આ તમારો હિસાબ! તમારા જેવા બેજવાબદાર માણસનું અમારે કામ નથી!'

રાકેશ બેભાન થઈ ગયો.

પ્રભાવના

માનવી માનવી પરનો વિશ્વાસ ગુમાવી બેઠો તેમાંથી તાળાની શોધ થઈ. ક્યારેક એવું લાગે છે કે તાળાં, વૃદ્ધાશ્રમ, જેલ, વકીલોનાં પાટિયાં આ બધા માનવીની સામાજિક નબળાઈઓની નિશાની છે. વિશ્વાસઘાત અને પ્રામાણિકતાની ઓછપ એ વ્યાપક રોગ બની ગયો છે. ઝડપથી પૈસા મેળવી લેવા માટે આજનો માનવી આંધળો બની ગયો છે. એમ લાગે છે કે તિજોરીને તાળું મારવાને બદલે માનવીએ પોતાની વાસનાને તાળું માર્યું હોત તો આજના જેવી બેદશા થઈ ન હોત. તિજોરીને તાળુ ન હોય તો કદાચ જરઝવેરાત લૂંટાઈ જાય પરંતુ વાસનાને સંયમનું તાળુ ના હોય તો માનવીનું જીવન જ લૂંટાઈ જતું હોય છે.

૩૬

ધરતી સાક્ષાત પૃથ્વી જેવી મહાન હતી.

મોહમયી મુંબઈ નગરીનું આકર્ષણ સર્વત્ર છવાયેલું છે. સૌ એમ માને છે કે મુંબઈમાં મહેનત કરીએ તો પૈસા રળી શકાય.

મહેન્દ્રભાઈ પૈસા કમાવા માટે પત્ની ધરતી સાથે મુંબઈ આવ્યા.

મહેન્દ્રભાઈનો મહેનતુ અને માયાળુ સ્વભાવ સફળતા આપતો ગયો. એક શેઠની ઓળખાણ થઈ. મહેન્દ્રભાઈ તેને ત્યાં નોકરીએ રહ્યા. સખત મહેનત, પ્રામાણિક દૃષ્ટિકોણ અને વેપાર કરવાની કુનેહને કારણે શેઠે પોતાની દુકાનમાં સમય જતાં મહેન્દ્રભાઈનો ચાર આના ભાગ કર્યો. મહેન્દ્રભાઈ બે પાંદડે થયા.

મહેન્દ્રભાઈની પત્ની ધરતી મીઠા સ્વભાવની અને ઘરરખ્ખુ નારી હતી. દુઃખના દિવસોમાં એ પતિને પ્રેરણા આપતી હતી. સેવા કરતી હતી. દુઃખના દિવસો હસીને પસાર કરવામાં એ પતિને છાયાની જેમ સાથ આપતી હતી.

કિસ્મતે યારી આપી ને સુખના દિવસો આવ્યા.

મહેન્દ્રભાઈને સુખના દિવસોમાં અનેક મિત્રો મળ્યા. દુઃખના દિવસોમાં કોઈ સામે જોતું નહોતું. સંપત્તિ આવી ત્યાર પછી આ મિત્રો સામેથી આવી મળ્યા. મહેન્દ્રભાઈ મિત્રો સાથે રોજ ઘૂમવા માંડ્યા. સાંજ પડે એટલે

રોજ મિત્રોની મંડળી જામે. જુદીજુદી હોટલોમાં જમવા જાય. પાનાં રમે. ધીમેધીમે સિગારેટ અને દારૂ પણ ચાલુ થઈ ગયાં.

ધરતી મહેન્દ્રભાઈની સાથે ફરવા માટે ક્યાંય જતી ન હતી. ધરતીને એમ લાગતું કે પોતાનું શરીર શ્યામ છે અને પોતે દેખાવડી નથી એટલે પોતે ક્યાંય ફરવા જવું ન જોઈએ.

ધરતી ઘર સાચવીને બેસી રહેતી.

મહેન્દ્રભાઈને પણ થતું કે પોતાના મિત્રોની પત્નીઓ કેટલી સુંદર દેખાય છે! એમને પણ ધરતીને સાથે લઈ જવાનું ગમતું નહોતું.

ક્યારેક કોઈ ખરાબ મિત્ર મળી જાય તો જીવન બરબાદ થતાં વાર લાગતી નથી.

હોટલમાં મહેફિલ જામી હતી ત્યારે એક મિત્રે મહેન્દ્રભાઈના કાનમાં ગણગણાટ કર્યો : 'ભલા માણસ, આટલી બધી આવડત છે. આટલો બધો પૈસો છે અને છતાં ઊતરી ગયેલા મૉડલ જેવી આવી સ્ત્રીને ઘરમાં રાખે છે? થોડીક દોસ્તોની તો શરમ રાખ!'

મહેન્દ્રભાઈને ઝાળ લાગી ગઈ.

મહેન્દ્રભાઈએ પોતાની પત્નીને ગામડે પોતાની મા પાસે મોકલી આપી.

ધરતી પોતાના ચાર વર્ષના દીકરા રાહુલને લઈને ગામડે પહોંચી ગઈ.

મહેન્દ્રભાઈને ખુલ્લું મેદાન મળી ગયું. ખરાબ મિત્રોની સોબત અને પૈસાની છૂટ હોવાથી મહેન્દ્રભાઈ ખોટે રસ્તે ચડી ગયા.

મહેન્દ્રભાઈ પોતાની પત્ની, માતા અને બાળકને જાણે સાવ ભૂલી ગયા. સમયસર ગામડે એમણે પૈસા મોકલવાનું ચાલુ રાખ્યું. મહેન્દ્રભાઈ માનતા હતા કે પૈસા મોકલી આપ્યા એટલે પોતાની જવાબદારી પૂરી.

ધરતી હંમેશાં પતિનો પત્ર આવે તેની રાહ જોતી. ધરતીને થતું કે પોતાનો પતિ ક્યારેક તો ખૂબ પ્રેમપૂર્વક દોડતો આવશે. પણ એવું ક્યારેય થયું નહીં.

મહેન્દ્રભાઈ દિવસે પોતાના ધંધામાં અને રાત પડે એટલે રખડવામાં ઓતપ્રોત થઈ ગયા.

મહેન્દ્રભાઈની મા એટલે સાક્ષાત કર્કશા નાર. એ સ્ત્રી જેવી કજિયાળી એવી જ કડક. બોલવા માંડે એટલે તેની જીભ છરી બની જાય.

ધરતી ઘરનું તમામ કામ કરતી. સાસુની સેવા કરતી. પોતાના પુત્ર

રાહુલને સારા સંસ્કાર આપતી. રાહુલ નિયમિત ભણવા જાય. સારું ભણે, સારો અને સંસ્કારી યુવક બને તે માટે ધરતી સતત પ્રયત્ન કરતી હતી. રાહુલનું ઘડતર સરસ થઈ રહ્યું હતું.

એક વાર અચાનક મહેન્દ્રભાઈ ગામડે આવ્યા. ધરતીની ના હોવા છતાં મહેન્દ્રભાઈ રાહુલને મુંબઈ તેડી ગયા.

રાહુલ ભણવામાં હોશિયાર હતો. કૉન્વેન્ટમાં એ પ્રથમ આવ્યો. તેને પોતાની માતા ધરતી યાદ આવતી હતી. તેણે એક વાર કહ્યું, 'પપ્પા, મમ્મીને અહીં બોલાવી લો ને !'

મહેન્દ્રભાઈનું મોં પડી ગયું. તેમણે કહ્યું, 'તું વિચાર તો કર, આટલા સુંદર શહેરમાં તારી મમ્મીને લાવીએ તો આપણું કેટલું ખરાબ દેખાય? એ કેવી કાળી છે. તું જે સ્કૂલમાં ભણવા જાય છે ત્યાં બધાં બાળકોની મમ્મી કેટલી સુંદર દેખાતી હોય છે? તારી કાળી કાળી મમ્મી તને ત્યાં લેવા-મૂકવા આવશે તો તારું કેટલું ખરાબ દેખાશે?'

નાનકડા રાહુલના મનમાં આ વાત ઊતરી ગઈ.

બાળકનું દિમાગ એટલે શાહીચૂસ કાગળ.

રાહુલના કુમળા દિમાગમાં પપ્પાની વાત ફીટ થઈ ગઈ. એને થયું કે પપ્પાની વાત સાચી છે. મારી મા સારી છે, મીઠા સ્વભાવની છે પણ કાળી ખૂબ છે! અને હા કદરૂપી પણ દેખાય છે.

રાહુલ પોતાની માને મનોમન નફરત કરવા માંડ્યો.

ધરતી પોતાના પુત્રને યાદ કરતી અને રડી પડતી. એને થતું હતું કે પોતે પતિ અને પુત્ર બંને ગુમાવ્યા. એને થતું હતું કે મારી ચામડી શ્યામ છે પણ સંસ્કાર તો કેવા ઊજળા છે! ધરતી વિચારતી હતી કે ક્યારેક તો મારા ઊજળા સંસ્કાર સાસુ, પતિ અને પુત્રને દેખાશે ત્યારે જરૂર મને પ્યાર કરશે! મારું સમર્પણ એક દિવસ તો જરૂર રંગ લાવશે!

રાહુલ યુવાન થયો. શ્રીમંત ઘરની એક યુવતી સાથે તેનાં લગ્ન નક્કી થયાં.

મહેન્દ્રભાઈએ લગ્નનો સમારંભ ગામડે રાખ્યો અને મનમાં વિચાર્યું કે ગામમાં ખૂબ પૈસા ખર્ચીને વટ પાડી દેવો!

મહેન્દ્રભાઈ અને રાહુલ મોટર લઈને ગામડે આવ્યા. છૂટથી પૈસા ખર્ચવા માંડ્યા. ગામમાં વાહ વાહ થઈ.

ધરતી રાહુલને જોઈ અડધી-અડધી થઈ જતી હતી. એ પોતાના વ્હાલસોયા પુત્રને જોતાં ધરાતી નહોતી. ધરતી પ્રેમથી રાહુલને બોલાવે છે, જમાડવા જાય છે, વસ્ત્રો તૈયાર કરીને આપવા જાય છે : કિંતુ રાહુલ તેની સામે જોતો પણ નથી. એના મનમાં ફેલાયેલું ઝેર ગાઢ બની ગયું છે : પોતાની મા કેવી કાળી છે !

લગ્નના દિવસે રાહુલ પોતાની માને પણ સાથે ન લઈ ગયો !

જાન વિદાય થઈ.

ધરતી અને તેની સાસુ ઘરમાં રહ્યાં.

ધરતી માટે આ આઘાત કારમો હતો. પોતાનો પુત્ર આ હદે જશે તેની તેને કલ્પના પણ નહોતી. બધા તો પારકા થાય પણ પોતાનો પુત્ર પણ પરાયો થયો ! બીજા તો મારી ચામડીનો રંગ જુએ પણ મારો પુત્ર પણ તેની પંગતમાં બેસે !

ધરતીની આંખમાંથી શ્રાવણ-ભાદરવો વરસવા માંડ્યા.

એને થયું કે પોતાના જીવનની કોઈ કિંમત નથી. હવે આ જીવનનો કોઈ અર્થ પણ નથી.

રાત પડી. ધરતીએ ઘરના દીપકો બુઝાવી નાખ્યા. એના દિલમાં વેદનાની શારડી ફરતી હતી : હવે આ અજવાળાનું શું કામ ?

મહેન્દ્રભાઈની મા અંદરના ઓરડામાં સૂતાં હતાં. ધરતી બહારના ઓરડામાં સૂતી હતી. અચાનક અંદરના ઓરડામાં શું બન્યું તે ધરતીને સમજાય તે પહેલાં ધુમાડાના ગોટેગોટા બહાર આવવા માંડ્યા. ધરતી ભડકી. તેણે અંદરના ઓરડાનું બારણું જોરથી ખોલ્યું તો અંદર આગ લાગી હતી. ધરતીએ કશું વિચાર્યા વિના અંદર દોડી સાસુના ભારેખમ શરીરને પોતાના ખભા પર લઈને બહાર આવી પણ એટલી વારમાં તેના હાથપગ દાઝી ગયા. મોઢા પર આગની ઝાળ લાગી ગઈ.

ગામના લોકોએ ધરતીને દવાખાનામાં ભરતી કરી.

આ ઘટનાથી સાસુના હૃદયનું પરિવર્તન થઈ ગયું. આ ઘટનાના સમાચાર સાંભળીને મહેન્દ્રભાઈ, રાહુલ અને તેની પત્ની જાનૈયાઓ સાથે દોડી આવ્યા. માએ મહેન્દ્રભાઈ અને રાહુલને કહ્યું, ‘બેટા, તારી પત્ની સાક્ષાત દેવીનો અવતાર છે. મેં આખો જનમારો એને દુ:ખ દેવામાં બાકી નથી રાખ્યું પણ એ સ્ત્રીએ મને બચાવી લીધી છે. હું ખરાબ હતી અને

મેં આ મહાન સ્ત્રીને ખરાબ ગણી. જે ખુદ ખરાબ હોય તેને બીજા સારા ક્યાંથી દેખાય ? પણ આજ મારી આંખ ખૂલી ગઈ છે : હે ભગવાન, મારી લક્ષ્મી જેવી દીકરીને બચાવી લે !'

રાહુલ દોડતો પોતાની મા પાસે ગયો અને ધરતીના પગ પર પડીને બોલ્યો, 'મા !'

ધરતીની આંખમાંથી ચોધાર આંસુ વહ્યે જતાં હતાં. તેણે કહ્યું, 'મને મારા સંસ્કારો પર ભરોસો હતો. એક દિવસ તો મારો દીકરો મારી પાસે જરૂર પાછો આવશે. સુખી થા બેટા. જીવનમાં સારાં કામ કરજે !'

મહેન્દ્રભાઈએ ધરતીનો હાથ ઝાલી લીધો અને કહ્યું, 'ધરતી, તું સાક્ષાત્ ધરતી જેવી મહાન છે. તને હું ઓળખી ન શક્યો. આજથી હું પ્રતિજ્ઞા લઉં છું કે આજ પછી હું ક્યારેય અવળે રસ્તે નહીં જાઉં !' ધરતીને થયું કે સમસ્ત સંસારમાં સૌથી સુખી સ્ત્રી તે પોતે છે !

પ્રભાવના

સત્યનો સ્પર્શ પામવા માટે સત્યના શરણે જવું પડે. ધર્મની સુગંધ પામવા માટે ધર્મના શરણે જવું પડે. ગુરુજનના આશીર્વાદ મેળવવા માટે સદ્‍ગુરુના શરણે જવું પડે. જ્યાં સુધી સાધક આમ ન કરે ત્યાં સુધી તેનું જીવન એક અનોખા સુપ્રભાતના દર્શનથી વંચિત રહી જાય.

૩૭

જે મોહન શેઠનું ખૂન થયું હતું એ મોહન શેઠ ત્યાં જ ઊભા હતા!

એનું નામ રાજા.

એનું નામ તો રાજા હતું પણ એ જન્મથી કમનસીબી લઈને આવ્યો હતો. રાજાનો જન્મ થયો એ જ વખતે તેની માતાનું મૃત્યુ થયું. પિતાએ તેને મોટો કર્યો.

રાજાના પિતાનું નાનકડું કારખાનું હતું. નાનીમોટી વસ્તુઓ બનાવીને એ ઘરનું ગુજરાન ચલાવતા. રાજા મોટો થઈને કારખાનું સંભાળે એ પહેલાં પિતાનું મૃત્યુ થયું.

રાજાના જીવનની ડાળ પર દુ:ખો અને વેદનાઓની જાણે ચિચિયારીઓ પડઘાવા લાગી.

રાજાનું કારખાનું એક સગાએ ખરીદી લીધું અને પૈસા પણ હજમ કરી ગયો!

રાજાનો સમય વીતવો કપરો બની ગયો. એ જ્યાં-ત્યાં મજૂરી કરીને પોતાનો ગુજારો કરવા લાગ્યો.

રાજા સારો કારીગર હતો. ગમે તેવા તાળાની ચાવી ખોવાઈ ગઈ હોય તો તે ચાવી બનાવી આપતો. ગમે તેવી તિજોરી ખૂલતી ન હોય તો તે કુશળતાથી ખોલી આપતો.

રાજાને એક દિવસ વિચાર આવ્યો કે પોતાની આ હસ્તકળાનો ઉપયોગ બીજી રીતે કર્યો હોય તો?

એને થયું કે જિંદગીભર મજૂરી કરવા

કરતાં ક્યારેક કોઈ શ્રીમંતની તિજોરી તોડી હોય તો?

રાજાના ગામમાં મોહન શેઠ રહેતા હતા.

મોહન શેઠ એટલે મોટા માણસ. એમના ઘરમાં પૈસાનો પાર નહીં. એમની દુકાન ધમધોકાર ચાલે. સાંજ પડે એટલે મોહન શેઠની દુકાનના મહેતાજી કોથળો ભરીને રૂપિયા ઘરે લઈ જાય.

રાજાએ મોહન શેઠના બંગલાના વૉચમૅન મોહમ્મદ મિયાંની દોસ્તી કરી. એની પાસેથી જાણી લીધું કે મોહન શેઠની તિજોરી ક્યાં રહે છે અને તેમાં શું ભરે છે. મોહમ્મદ મિયાંએ કહ્યું કે, શેઠના ઘરમાં તો લક્ષ્મીનો વાસ છે!

રાજા એ લક્ષ્મી મેળવી લેવા માટે તલપાપડ થઈ ઊઠ્યો.

અંધારી રાત હતી. રાજાએ તક ઝડપી લીધી. બંગલાની પાછળના ભાગમાંથી ધીમેથી દરવાજો ખોલીને એ અંદર ઘૂસ્યો. ચારે તરફ નજર કરી. કોઈ જાગતું નથી એ જોઈ લીધું. એ તિજોરીવાળા રૂમમાં ઘૂસ્યો. ક્ષણ વારમાં તિજોરી ખોલી. અંદર રહેલાં કીમતી ઘરેણાનું પોટલું વાળ્યું અને ખભે નાખ્યું. જે રસ્તેથી આવ્યો હતો એના બદલે બીજા રૂમમાંથી એ નીકળવા ગયો. એ રૂમ મોહન શેઠનો શયનખંડ હતો. ત્યાંનું દશ્ય જોઈને રાજા સ્તબ્ધ થઈ ગયો.

મોહન શેઠ પલંગની બાજુમાં ઊંધે મસ્તકે પડ્યા હતા. રાજા ચમક્યો. આ શેઠ આમ કેમ પડ્યા હશે? થોડી વાર એ ઊભો રહ્યો. શેઠ બિલકુલ હાલતા-ચાલતા હોય એમ જણાતું નહોતું. રાજા એમની નજીક ગયો. જોયું તો શેઠનું ખૂન થયું હતું!

રાજા ગભરાઈ ગયો.

એ જે રસ્તેથી આવ્યો હતો એ રસ્તેથી ઝડપથી પાછો વળી ગયો.

રાજાનું દિમાગ ફટાફટ દોડવા માંડ્યું. એને થયું કે શેઠનું ખૂન થયું છે. વળી ચોરી થઈ છે એમાં ક્યાંક હું પકડાઈ જઈશ તો જીવનભર કામ આવે એટલી આ મૂડી પણ ચાલી જશે. એણે નિશ્ચય કર્યો કે આ ઝવેરાત દૂરના શહેરમાં જઈને વેચશે પણ હમણાં તો આ ઝવેરાતનું પોટલું ક્યાંક છુપાવી દઈને પોતે આ ગામમાંથી દૂર ચાલ્યા જવું જોઈએ.

ગામની બહાર એક અવાવરો કૂવો હતો. બાજુમાં ઘટાદાર વડનું ઝાડ હતું. કૂવાનો ભાગ્યે જ ઉપયોગ કરવામાં આવતો હતો. એક વાર પોતે મિત્રો સાથે કૂવા પાસે આવેલો અને કૂવામાં પોતે ધુબાકા મારેલા તે યાદ

આવી ગયું. તે વખતે રાજાએ મિત્રનો એક પિત્તળનો લોટો કૂવામાં સંતાડી દીધેલો અને પછી વેચીને સિગારેટ પીધેલી તે પણ તેને યાદ આવી ગયું.

રાજાને થયું કે આ અવાવરો કૂવો સૌથી સુરક્ષિત જગ્યા છે.

રાજાનું દિમાગ ફટફટ થતું હતું. એ પોતાની યોજના ઝડપથી વિચારતો હતો. આજે મહેનતથી મેળવેલું ઝવેરાત ગુમાવવું પરવડે તેમ નહોતું.

રાજા કૂવા પાસે પહોંચ્યો. એ સડસડાટ કૂવામાં ઊતર્યો. કૂવામાં એક બખોલ જેવો ભાગ હતો. રાજાએ પોટલું એ બખોલમાં સંતાડ્યું. એક વજનદાર પથ્થર આડો મૂક્યો. એ સડસડાટ કૂવાની બહાર આવ્યો અને સ્ટેશનની વાટ પકડી.

મધરાતનો સમય થયો હતો. ચારેબાજુ સૂનકાર હતો. રાજાને થયું કે ગામમાં રહેવાનું જોખમ છે. એ સ્ટેશન પહોંચ્યો ત્યારે મુંબઈ જનારી ટ્રેન ઊભી હતી. એણે મુંબઈની ટિકિટ લીધી અને ટ્રેનમાં બેસી ગયો. એને થયું કે પોતે કોઈ ઝડપથી એવું કામ કરવું જોઈએ જેથી મોહન શેઠનું ખૂન થયું તેમાં અને મોહન શેઠના ઘરમાં ચોરી થઈ તેમાં પોતાનું નામ ન આવે.

રાજા નડિયાદમાં ઊતરી ગયો.

રાજાના ફળદ્રુપ દિમાગમાં વિચાર આવ્યો કે અત્યારે અહીં જ ચોરી કરીને જો પકડાઈ જાઉં તો મોહન શેઠની વાતમાં મારું ક્યાંય નામ આવશે જ નહીં.

સ્ટેશનની નજીક જ પોલીસ ચોકી હતી. તેની બાજુમાં કરિયાણાનો મોટો સ્ટોર હતો. સ્ટોરની ઉપર જ તેના માલિકનું નિવાસસ્થાન હતું. થોડોક અવાજ થાય અને કોઈ જાગી જાય તો પકડાઈ જવાય તેમ હતું. રાજાએ એક મોટો પથ્થર ઊંચક્યો. કાચના દરવાજા પર ફેંક્યો અને બારણું તોડી નાખ્યું. પણ કોઈ સંચાર સંભળાયો નહીં. રાજાને થયું કે બધાને આજે જ શાંતિથી ઊંઘવાનું ગમે છે!

એ સ્ટોરમાં ઘૂસ્યો. થોડી રોકડ રકમ ખિસ્સામાં નાખીને બહાર નીકળવાની તૈયારી કરવા માંડ્યો ત્યાં એ ચમક્યો. બે લાલઘૂમ આંખો તેને નિહાળી રહી હતી. રાજાએ ધ્યાનથી જોયું તો એક વિકરાળ કૂતરો આ બાજુ આવતો હતો. રાજાને થયું કે ભસે તો સારું થાય. કોઈ આવી ચડે અને પકડાઈ જવાય તો યોજના સફળ થાય. પણ રાજાનું નસીબ વાંકું ચાલતું હતું. કૂતરો ભસ્યો નહીં પણ તેની પાસે આવીને શાંતિથી ઊભો રહ્યો!

રાજાએ દૂર નજર કરી તો એક રાઉન્ડ મારવા નીકળેલો પોલીસ પોતાની તરફ આવી રહ્યો હતો. રાજાને થયું કે ચાલો જે થાય તે સારા માટે. જે ક્ષણની રાહ જોતો હતો તે ક્ષણ આવીને ઊભી રહી છે. પણ અહીં પણ નસીબે સાથ ન આપ્યો. પોલીસે ખોખારો ખાધો, દંડો પછાડ્યો અને આગળ ચાલતો થયો. રાજાને થયું, વાહ રે નસીબ!

રાજા નિરાશ થઈ ગયો. તેણે બાજુની દુકાન તોડી એ વખતે પેલો વિકરાળ કૂતરો તેના પર તૂટી પડ્યો. અવાજ થયો એટલે લોકો જાગી ગયા. રાજા પકડાયો. પોલીસે લૉકઅપમાં પૂર્યો.

રાજાને બે વરસની સજા થઈ. રાજાને થયું કે ચાલો પોતાની યોજનાનું એક પૃષ્ઠ પૂરું થયું. સજા પૂરી થશે એટલે ગામના અવાવરા કૂવામાંથી ઝવેરાતનું પોટલું લાવીને વેચી નાખીશું અને ત્યાર પછી શાંતિથી જીવી લઈશું.

રાજાએ સારા વર્તનથી જેલનો સમય થોડો વહેલો પૂરો કર્યો.

રાજાએ નક્કી કરી લીધું કે ગામમાં કોઈ ઓળખી ન જાય તે માટે દાઢી વધારવી. કફની ઓઢીને સાધુ બની જવું.

એ જ્યારે જેલમાંથી બહાર નીકળ્યો ત્યારે એ જ કૂતરો સામે મળ્યો જે પોતાની ઉપર તૂટી પડ્યો હતો! પણ આજે તો તેણે પણ પોતાને ઓળખ્યો નહીં!

રાજાએ રાતની ગાડી પકડી. પોતાના ગામ આવ્યો. અંધકારની પછેડી ઓઢીને ગામની બહાર આવેલા વડના ઝાડની પાસેના અવાવરા કૂવા તરફ ચાલ્યો. કોઈ જુએ તે પહેલાં ઝવેરાતનું પોટલું કાઢીને તેને જલદી નવ દો ગ્યારા થઈ જવું હતું!

રાજા પોતાની દાઢીમાં હાથ પસવારતો ઝડપથી કૂવા ભણી ચાલ્યો. વિશાળ વડ અને તેની વિશાળ વડવાઈઓ દૂરથી દેખાતી હતી.

મંજિલ નજીક આવતી હતી તેમ રાજાના શરીરમાં લોહી ઝડપથી વહેતું હતું.

રાજા એકાએક અટકી ગયો. તેનું હૃદય થંભી ગયું. પોતાની આંખ પર ભરોસો ન બેસે તેવું દશ્ય તે જોઈ રહ્યો હતો. મોહન શેઠની વિશાળ કાયા પોતાની માલિકીની ઝવેરાતની થાપણ પર પગ મૂકીને ઊભી હતી!

શું આ સત્ય હતું? શું આ સ્વપ્ન હતું?

રાજાએ આંખો ચોળી. ધારીને જોયું ત્યારે સમજાયું કે એ મોહન

શેઠ જ હતા !

ગામના લોકોએ મોહન શેઠની સ્મૃતિમાં અવાવરુ કૂવાને પૂરીને તેના પર મોહન શેઠની વિશાળ મૂર્તિ મૂકી હતી !

રાજા બેભાન થઈ ગયો.

પ્રભાવના

એક સંત પોતાના પુત્રને લઈને થોડા યાત્રિકો સાથે યાત્રા કરવા નીકળ્યા. યાત્રિકોએ નક્કી કર્યું કે વહેલી સવારે ઊઠીને સૌએ પ્રાર્થના કરવી. એક વાર સવારની પ્રાર્થના કર્યા પછી પણ કેટલાક યાત્રિકોને સૂતા જોઈને પુત્રે સંત પિતાને કહ્યું : 'જુઓને, આ લોકો કેવા આળસુ છે ? હજુ ઘોર્યા કરે છે. પ્રાર્થના કરવાનું સૂઝતું નથી.'

સંત પિતા કહે : 'બેટા, તું પણ ઘોરતો હોત તો ઘણું સારું થાત. કેમ કે વહેલા ઊઠીને બીજાના દોષ જોવા તેના કરતાં તો સૂઈ રહેવું જ સારું !'

૩૮

રાજાને જે ચરણપ્રહાર કરે તેને શી સજા કરવી જોઈએ?

પૂર્વઋષિઓએ જીવન ચાર અવસ્થામાં વહેંચ્યું છે. આ ચારમાંથી કોઈ પણ અવસ્થામાં વૈરાગ્યનો પ્રવેશ થાય તેને પૂર્વઋષિઓએ જીવનની સાર્થકતા કહી છે.

ચંદ્રાવતીનગરીના રાજા રત્નશેખરને સંસાર પર વૈરાગ્ય જાગ્યો. એમણે પોતાના યુવાન પુત્ર મદનસેનને રાજગાદી સોંપી અને જંગલનો પંથ પકડ્યો. યુવાન રાજા મદનસેને રાજ્યની ધુરા સંભાળી.

રાજા મદનસેન યુવાન હતો. તેના વિચારો હણહણતા અશ્વની જેમ દોડતા હતા. તેની આસપાસમાં મંત્રીઓ, સેનાપતિઓ, શ્રેષ્ઠીઓ વગેરે વૃદ્ધ હતા પણ અનુભવી હતા. રાજા મદનસેનને કોઈએ સલાહ આપી કે આ વૃદ્ધોની ટોળી દૂર કરી યુવાનોને રાજકાજમાં સામેલ કરવા જોઈએ. રાજની તિજોરી છલકાવવી જોઈએ.

રાજા મદનસેનને આ સલાહ જચી ગઈ. રાજા મદનસેને ફરમાન બહાર પાડ્યું કે રાજની સેવામાં જે વૃદ્ધો છે તેમને તાત્કાલિક દૂર કરવામાં આવે અને તેમની જગ્યાએ યુવાનોની નિમણૂક કરવામાં આવે. રાજાએ યુવાન સેનાપતિને સૂચના આપી કે આજ પછી રાજદરબારમાં કોઈ વૃદ્ધને આવવા દેવો નહીં.

રાજાની આજ્ઞાનો તરત અમલ થયો.

રાજદરબારમાં અને રાજમહેલમાં સર્વત્ર હવે યુવાનો અને યુવતીઓ નજરે પડતાં હતાં.

રાજા મદનસેન શોખીન રાજા હતો.

યૌવનથી ઊભરાતી અને મદમસ્ત યુવતીને રાજા જોતો હતો અને તેની આંખો તેને ઝંખવા માંડતી. રાત પડે અને રાજા મદનસેન ઇચ્છતો કે પોતાના શયનખંડમાં જેને પોતે ઝંખે તે યુવતી આવવી જોઈએ. રાજા મદનસેનના રાજઘરાનામાં યુવાનીના રંગરાગની સરિતા વહી નીકળી. રાજા મદનસેનના દિવસ અને રાત્રિ સુખભરપૂર વહેતાં હતાં. જે સુખની કલ્પના જાગે તે સુખ હાજર કરવા માટે રાજા હુકમ કરતો અને મંત્રીઓ તત્ક્ષણ તે હાજર કરતા.

એક વાર એવું બન્યું કે, મધ્યાહ્નનો શાંત સમય હતો. રાજા અને મહારાણી સોગઠાબાજી રમતાં હતાં. રમત બરાબર જામી હતી. મહારાણી મસ્તીમાં હતા. મહારાજા શરાબના પાનમાં ચકચૂર હતા. એ સમયે મહારાણીએ અચાનક રાજા મદનસેનને લાગણીના આવેશમાં ચરણપ્રહાર કર્યો.

રાજા મદનસેનને વિસ્મય થયું.

રાજા મદનસેનને થયું કે રાણી પોતાને પ્રાણપ્રિય છે પણ તે ચરણપ્રહાર કરે તે તો નવાઈ ભરેલું કહેવાય.

રાત્રિના સમયે રાજા મદનસેન વિચારતરંગે ચડી ગયો. રાણીએ પોતાને ચરણપ્રહાર કર્યો તેમાંથી તેના ચિત્તમાં મંથનનો મહાસાગર ભરતીએ ચડ્યો. રાજા મદનસેનને થયું કે રાણી પોતાને ચરણપ્રહાર કરે તો પોતે કેવી સજા કરવી જોઈએ ?

રાજાને થયું કે પોતાની સભામાં કેવળ યુવાનો જ છે. ક્યારેક માનો કે વિચિત્ર સંકટ આવીને ઊભું રહે તો શું આ યુવાનો તેનો ઉકેલ શોધી શકે ખરા ? આજની આ ઘટનામાંથી આ યુવાનોની શક્તિની પરીક્ષા કરી લેવાય તો ?

પ્રાતઃ કાળે રાજા મદનસેન રાજદરબારમાં જઈ રહ્યા હતા ત્યારે મહારાણીએ પોતાના મુખમાં રહેલા તાંબુલની અચાનક પિચકારી ઉછાળી તેનાં થોડાં બુંદ રાજાનાં વસ્ત્રો પર પડ્યાં.

રાજાના ગુસ્સાનો પાર ન રહ્યો.

રાજા મદનસેન સડસડાટ રાજદરબારમાં પહોંચ્યો. રાજદરબારમાં હાજર

રહેલા યુવાનોને રાજાએ પૂછ્યું : 'મિત્રો, માનો કે કોઈ મને ચરણપ્રહાર કરે અથવા તાંબુલની પિચકારી ઉછાળીને તેના બુંદ મારા વસ્ત્રો પર છાંટે તો તેને શી સજા કરવી જોઈએ ?'

સભામાં સનસનાટી ફેલાઈ ગઈ.

સૌ યુવાનોએ એકસૂરે કહ્યું :

'રાજન, જે આપને ચરણપ્રહાર કરે તેના ટુકડેટુકડા કરી નાખવા જોઈએ અને રાજન, જે તાંબુલની પિચકારી ઉછાળીને આપનાં વસ્ત્રો ખરડે તેનું ધડ અને માથું જુદાં કરી નાખવાં જોઈએ.'

રાજા મદનસેને સૌની આ વાત સાંભળી પણ તેના ચિત્તને સંતોષ ન થયો. તેણે કહ્યું, 'મિત્રો, આવતીકાલે મને જવાબ આપજો. જેના ઉત્તરથી મને સંતોષ થશે તેને હું રાજ્યનો મુખ્યપ્રધાન બનાવીશ.'

રાજસભા વિખરાઈ.

રાજદરબારની બહાર યુવાનોમાં આ ઘટનાની ઉગ્ર ચર્ચા ચાલી. સૌને થતું હતું કે જેણે આવો દુષ્ટ પ્રયત્ન કર્યો હોય તેને કડકમાં કડક સજા થવી જોઈએ. એ સજા કરવામાં કોઈ પણ પ્રકારની દયા રાખવી ન જોઈએ, પરંતુ આવી મસ્તી કોઈ રાજા સાથે શા માટે કરે ? અને જો રાજા સાથે કોઈ આવી મસ્તી કરે તો તે દુશ્મન જ હોય ને ? અને જો તે દુશ્મન હોય તો તેને કડકમાં કડક સજા શા માટે ન કરવી જોઈએ ? એક યુવાન મંત્રી પોતાના ભવન ઉપર પહોંચ્યો.

એ સમયે યુવાન મંત્રીના વયોવૃદ્ધ પિતા તેની પ્રતીક્ષા કરી રહ્યા હતા. પુત્ર જ્યારે ઘેર આવતો ત્યારે જ પિતા અને પુત્ર સાથે જમવા બેસતા. પુત્ર જ્યાં સુધી ઘરે ન આવે ત્યાં સુધી પિતા તેની પ્રતીક્ષા કરતા બેસી રહેતા. આજે પુત્રને મોડો આવેલો જોઈને વૃદ્ધ પિતાને તે ગમ્યું નહીં. એમણે કહ્યું : 'બેટા, આજે કેમ મોડું થયું? તને ખબર છે ને કે તને મૂકીને હું કદી જમવા બેસતો નથી. જમવાનો સમય પણ આજે વીતી ગયો. હું પણ તારા વિના ભૂખ્યો જ બેઠો છું. તું આમ મોડું કરે તે કેમ ચાલે ?'

પુત્રે આજે રાજસભામાં જે બન્યું હતું તે પિતાને વિગતવાર કહ્યું. પિતા ખડખડાટ હસી પડ્યા.

પિતા કહે : 'બેટા, સૌથી પહેલાં તું શાંતિથી જમી લે. આ આખી વાતમાં ચિંતા કરવા જેવું કશું જ નથી. તું આવતીકાલે રાજસભામાં રાજાને

કહેજે કે આપના પ્રશ્નનો ઉત્તર મારા વૃદ્ધ પિતા આપશે. જો રાજા સંમત્તિ આપે તો હું જરૂર આવીશ અને રાજાના પ્રશ્નનો ઉત્તર આપીશ.'

પિતાનું કથન સાંભળીને યુવાન પુત્ર સ્વસ્થ થઈ ગયો.

રાજદરબાર ભરાયો છે અને મંત્રીઓ અને સભાસદો ઉપસ્થિત છે. તે સમયે પેલા યુવાને કહ્યું કે :

'રાજન, આપ સંમતિ આપો તો આપના પ્રશ્નનો ઉત્તર મારા પિતાશ્રી આપશે.'

રાજા મદનસેનના મુખ પર સ્મિત ફરક્યું. એમણે હામી ભણી.

રાજદરબારમાં આવીને વૃદ્ધ સજ્જને રાજાને પ્રણામ કર્યા. વિનયપૂર્વક પોતાને આપવામાં આવેલા આસન પર બેઠા. તેમણે કહ્યું :

'રાજન, જો આપની આજ્ઞા હોય તો હું મારી વાતનું નિવેદન કરું.' રાજા મદનસેન કહે : 'આપને જે કહેવું હોય તે નિઃસંકોચ કહો.'

વૃદ્ધે કહ્યું : 'રાજન, આપને જે ચરણપ્રહાર કરે અને આપનાં મૂલ્યવાન વસ્ત્રો પર જે અજાણતાં પણ તાંબુલનાં બુંદ છાંટે તેનું અમૂલ્ય એવા હીરા અને મોતીથી સન્માન કરવું જોઈએ અને તેમને મૂલ્યવાન વસ્ત્રો ઓઢાડી આપે સ્નેહ આપવો જોઈએ.'

રાજા મદનસેન કહે : 'જે મને ચરણપ્રહાર કરે અને જે મારા વસ્ત્રો બગાડે તેનું મારે સન્માન કરવું જોઈએ? આવું કેમ?'

વૃદ્ધ કહે : 'હે રાજન, આપને ચરણપ્રહાર કરવાની અને આપનાં વસ્ત્રો પર પિચકારીનાં બુંદ ઉડાડવાની હિંમત કોણ કરે? જે આપને પ્રિય હોય, જે આપની મહારાણી હોય તે જ એવું કરે અને આવું તો મોજમસ્તીના સમયમાં જ થાય. આવી ચેષ્ટા જે કરે તેનું સન્માન ન થાય તો શું થાય?'

રાજા મદનસેન ખુશ થઈ ગયા.

રાજા મદનસેને તે વયોવૃદ્ધ સજ્જનનું સન્માન કર્યું અને રાજ્યસભામાં પુનઃ અનુભવી વૃદ્ધોનો પ્રવેશ ખુલ્લો કર્યો. રાજાએ સૌને કહ્યું : 'એ વાત સાચી છે કે ઘરડાં ગાડાં વાળે.'

પ્રભાવના

નવરાત્રિ એટલે ભક્તિનું પર્વ. માતૃશક્તિની ઉપાસનાનું પર્વ : આ પવિત્ર સમયમાં આવાં સુંદર વ્રત લઈને પર્વ મનાવી ન શકાય? ૧.

પ્રભુની ભક્તિ કરીશું. ૨. ગુરુજનોની સેવા કરીશું. ૩. સત્ય બોલીશું. ૪. માતા-પિતાને માનસહિત સાચવીશું. ૫. ચોરી, જુગાર, ડ્રિંક્સ જેવા કોઈ પણ વ્યસનથી દૂર રહીશું. ૬. અભ્યાસ પૂરી લગનથી કરીશું. ૭. સ્ત્રીને સન્માનથી જોઈશું. ૮. સૌની સાથે સંપીને રહીશું ૯. દેશને વફાદાર રહીશું અને દશેરાના દિવસનું વ્રત આ જ હોય : આપણે ઉત્તમ માનવ બનીશું.

આવા સરસ નિયમ સાથે સૌનો જીવનપંથ ઉત્કર્ષના માર્ગે વહો.

૩૯

સ્ત્રીનું જીવન અવળે રસ્તે ચડે ત્યારે ધરતી પરથી સતનો એક કાંગરો ખરી જાય!

માનવીનું કિસ્મત અને સ્ત્રીનું ચરિત્ર કોઈ જાણતું નથી.

સ્ત્રી એટલે ધરતીનું સૌભાગ્ય. સ્ત્રી જીવનને પોતાના સંસ્કારોથી દીપાવે છે. એવું બને છે કે કોઈ સ્ત્રી પોતાનું જીવન ખોટે રસ્તે ચડાવી દે છે. તે દિવસે ધરતી પરથી કલ્પવૃક્ષ ઓછું થાય છે.

વારણા અને અસી નદી, બંનેની વચ્ચે વસેલી વારાણસી નગરીમાં કમઠ નામનો શ્રીમંત રહે, તેને એક દીકરી, નામે પદ્મિની.

પદ્મિની યુવાન હતી અને યૌવનથી છલકાતી હતી. શુક્રતારક સમાં નયન, ઉન્નત ઉરોજ, પ્રસન્ન વદન. જે જુએ તે પાગલ થઈ જાય.

પોતાની સામે કોઈ જુએ અને આકર્ષિત થાય તો તે ખુશ થઈ જતી હતી. મારકણી અદાથી સૌને સદાય લોભાવવા ઇચ્છતી હતી. કમઠની તે વહાલસોયી પુત્રી હતી. કમઠને એમ કે મારી પુત્રી મારી પાસે જ રહેવી જોઈએ. તેણે એક ગરીબ પણ સંસ્કારી યુવક સાથે તેનાં લગ્ન કર્યાં અને એ જુવાનને ઘરજમાઈ બનાવી લીધો.

પદ્મિની એના પતિ ચંદ્ર શેઠ સાથે સંસાર માંડીને આનંદમાં રહેતી હતી, પણ ક્યાંક એનું મન ભટકતું રહેતું હતું. કોઈ જુવાન ગમી

જાય તો તેને વશ કરીને નગરની બહાર દૂર દૂર કોઈ સ્થળે જતી અને યૌવન માણીને પ્રસન્ન થઈ વળી પિતા અને પતિની સામે દેખાવ કરતી કે જાણે પોતે મહાન સતી છે!

થોડા સમય પછી પદ્મિનીએ એક પુત્ર પ્રસવ્યો, કિંતુ મુશ્કેલી સર્જાઈ કે પદ્મિનીએ પોતાના પુત્રને અડવાની ના પાડી દીધી. ચંદ્રશેઠે કારણ પૂછ્યું તો પદ્મિની કહે :

આ બાળક છે પણ પુરુષ છે માટે તેને અડું નહિ! હું તેને સ્તનપાન કરાવીને મારું સતીત્વ ભંગ નહી કરું!'

સૌ હેરાન પરેશાન થઈ ગયા. પોતાના બાળકને સ્તનપાન કરાવીને કોઈ સ્ત્રીનું ચરિત્ર દૂષિત થાય તેવું તો ક્યાંય સાંભળ્યું નહોતું. પણ પછી ચંદ્રશેઠને એમ થયું કે પોતાને સતી સ્ત્રી મળી છે! આવી સતી સ્ત્રી તો ભાગ્યશાળીને જ મળે. ચંદ્રશેઠે પુત્ર માટે ઉત્તમ ધાવની વ્યવસ્થા કરી.

પોતાની દુકાનની બહારના ભાગમાં શેઠે છાપરું લગાવ્યું હતું. પોતાની દુકાને કોઈ આવે અથવા કોઈ મુસાફર પસાર થાય તો થોડીક ક્ષણો આરામ કરી શકે.

એક બ્રાહ્મણ ચંદ્રશેઠ પાસે આવ્યો. કહ્યું, તમારા ઘાસના છાપરા પરથી એક તણખલું મારા મસ્તક પર પડ્યું હતું તે પાછું આપવા માંડ્યું.

ચંદ્ર શેઠ ચમક્યા. તેમણે કહ્યું કે : 'આ તો ઘાસનું એક તણખલું જ છે.'

મુસાફર કહે : 'એક તણખલું હોય કે એ સોનામહોર હોય : હું અણહકનું કદાપિ લેતો નથી. કદાચ મારી પાસે આવી જાય તો મારી કટારીથી મારી ગરદન કાપી નાખું છું.'

આમ કહીને મુસાફરે પોતાના ખિસ્સામાંથી કટારી કાઢી અને ગરદન પર વીંઝવા માટે હાથ અધ્ધર કર્યો. એ જ વખતે ચંદ્ર શેઠે તેનો હાથ પકડી લીધો. કહ્યું : 'અરે, અરે, આ શું કરો છો?'

મુસાફર કહે, 'શેઠ, તમે મને રોકશો નહીં. મારું વ્રત તૂટે છે.'

ચંદ્ર શેઠે તેને સમજાવીને શાંત પાડ્યો. ત્યારે વાતવાતમાં ખબર પડી કે તે બ્રહ્મચારી છે. ચંદ્ર શેઠે તેને કહ્યું કે : 'હે બ્રાહ્મણ, તું મારા ઘરે જ સેવક તરીકે રહી જા.'

મુસાફરે ના પાડી. તેણે કહ્યું કે હું કોઈના ઘરે રહેતો નથી, કેમ કે ઘરમાં સ્ત્રી હોય તેથી હું રહી શકું નહીં. સળગતા દીપકની સામે ગાયના

ઘીને રાખી ન શકાય.

ચંદ્ર શેઠે તેને સમજાવ્યો કે : 'મારી સ્ત્રી તો સંસારની સર્વશ્રેષ્ઠ સતી સ્ત્રી છે. મારા ઘરે રહેવાથી તારા વ્રતને કોઈ જ વાંધો નહીં પડે.'

મુસાફર ખરેખર તો મહા પાખંડી હતો. ચંદ્ર શેઠના ઘરે પહોંચ્યો અને રૂપથી છલકાતી પદ્મિનીને જોઈને તેના નયનો આમતેમ ડોલવા માંડ્યાં.

ચંદ્ર શેઠે પદ્મિનીને મુસાફરની ઓળખાણ કરાવી અને સમગ્ર કથા કહી. પદ્મિની મુસાફરના કસાયેલા દેહને જોઈને પોતાના ચિત્તમાં રંગબેરંગી વિચારો કરવા માંડી.

ચંદ્ર શેઠ દુકાને ગયા.

પદ્મિની મુસાફરની નજીક સરકી અને કહ્યું : 'હે જુવાન, મને લાગે છે કે તું નોકરી કરવા નથી આવ્યો પણ મારા માટે આવ્યો છે.'

પદ્મિનીની આંખોમાં મેઘધનુષ દોડતું હતું.

મુસાફર પદ્મિનીની નજીક સરક્યો. તે કહે : 'હે દેવી, વસંતઋતુનું આમંત્રણ વૃક્ષ પર બેઠેલી કોયલ સ્વીકાર્યા વિના રહે? તો તમારું આમંત્રણ હું કેમ ન સ્વીકારું?'

'વાહ રે મુસાફર, તમે તો બહુ ચતુર નીકળ્યા!'

પદ્મિની અને મુસાફર એકબીજામાં સમાઈ ગયાં. પદ્મિની પાગલ થઈ ગઈ. થોડીક ક્ષણો પછી તેણે મુસાફરને કહ્યું : 'હે મુસાફર, આપણો સંબંધ રહેશે પણ મારે અન્ય પણ મિત્રો છે. તારે તેમાં દખલ નહીં કરવાની!'

મુસાફર કહે : 'મારી પાસેથી બીજે જવા માટે તને સમય મળે તો તું જઈશ ને?'

પદ્મિની હસતી-હસતી અંદર ચાલી ગઈ.

એક વાર ચંદ્ર શેઠ કુસુમપુર નામના નગરમાં વેપાર માટે ગયા. એ સમયે ચંદ્ર શેઠે એક આશ્ચર્ય જોયું કે કોઈ વિશાળ વૃક્ષ પર એક પંખી લાકડાની જેમ સ્થિર થઈને ઊભું રહેતું હતું. લોકો માનતા હતા કે આ કોઈ તપસ્વી છે. લોકો તેની પૂજા કરતા હતા. કિંતુ લોકો જેવા ત્યાંથી વિખેરાઈ જાય એટલે તરત પેલું પંખી અન્ય પક્ષીઓના માળામાં જઈને તે પંખીઓએ મૂકેલાં ઈંડાં ખાઈ જતું હતું!

ચંદ્ર શેઠને આ જોઈને અપાર આશ્ચર્ય થયું. પણ તેમનું આશ્ચર્ય શમે તે પૂર્વે તેમણે બીજું આશ્ચર્ય જોયું :

ઉદ્યાનના એક ભાગમાં એક તાપસ ધ્યાનસ્થ મુદ્રામાં ઊભા હતા. કોઈ દૂરથી જુએ તો એમ જ લાગે કે કેવો મહાન તપસ્વી છે!

બપોરનો સમય હતો. કેટલીક કિશોરીઓ ઉદ્યાનમાં આવી. એ ટોળીમાં એક રાજકુમારી પણ હતી. રાજકુમારીએ તપસ્વીને ઊભેલા જોઈને તે આગળ આવી અને તપસ્વીને પ્રણામ કરવા ચાલી. બીજી કિશોરીઓ બગીચાના અન્ય ભાગમાં રમવા ચાલી ગઈ. રાજકુમારી મસ્તક નમાવીને ઝૂકી એ જ પળે તપસ્વીએ આંખો ખોલી. પોતાની આંખ સામે રાજકુમારીને જોઈ, તેનો અલંકારોથી ભરેલો દેહ જોયો અને પૂરી શક્તિથી તપસ્વીએ રાજકુમારીની ડોક મરડી નાખી. અલંકારો ઉતારી એક બાજુ મૂકી દીધા. બાજુમાં રહેલા એક ખાડામાં રાજકુમારીનો દેહ ફેંકી દીધો અને તપસ્વી પાછો પૂર્વવત્ ધ્યાનસ્થ મુદ્રામાં ગોઠવાઈ ગયો.

ચંદ્ર શેઠે આ બધું જોયું. તે ચોંકી ઊઠ્યા.

રાજકુમારીની શોધ માટે આવેલા રાજસૈનિકોને ચંદ્ર શેઠે તપસ્વીની આખી ઘટના કહી દીધી. રાજાએ તપસ્વીને ફાંસી પર લટકાવી દીધો!

ચંદ્ર શેઠ આ ઘટનાઓ જોયા પછી અંદરથી હચમચી ગયા. પંખીનો અને માનવીનો આવો દંભ, આવું પાખંડ એમને ધ્રુજાવી ગયું. એ ક્ષણે ચંદ્ર શેઠના મનમાં વિચાર આવ્યો કે સતીત્વને ખાતર પોતાના પુત્રને સ્તનપાન ન કરાવનારી મારી પત્ની અને ઘાસના તણખલાને ખાતર મરવા તૈયાર થતો મુસાફર પણ આવાં જ દંભી નહીં હોય તેની શી ખાતરી?

ચંદ્ર શેઠ ઝડપથી કોઈને કહ્યા વિના પોતાના નગરમાં પાછા વળ્યા.

સંધ્યાનો સમય હતો. પોતાના ઘરનો દરવાજો બંધ હતો. ચંદ્ર શેઠ ઘરની પછવાડેના ભાગમાં ગયા અને પછીતની દીવાલમાંથી એમણે ઓરડામાં નજર કરી તો જોયું કે પદ્મિની પેલા મુસાફર સાથે યૌવન માણતી હતી!

ચંદ્ર શેઠ પગથી માથા સુધી ધ્રૂજી ગયા.

ચંદ્ર શેઠે એક કવિતાની પંક્તિ ઉચ્ચારી : તેનો ભાવાર્થ એવો હતો કે મેં ચાર આશ્ચર્ય જોયાં. ૧. પોતાના બાળકને પોતાના સ્તનને સ્પર્શ ન કરાવતી સ્ત્રી. ૨. ઘાસના તણખલા માટે આત્મહત્યા માટે તૈયાર થતો બ્રાહ્મણ. ૩. લાકડાની જેમ સ્થિર રહેતું પંખી. ૪. સોનાના લોભમાં રાજકુમારીની હત્યા કરતો તપસ્વી. આ બધું જોયા પછી કોનું મન સંસાર તરફ ખેંચાય?

પદ્મિની આ કવિતાનું હાર્દ પારખી ગઈ. એને થયું કે પોતાનો પતિ

પોતાને ઓળખી ગયો છે. તે જ સમયે પદ્મિનીએ સ્ત્રીચરિત્ર અજમાવ્યું. પોતે નિર્દોષ છે અને બ્રાહ્મણ ખરાબ છે તે બતાવવા માટે બૂમાબૂમ કરીને તેને કાઢી મૂક્યો.

પદ્મિની ચંદ્ર શેઠની સામે જઈને રડવા માંડી. તેણે કહ્યું : 'હું તો પહેલાંના જેવી જ પવિત્ર છું !'

ચંદ્ર શેઠે પદ્મિનીની સામે પણ ન જોયું. એ સ્ત્રીનું ચરિત્ર દીવા જેવું સ્પષ્ટ જોઈ રહ્યા હતા. એમનું મન સંસાર પરથી ઊઠી ગયું. એમણે સંયમનો પંથ પકડ્યો.

પ્રભાવના

આકાશમાં વિમાન ઊડે છે. સમુદ્રમાં સ્ટીમર તરે છે. સડક પર મોટર દોડે છે છતાં પદયાત્રા કરીને તીર્થયાત્રા કરવાનું આકર્ષણ કેમ ક્યારેય ન ઘટ્યું તે જાણવું હોય તો રોજ સવારે મૉર્નિંગ વૉક કરનારને મળો. સવારની દોડથી શરીરને સ્ફૂર્તિ મળે, પદયાત્રાથી મનને સ્ફૂર્તિ મળે, તીર્થયાત્રાથી આત્માને સ્ફૂર્તિ મળે !

૪૦

કામાંધ પતિને સાથ આપીને પત્નીએ પુત્રીનો ભોગ આપ્યો!

ગંગાપુરમાં હર્ષદત્ત રહેતો હતો.

યુવાન હર્ષદત્ત શ્રીમંત હતો, કુશળ વેપારી હતો.

હર્ષદત્ત શોખીન હતો. રૂપવતી કન્યા તેની આંખે ચડતી અને તેનું મન ડામાડોળ થઈ જતું. એને મનોમન ઝંખના જાગતી કે આ સ્ત્રી મને મળે તો કેવું સારું!

ધનની છાકમછોળની વચ્ચે જીવતા હર્ષદત્તનું લગ્ન રૂપથી છલકાતી અને મદોન્મત રાણી નામની કન્યા સાથે થયું. હર્ષદત્તના સુખનો પાર ન રહ્યો.

કિંતુ હર્ષદત્તનું મન ચારેકોર ભટક્યા કરતું હતું. એના મનમાં સુંદર સ્ત્રીને પામવાની ઝંખના અવિરત રમ્યા કરતી હતી. એક વાર રાત્રિના સમયે રાણી સાથે હર્ષદત્ત પ્રણયક્રીડામાં રમમાણ હતો ત્યારે તેની વાતો સાંભળીને રાણી બોલી :

"તમે તો એવા શબ્દો બોલો છો કે મારી શરમનો પાર રહેતો નથી."

હર્ષદત્ત કહે : "આપણી પાસે શું નથી? ધન છે, યૌવન છે, સમય છે તો આપણે જુવાની ભરપૂર માણી લેવી ન જોઈએ?"

રાણી કહે : "તમે શું કહો છો તે મને તો કાંઈ સમજાતું નથી. તમારે જેમ કરવું હોય તેમ કરો."

હર્ષદત્ત કહે : "તું મારા મિત્ર ઘનશ્યામને ઓળખે છે ? તેની પત્ની કેવી સ્વરૂપવાન છે ?"

રાણી કહે : "હા, કેટલી ભોળી છે અને કેટલી સુંદર દેખાય છે !"

હર્ષદત્ત કહે : "તે મદમસ્ત શ્યામા મને ગમી ગઈ છે."

રાણી ભડકી. તે કહે : "દેવ, તમે કહેવા શું માંગો છો ?"

હર્ષદત્ત કહે : "જો હું તારો પતિ છું અને પતિ તો પરમેશ્વર કહેવાય ને ?"

રાણી કહે : "હું એવું જ માનું છું."

હર્ષદત્ત કહે : "જો તું એવું માનતી હોય તો મારી તમામ ઇચ્છા પૂરી કરવી તેવું પણ તું માનતી જ હોઈશ ને ?"

રાણી કહે : "તમારી તમામ ઇચ્છા પૂરી કરવી તે મારો ધર્મ છે."

હર્ષદત્ત કહે : "શ્યામા મને ખૂબ ગમી ગઈ છે. તેના વગર હું જીવી શકું તેમ નથી. તે શ્યામાને તું તારી સખી બનાવીને આપણા ઘરે ન લઈ આવે ?"

રાણી વિચારમાં પડી ગઈ. તેને શું કરવું તે સમજાયું નહીં. હૃદયમાં અકથ્ય મૂંઝવણ થવા લાગી. કિંતુ તે સમયે પોતાનાં માતાપિતાએ આપેલી શિખામણ યાદ આવી કે, પતિનું કહ્યું કરવું.

રાણી કહે : "હું તમારી ઇચ્છા પૂરી કરવા જરૂર કોશિશ કરીશ."

રાણી બીજા દિવસે શ્યામાના ઘરે પહોંચી. સંધ્યા સમયે શ્યામા શૃંગાર સજતી હતી. સુંદર વસ્ત્રોમાં શ્યામાનો ઘાટીલો દેહ શોભતો હતો. આંખનું અંજન, કંઠમાં રહેલી મોતીની માળા, હાથમાં રહેલા બાજુબંધ શ્યામાના સૌંદર્યને ઓપ આપતા હતા. તેણે રાણીને આવકારી.

રાણી કહે : "શ્યામા, તું બહુ જ સુંદર દેખાય છે. પણ રોજ શૃંગાર સજ્યા કરે છે તો ઠીક છે પણ ક્યારેક મારા ઘરે મળવા આવતી હોય તો ?"

શ્યામા હસી પડી : "એક દિવસ જરૂર તમારા ઘરે આવીશ."

રાણી કહે : "એક દિવસ શા માટે ? આજે કેમ નહીં ? આજે જ ચાલ."

શ્યામાએ રાણીની વાત સરળતાથી માની લીધી. એ રાણીની સાથે તેના ઘરે આવી. હર્ષદત્ત ત્યાં હાજર હતો. તેણે રાણીની સાથે અનેક વાતો કરીને તેને ભોળવી. રાણી બીજી વાર મળવા આવી ત્યારે હર્ષદત્તે તેને પોતાના શયનખંડમાં ખેંચી લીધી.

સમય પસાર થતો જ રહે છે. પવન અને સમય કદી કોઈના રોક્યા રોકાતા નથી. વળી એક વાર હર્ષદત્ત રંભા નામની રૂપાળી સ્ત્રીને પોતાની હવેલીમાં લઈ આવ્યો. રાણી પહેલાં તો ચમકી પણ પછી રાણીએ વિચાર્યું કે હર્ષદત્તની સામે મારું કાંઈ ચાલવાનું નથી.

હર્ષદત્ત કુશળ વેપારી હતો. ઘણું ધન કમાતો હતો. કમાયેલું દ્રવ્ય છૂટથી વાપરતો હતો. હર્ષદત્ત માનતો હતો કે આ દુનિયામાં બધે જ પૈસાનું ચાલે છે. જેની પાસે પૈસા છે દુનિયા તેની ગુલામ છે. જો ખિસ્સામાં પૈસાનું જોર હોય તો આપણે જે ધારીએ તે થાય. હર્ષદત્ત પોતાના ઘરમાં પણ રાણીને છૂટથી પૈસા વાપરવા આપતો હતો. રાણી હીરામોતીના અલંકારો લઈ આવતી અને ખૂબ પ્રસન્ન રહેતી. રાણીને થતું કે આ દુનિયામાં પોતાના જેવી સુખી સ્ત્રી બીજી કોઈ નથી. રાણીએ પુત્રીને જન્મ આપ્યો. તે યૌવન વયમાં પ્રવેશી. તેનો કંઠ કોકિલ જેવો મધુર હતો તેથી તેનું નામ કોકિલા પાડવામાં આવ્યું.

કોકિલાનો કંઠ મધુર હતો તેમ તેની દેહલતા આકર્ષણથી ભરપૂર હતી. તેનું મોહક મુખ, સુંદર નેત્રો, સુકોમળ કાયા જે નિહાળે તે પાગલ થઈ જાય. ગંગાપુરમાં કોકિલા બજારમાં નીકળે ત્યારે યુવકો તેને જોવા ટોળે વળતા.

કોકિલા જેમ સુંદર હતી તેમ સંસ્કારી યુવતી હતી. એ નીચી નજરે ચાલતી અને માતાપિતાની આજ્ઞા હંમેશાં માનતી. પાઠશાળામાં જઈને સુંદર અભ્યાસ પણ કર્યો. હર્ષદત્ત પોતાની યુવાન પુત્રીને જોઈને કામાંધ બની ગયો.

હર્ષદત્તના મનમાં કોકિલા રમવા માંડી. હર્ષદત્ત ભૂલી ગયો કે તે પોતાની પુત્રી છે. તેના મનમાં કામજ્વર સળગી ઊઠ્યો. તેને પોતાની વાત કેવી રીતે પાર પાડવી તે સમજાતું નહોતું. તે મૂંઝવણમાં ડૂબી ગયો. રાણી પોતાના પતિને મૂંઝાયેલો જોઈને ગભરાઈ ગઈ. તેણે પૂછ્યું :

"દેવ તમે આજકાલ ચિંતામાં કેમ લાગો છો ?"

હર્ષદત્તે પોતાની ઝંખના કહી. રાણી વિચારમાં ડૂબી ગઈ. તે પોતાના પતિના શોખ જાણતી હતી. કિંતુ પોતાની જ પુત્રીને પિતા પાસે પહોંચાડવી કેવી રીતે ? આમ છતાં રાણીએ વિચારીને કહ્યું : 'તમે ચિંતા ન કરો. તમારા મનમાં જે ઇચ્છા જાગી છે તે પૂરી કરવા હું જરૂર સહાય કરીશ.'

હર્ષદત્ત રાણીને ભેટી પડ્યો.

રાણી હર્ષદત્તને ખુશ જોઈને રાહત અનુભવી રહી. એકદા રાણીએ

કોકિલાને કહ્યું : "બેટા, તારી વય પરણવાને યોગ્ય થઈ ગઈ છે. આપણા કુળનો રિવાજ છે કે લગ્ન પૂર્વે યુવાન પુત્રીને સૌ પ્રથમ યક્ષ ભોગવે છે. ત્યાર પછી કન્યા પોતાનતા વર પાસે જાય છે. તે મુજબ કૃષ્ણ પક્ષની ચૌદમી રાત્રિએ તારા શયનખંડમાં યક્ષ આવશે. યક્ષને તું આવકારજે, અને દીવો પેટાવીશ નહીં."

કોકિલા કહે : "માતુશ્રી, આપની આજ્ઞા મુજબ હું કરીશ."

પતિનો કામજ્વર ઉતારવા પત્ની પોતાની પુત્રીનો ભોગ આપવા તૈયાર થઈ.

ચાતુર્દશીની રાત્રિ હતી. કોકિલા શયનખંડમાં પલંગ પર સૂતી હતી. તે યક્ષની પ્રતીક્ષા કરતી હતી. ખંડમાં એક ખૂણામાં દીપક પ્રગટાવ્યો પણ તેની પર આવરણ ઢાંકી દીધું. ખંડનો દરવાજો ખૂલ્યો. હર્ષદત્ત ખંડમાં આવ્યો. મૌનપણે તેણે પુત્રીને ભોગવી.

હર્ષદત્ત શ્રમિત થઈને ત્યાં જ સૂઈ ગયો.

કોકિલા પણ સૂઈ ગઈ.

પ્રાતઃકાળ થયું.

કોકિલા ઊઠી અને તેણે પાસે સૂતેલો પુરુષ જોયો. તેને મનમાં યક્ષના દર્શન કરવાની ઇચ્છા થઈ. તેણે દીવો ધરીને જોયું તો પોતાના પિતા !

કોકિલા માનું કપટ સમજી ગઈ. તેના આઘાતનો પાર ન રહ્યો.

સવારનો તડકો લંબાયો એટલે રાણી ખંડમાં આવી અને બોલી :

"સૂર્ય ઊગ્યો, તડકા ઊંચે ચડ્યા, કોયલ ટહુકી તોય સુખિયા જીવ ઊઠતા નથી અને પતિના વિરહમાં દુઃખી થયેલી સ્ત્રી રાતભર સૂતી નથી. આ દુઃખ કોને કહેવું ?"

કોકિલા ગુસ્સાથી ધમધમી રહી હતી. તેણે કહ્યું : "હે મા, તેં મને કહેલું કે યક્ષનું અપમાન કરીશ નહીં. અહીં મારી પાસે સૂતેલો પુરુષ યક્ષ થઈ ગયો છે. તું તારા માટે બીજો પતિ ખોળી લેજે !"

રાણી કહે : "અરેરે, તે તારા પિતાનું જ ખૂન કર્યું ?"

કોકિલા કહે : "એ મારો પિતા ક્યાં હતો ? એ તો યક્ષ હતો. જ્યાંથી આવ્યો હતો ત્યાં પહોંચી ગયો !"

રાણી કહે : "જેની શરૂઆત ખરાબ હોય તેનો અંત પણ ખરાબ જ આવે છે."

પ્રભાવના

કોઈ તમારી નિંદા ન કરે તો એવું માનવું પડે કે તમારી કોઈ કિંમત નથી : જે નિંદા કરે તેને પડોશમાં વસાવો, એના ઘરનું ભાડું પણ ભરી આપો : જે નિંદા કરે છે, ટીકા કરે છે તે ગાંઠનું ગોપીચંદન કરીને તમારું જીવન નિર્મળ અને ઉત્તમ બનાવે છે તે કદીય ન ભૂલો.

નિંદા હમારી જો કરે, ગુરુ હમારા હોય,
સાબુ લે કે ગાંઠ કા મેલ હમારા ધોય !

૪૧

નીલરંગી અશ્વો સપડાયા : જે આસક્તિમાં પડે તે બંધનમાં પડે!

એવા નસીબવંતા વિરલા જ હોય છે!

એ જંગલમાં જાય તોપણ મંગળ કરીને આવે.

જ્યાં કોઈ વસ્તુની સંપ્રાપ્તિ શક્ય ન હોય ત્યાંથી એ મેળવી લાવે.

જગત જેને અસંભવ માને, તેને તે સહજ બને!

વિશાખદત્ત આવો બડભાગી હતો.

ક્યારેક આપત્તિ આવી જતી, પણ એ તો ગળ્યા સરબતના પ્યાલામાં નિચોવાયેલી એક લીંબોળી, સરબત પીએ તો ખબર ન પડે તેમ ક્યાંય જતી રહેતી! વિશાખદત્તને તેની જાણ પણ થતી નહોતી.

સુખ અને સંપત્તિ તેને ત્યાં અપાર હતાં. દોલતની કમી નહોતી. કુબેર જાણે તેને ખુદ દેવા બેઠો હતો. સ્નેહાળ પત્ની હતી. સુચરિત પુત્ર-પુત્રી હતાં. સુંદર પરિવાર હતો.

વિશાખદત્ત જાણે સંસારમાં એકમાત્ર સુખી હોય તેમ આનંદમાં જીવન વ્યતીત કરતો હતો.

કિંતુ માનવીને એકની એક વસ્તુ વધુ વખત જચતી નથી, એનું એને અસુખ થાય છે.

વિશાખદત્તને આજકાલ ફિકર થતી હતી : 'મારી પાસે જે લક્ષ્મી છે, તે અપાર છે તે માન્ય. પણ તેય ભવિષ્યે ખૂટશે તો?

લક્ષ્મી આવે ત્યારે આવ્યા કરે, પણ પગ કરીને ગયા પછી આવતાં વાર લાગે છે...'

'તો શું કરવું જોઈએ?' મનને તેણે પૂછ્યું.

મનમાં ગડમથલ ચાલી. અનેક વિચારને અંતે તેણે નક્કી કર્યું કે, આજથી ધનવ્યય ઉપર નિયંત્રણ મૂકી દેવું, જેથી જતી લક્ષ્મી સ્થિર બને.

ચિત્તમાં એક વાર શરૂ થયેલી આ ચિંતાની પરંપરા તેને ફરીફરી પીડી રહી. ધન! ધન!

વિશાખદત્તનું આ વર્તન તેની સ્નેહાળ પત્ની મૃગાવતીથી અજાણ નહોતું. પોતાના પતિના આવા સંકુચિત વર્તનથી તે ખિન્ન બની ગઈ. એકદા તેણે પતિને હવેથી તેમ ન કરવા સૂચન કર્યું.

વિશાખદત્ત કહે, 'તું કહે છે તે સઘળુંય સત્ય છે, પણ આ તો લક્ષ્મીદેવી. એને નીતિકારોએ ચંચળ કહી છે. એ જતી રહે તો!'

મૃગાવતીએ તક ઝડપી : 'નીતિકારોએ જેમ લક્ષ્મીને અસ્થિર કહી છે, તેમ એક બીજીય વાત કહી છે, તેનો સન્માર્ગે સદુઉપયોગ કરી લેવાની. સન્માર્ગે વાપરીએ તો પુણ્ય મળશે, પુણ્ય વધશે તો ધનલક્ષ્મી કદી ચાલી નહીં જાય.'

'એ સાચું.' વિશાખદત્ત વિચારમાં પડી ગયો. પોતાને આ વાત કેમ ન સૂઝી તેનું આશ્ચર્ય થયું! તો લક્ષ્મીને સ્થિર કરવી કેમ? તેની મૂંઝવણ વધી ગઈ. આખરે તેણે નવો માર્ગ વિચારી લીધો : પરદેશ ખેપ કરીને નવું ધન ઉપાર્જન કરવાનો. ધનને તેણે સતત મેળવ્યા કરવાનું નક્કી કર્યું.

અને એ વિચાર મુજબ, પત્નીની તેણે સલાહ લીધી. ત્યારે મૃગાવતીની મનહર આંખોમાં આંસુ છવાયાં. તે કહે,

'સ્વામી! તમારી પાસે જે છે તેનો તો ઉપયોગ કરતા નથી, ને નવું મેળવવા દોડો છો! ઓહ! માનવીનો સ્વભાવ કેવો વિચિત્ર છે!'

મૃગાવતીની આંખોમાં આંસુ જોઈ વિશાખદત્ત ઢીલો થઈ ગયો, 'પ્રિય! તું એમ ન માન કે, હું ધનાંધ બન્યો છું. પણ ભાવિને વિચારવું તે શાણા માનવીનું કર્તવ્ય છે. માટે જ હું આમ કરું છું. તું નચિંત મને રજા દે!'

મૃગાવતી મૌન રહી.

વિશાખદત્ત એકદા વહાણો ભરીને પરદેશની ખેપ માટે નીકળી પડ્યો.

સાથે બીજા વ્યાપારીઓ પણ જોડાયા હતા. લાંબી સફર કરવાની

હોવાથી માલ પણ ખૂબ ભર્યો હતો. ખૂબ નફો મેળવવાની આશાએ માલ સારો લીધેલો. આ નવી મજલમાં વિશાખદત્ત સાથીઓ સાથે આનંદથી પ્રવાસ કરતો હતો. સમુદ્રનો પ્રવાસ હતો. સાગરનું વાતાવરણ આમ તો સાનુકૂળ હતું. પણ ક્યારે બગડે ને પરેશાન કરે તે ખબર ન પડે. વિશાખદત્તનું ચંચળ મન તેને પીડ્યા કરતું હતું.

અને ત્યાં જ વહાણના મુખ્ય સંચાલકે ખબર કહ્યા, 'સમુદ્રમાં તોફાન ઊઠી રહ્યું છે. પવન આડો વહે છે. નુકસાન થવાનો ભય છે." 'હં.' વિશાખદત્ત ગમગીન બની ગયો. તેને ઉત્સાહપૂર્વક સાહસ કરવા તૈયાર થયેલું મન ભાંગી જતું લાગ્યું. તેણે પૂછ્યું,

'કોઈ ઉપાય ?'

'ભગવાનનું નામસ્મરણ ને તોફાન વધે તો વહાણને બચાવવાનો પુરુષાર્થ' – સંચાલકે કહ્યું. ને તેણે ભેરુઓને સૂચનો કરવા માંડ્યાં. નાવિકો કામે લાગી ગયા. સઢ છોડી નાખ્યા. વિશાખદત્ત પણ તેમની સાથે કાર્યમાં જોડાયો હતો. તોફાની સમુદ્ર, પવન અને વિચારનાં વાદળોથી ઘેરાઈ ગયો હતો. મનમાં થઈ આવ્યું એને : મૃગાવતીની સલાહ અવગણી ન હોત તો ?

જિજીવિષા પ્રબળ બની રહી હતી.

તોફાન વધ્યું. વહાણનો સુકાની અનુભવી હતો. તેણે આબાદ રીતે વહાણને કાલિક દ્વીપના કાંઠે લાંગર્યું. વિશાખદત્ત બેભાન થતોથતો રહી ગયો !

પણ તે બેટ પર તો આશ્ચર્યકારક નિહાળ્યું.

ત્યાં વિશાખદત્તે તથા સાથી વેપારીઓએ 'આકીર્ણ' જાતિના નીલા રંગના ઘોડાઓ ફરતા જોયા. તે લીલું ઘાસ ચરતા હતા. સૌ ચકિત થઈ ગયા. આ ઉત્તમ અશ્વો બહુ જૂજ જોવા મળતા હોય છે. વિશાખદત્ત વીતેલી વીતક વીસરી ગયો. તેને થયું કે, આ અશ્વો અહીંથી લઈ જ જવા જોઈએ. તે વેપારીઓ સાથે અશ્વને પકડવા ધસી ગયો. કિંતુ ચપળ ઘોડાઓ દૂર નાસી ગયા.

પરંતુ વિશાખદત્ત નિરાશ ન થયો.

તે આગળ વધતો રહ્યો. આગળ જતાં તે લોકોએ ભૂમિનો રંગ બદલાતો જોયો. ભૂમિની માટી ચળકતી હતી. વિશાખદત્તનું અચરજ વધ્યું : શું આ ભૂમિની માટી સુવર્ણ ને રૂપુ તો નથી ? આગળ જતાં તેમને લાગ્યું કે, આ ભૂમિમાં હીરા ને રત્નો પણ છે ! 'તો શું આ રત્નોની ખાણ છે ?'

સૌનું આશ્ચર્ય પ્રતિપળ વધતું હતું.

અંતે એક વેપારીએ સૌને કહ્યું,

'ભાઈઓ ! આપણે અશ્વોની ચિંતા છોડી, આ રત્ન વગેરેને જ વહાણમાં ભરી જઈએ. આટલી વિશાળ સંપત્તિમાંથી થોડુંક પણ લઈશું તોય ભવની ભાવઠ ભાંગી જવાની !' તેના મુખ પર સ્મિતની રેખા હતી.

વિશાખદત્તે વહાણમાં જરૂરી ચીજો રાખીને બાકીનો સામાન ખાલી કરી નાંખ્યો, તેને ઠેકાણે આ દ્વીપનું ઉત્તમ ઝવેરાત ભરી લીધું. કેટલીય જિંદગીઓ મહેનત કરતાં ન મળે તેટલી મિલકત તેમને એક સાથે સાંપડી હતી !

સૌ પાછા વળી ગયા.

વળતી વેળાએ કોઈ વિઘ્ન ન નડ્યું. નગરમાં પહોંચ્યા ત્યારે રાજા કનકકેતુ તથા નગરજનોએ ઉત્સાહભેર તેમનું સ્વાગત કર્યું. રાજાએ પૂછ્યું, 'વિશાખ ! રાહમાં કોઈ અચરજ નિહાળ્યું ?'

'જી. મહારાજ !' વિશાખદત્તે 'આકીર્ણ' જાતિના નીલરંગી અશ્વો જોયાની વાત કરી. તેના મનમાંથી હજીયે તે દ્વીપ, તે ઘોડાઓ ખસ્યા નહોતા. ને જે ચિંતાના કારણને ધનાર્થે પરદેશની ખેપ આદરેલી, તે આટલી વિપુલ સંપત્તિ મળ્યા પછીયે, અણનમ હતી. તેને થયું કે, ખુદ નગરનરેશ પોતાને ફરી તે દ્વીપમાં મોકલે તો, ત્યાંનું અમૂલ્ય ઝવેરાત મળે અને અશ્વોના મૂળ દામ પણ મળે ! તે બેવડા લાભની આશાએ રાજાને જોઈ રહ્યો.

રાજા પણ ચોંક્યો : 'શું નીલરંગી અશ્વો હતા ? નેત્રભ્રમ તો નથી થતો, મિત્ર ?'

'ના જી.' નરેશે થોડી પળો વિચારમાં ગાળી. નીલરંગી અશ્વો ઉપર પોતે આનંદથી વિહરે તેની સુખદ કલ્પના આવી ગઈ. તેણે કહ્યું –

'વિશાખદત્ત ! મારે કાજે એ સુંદર ઘોડાઓ લઈ આવ. તેના બદલામાં તને મોં માંગ્યા દામ મળશે.'

'આપની માત્ર કૃપા જોઈએ, પ્રભુ ! દામની કિંમત નથી કોઈ.' વિશાખદત્તે વિવેક કર્યો.

અને વિશાખદત્ત તરત જ કાલિક દ્વીપ તરફ ઊપડી ગયો.

આ વખતે પણ પેલા અનુભવી કપ્તાનને સાથે જ લીધો હતો. સમુદ્રનાં લોહ સમાં મોજાંઓના ભયને લોભ જીતી ગયો હતો. દ્વીપ પર પહોંચ્યો, ત્યારે તેના મનમાં ધન ને અશ્વો હતા !

પેલા અશ્વો હજીય મુક્ત વિહાર કરતા હતા.

તેમને ન ભય હતો, ન સંકોચ. એ સંપૂર્ણ સ્વતંત્ર હતા. મુક્ત પ્રવાસ, નિજની મસ્તીથી એ ઘૂમ્યા કરતા. કોઈ જ એષણાઓ ન હોવાથી તે હજી પરતંત્રી બન્યા નહોતા. પહેલાં ઇચ્છા આવે છે, પછી પરતંત્રતા. જેને ઇચ્છા નથી તે હંમેશાં મુક્ત રહે છે.

વિશાખદત્તને માટે તેનું કાર્ય બહુ જ દુષ્કર બની ગયું. ઘોડાઓને તે પકડવા જતો, તો તે નાસી જતા. વાડમાં બાંધવા મહેનત કરતો, તો કૂદીને ભાગી છૂટતા !

વિશાખદત્તે એક ઉપાય કર્યો.

ઠેકઠેકાણે જુદીજુદી ખાદ્ય ચીજો મેદાનમાં વેરી દીધી.

ઘોડાઓએ છૂટાછૂટા ભાગોમાં નવીનવી ખાદ્ય ચીજો જોઈ. મીઠી સુગંધથી તેમની નાસિકા મહેકી ઊઠી. કિંતુ બધા જ તે ખાવા આવતા નહોતા. કેટલાક માત્ર સૂંઘીને જતા રહ્યા. ઘોડા એવા હતા તે ખાવાની લાલચ છોડી ન શક્યા !

એ લાલચે તેમને પકડાવ્યા !

મુક્તપ્રવાસી અશ્વો બંધનમાં ફસાયા !

કનકકેતુએ અશ્વોને જોયા ને પાગલની જેમ વિશાખદત્તને ભેટી પડ્યો. મનુષ્યલોકના ઉત્તમ અશ્વો આજ તેને આધીન હતા ! તેણે વિશાખદત્તને ખૂબ ધન આપ્યું. કિંતુ વિશાખદત્ત તો પેલી લોભ દશામાં એવો ઝડપાયો છે કે, હજીય તે ફરી સફરની તૈયારી કરે છે !

*

ભગવાન મહાવીરે આ સુંદર કથા કહેતાં પર્ષદાને કહ્યું, 'એ અશ્વો મુક્ત હતા તેમ આપણો આત્મા પણ મુક્ત છે, પરંતુ તે પેલા અશ્વોની જેમ ચિત્તમાંથી લોભ ત્યજી શકતો નથી તેથી તે પણ કર્મોથી બંધિત છે. જેને આત્મદશામાં મહાલવું છે તેણે વાસનાઓની દીવાલ તોડવાનો પુરુષાર્થ કરવો જોઈએ.'

પ્રભાવના

શ્રી સિદ્ધચક્રજીનો મહિમા અપાર છે. જે નવપદનું ધ્યાન, તપ, ઉપાસના કરે અને આસક્તિનો ત્યાગ કરે તે સહજમાં મુક્તિપદ પામે છે. નવપદમાં એક પદ 'જ્ઞાનપદ' પણ છે. વિશ્વમાં એકમાત્ર જૈન ધર્મ જ જ્ઞાનનું એટલું બધું મહત્ત્વ સ્થાપિત કરે છે કે જ્ઞાનને ભગવાન માનીને પૂજે છે, જ્ઞાનનું સ્પેશિયલ તપ કરે છે. જ્ઞાનની ઉપાસના કરવાનું પણ કહે છે. પ્રતિવર્ષ એક દિવસ 'જ્ઞાનપંચમ'ની સ્થાપના કરીને જૈન ધર્મે વિશ્વને 'સ્ટડી-ડે' અર્પણ કર્યો છે.

૪૨

શ્રી અંતરીક્ષ પાર્શ્વનાથ

જિન પ્રતિમાની ભક્તિ જીવનમાં સુખ આપે છે, આત્માનું કલ્યાણ કરે છે.

વિક્રમના બારમા સૈકામાં શ્રીપાળ નામે એક શૂરવીર રાજા થયો. મહારાષ્ટ્રમાં બીંગલપુરમાં એનું શાસન તપે.

રાજા શ્રીપાળ શૌર્યથી છલકાતો અને સંસ્કારથી ચમકતો રાજા હતો. બીંગલપુરની આસપાસના પ્રદેશમાં તેની ધાક વાગતી હતી. પ્રજા કલ્યાણની ભાવનાથી એ કરવેરા નાખતો નહોતો. ન્યાય અને નીતિથી પોતાનું શાસન ચલાવતો હતો.

શૂરવીર રાજા શ્રીપાળને રૂપરૂપના અંબાર સમી અનેક રાણીઓ હતી. રાજા શ્રીપાળ રાણીઓ સાથે યુવાનીનો રંગ માણતો હતો.

પ્રજા રાજાને સંપૂર્ણ માન આપતી હતી.

રાજા શ્રીપાળને અચાનક આખાય દેહમાં કોઢનો રોગ ઘેરી વળ્યો. સૌની ચિંતાનો પાર ન રહ્યો. રાણીઓ, મંત્રીઓ, પ્રજા સૌ રાજાનો રોગ મટે તે માટે અનેક પ્રયત્નો કરવા માંડ્યા. અનેક વૈદ્યો, તંત્રવાદીઓ, મંત્રવાદીઓ, ગારુડીઓ બોલાવીને રાજાનો ઉપચાર કરવામાં આવ્યો. પણ રોગે કેમેય મચક ન આપી. તે સમયે રાજાની તકલીફ વધી. તેને ખાવાની અરુચિ થવા માંડી. નિદ્રા

આવતી બંધ થઈ ગઈ.

કોઈએ રાજા અને રાણીઓને સલાહ આપી કે આપ સૌ તીર્થયાત્રા કરી આવો, એમ કરવાથી થોડી રાહત થશે.

રાજા અને રાણીઓ તીર્થયાત્રાએ નીકળ્યાં.

રાજા અને રાણીઓ એક નાનકડા નગર પાસેથી પસાર થતાં હતાં. રાજાને તૃષા લાગી હતી. રાજાએ એક સુંદર સરોવર જોયું. નિર્મળ જળ જોયું. રાજાએ પોતાનો અશ્વ થંભાવ્યો.

રાજાએ જળાશય પાસે જઈને ખોબો ભરીને જળ પીધું. મોઢું ધોયું, હાથપગ ધોયા અને પછી પોતાના વિશ્રામ પર પહોંચીને આરામ કરવા માટે પલંગ પર દેહ લંબાવ્યો.

રાજાને ઘણા સમય પછી નિદ્રા આવી.

એ સમયે રાજાની કુટિરમાં મહારાણી આવી ચડી. રાજાને શાંત નિદ્રા માણતા જોઈને મહારાણીને આશ્ચર્ય થયું, આનંદ થયો. મહારાણીએ જોયું કે મહારાજાના મુખ પરથી કોઢ રોગનાં નિશાન હટી ગયાં હતાં. હાથના પંજા પર અને પગના પંજા પર પણ કોઢના રોગનાં નિશાન મટી ગયાં હતાં.

મહારાણીના આનંદનો પાર ન રહ્યો.

રાજા ઊઠ્યા ત્યારે રાણીએ રાજા શ્રીપાળને આ ખુશખબર આપ્યા અને પૂછ્યું કે શું તમે આજે કોઈ અમને જણાવ્યા વિના નવો ઉપચાર કરાવ્યો ?

રાજા કહે : 'રાણી, આ સકળ વિશ્વમાં તારા સિવાય મારું કોણ છે ? મારી કોઈ પણ વાત તારાથી છૂપી હોઈ શકે ? મેં કોઈ ઉપચાર કરાવ્યો નથી, પરંતુ રસ્તામાં જળાશય આવ્યું ત્યાં મેં પાણી પીધું હતું અને હાથપગ ધોયા હતા. શું એ જળાશયનો ચમત્કાર હશે આ ?'

એ સમયે સંધ્યા ઢળી ગઈ હતી. આકાશમાં ચંદ્ર ઊગી ગયો હતો. રાણી કહે 'રાજન, આપણે કાલનો દિવસ અહીં રહી જઈએ. પ્રાતઃકાળે આપણે સૌ એ જળાશય પાસે જઈને તપાસ કરીશું."

એમ જ થયું.

બીજા દિવસે રાજા-રાણી પોતાના સેવકો સાથે એ જળાશય પર ગયાં. રાજાએ જળાશયના જળથી સંપૂર્ણ દેહનું સ્નાન કર્યું અને સૌએ આશ્ચર્યથી જોયું કે રાજાની કાયા કંચનવર્ણી થઈ ગઈ !

રાણીના હર્ષનો પાર ન રહ્યો. એણે સાથે લાવેલા બાકળા આકાશમાં

ઉછાળીને વિનંતી કરી : 'હે જળાશયના અધિષ્ઠાયક દેવ, તમે જે હો તે પ્રગટ થાઓ. અમને દર્શન આપો. અમારા પર કૃપા કરો.'

રાજા અને રાણીએ જળાશયના કિનારે બેસીને ત્રણ દિવસના ઉપવાસનું – અઠ્ઠમનું તપ કર્યું. ચોથા દિવસે સવારે જળાશયના ક્ષેત્ર દેવતાએ પ્રસન્ન થઈને કહ્યું કે : 'હે રાજા અને રાણી, જ્યારે લંકામાં રાજા રાવણ રાજ કરતો હતો ત્યારે તેના બે આજ્ઞાંકિત રાજાઓ માલી અને સુમાલી હજારો વર્ષો પહેલાં અહીંથી પસાર થતા હતા. પ્રાતઃકાળે બંને રાજાઓ જળાશય પાસે આવીને સ્નાન કરીને તૈયાર થયા. એમને પ્રતિજ્ઞા હતી કે રોજ જિન પૂજા કરવી. સેવક સાથે જિન પ્રતિમા લાવવાનું ભૂલી ગયેલો. તે સમયે આ બંને રાજાઓએ છાણ અને વેળુમાંથી જિન પ્રતિમા બનાવી. તેની પૂજા કરી અને પછી તે પ્રતિમાને આ જળાશયમાં પધરાવીને આગળ ચાલ્યા ગયા. તે કાળે અને તે સમયે આ જળાશયના અધિષ્ઠાયક દેવે તે પ્રતિમાની પૂજા કરીને તેને અખંડ રાખી. તેમાં દિવ્ય પ્રભાવનું આરોપણ કર્યું. એ પ્રતિમા અત્યારે પણ આ જળાશયમાં છે અને તે પ્રતિમાના પુણ્યપ્રભાવથી રાજાનો રોગ મટ્યો છે.'

રાજા અને રાણીના આનંદ અને આશ્ચર્યને કોઈ અવધિ ન રહી. રાજાએ પૂછ્યું :

'હે દેવ, આપ કોણ છો ?'

દેવે કહ્યું, 'હે રાજન, હું નાગલોકના ઇન્દ્ર ધરણેન્દ્રદેવ અને પદ્માવતી દેવીનો સેવક છું. તેમની આજ્ઞાથી આ પ્રતિમાની સુરક્ષા કરવા માટે અહીં રહ્યો છું.'

રાજા કહે, 'હે દેવ, અમારા પર કૃપા કરો અને આ પ્રતિમા પૂજા કરવા માટે અમને આપો.'

દેવ કહે, 'હે રાજન, એ માટે તમારે ફરીથી અઠ્ઠમનું તપ કરવું પડે. શ્રી ધરણેન્દ્રદેવ અને શ્રી પદ્માવતીદેવી પ્રસન્ન થાય અને હા પાડે તો જ હું આ પ્રતિમા તમને આપી શકું.'

એમ જ થયું.

રાજા શ્રીપાળ અને રાણીઓએ પુનઃ અઠ્ઠમનું તપ કર્યું. તે ક્ષેત્રની આસપાસના લોકોમાં આ ઘટના ધૂપસુગંધની જેમ ફેલાઈ ગઈ એટલે હજારો લોકોનાં ટોળાં ઊભરાયાં. અસંખ્ય લોકો રાજા અને રાણીની સાથે

તપમાં જોડાયા.

એ સમયે શ્રી ધરણેન્દ્રદેવ અને શ્રી પદ્માવતી દેવી પ્રસન્ન થયાં. તેમણે પ્રતિમા લઈ જવા માટે રાજા શ્રીપાળને સંમતિ આપી અને વધુમાં કહ્યું કે હે રાજન, આ અદ્ભુત પ્રતિમા છે. કળિકાળમાં સાક્ષાત્ કલ્પવૃક્ષ સમાન છે. તમે એક કમળનાળનું ગાડું બનાવજો. કાચા સૂતરના તાંતણાથી તેને બાંધજો. કમળનાળનું ગાડું જળાશયમાં ઉતારજો એટલે તેમાં હું આ પ્રતિમા મૂકીશ. કમળનાળનું ગાડું સાત દિવસના તાજા જન્મેલા ગાયના વાછરડા સાથે જોડીને પછી તમે આગળ ચાલજો. ગાડું તમારી પાછળ ને પાછળ ચાલ્યા કરશે. તમે ક્યાંય પાછળ વળીને જોશો નહીં. જો પાછળ જોશો તો ગાડું ત્યાં જ અટકી જશે અને પછી પ્રતિમા આગળ વધશે નહીં. હે રાજન, આ પ્રતિમા દિવ્ય પ્રભાવ ધરાવે છે. તમે જે માંગશો તે આપશે.'

રાજા શ્રીપાળ અને રાણીઓએ હૃદયના ઉમળકાપૂર્વક શ્રી ધરણેન્દ્રદેવની આજ્ઞા મુજબ કર્યું.

રાજા પોતે આગળ ચાલે છે. કેટલોયે પંથ કાપ્યો છે. પછી રાજને વિચાર આવ્યો કે ગાડું પાછળ આવે છે કે નહીં તે જોઈ તો લઉં. રાજાએ પાછળ વળીને જોયું તો પ્રતિમા આકાશમાં અધ્ધર તોળાઈને ઊભી હતી. ગાડું નીચેથી નીકળી ગયું હતું.

એ દિવ્ય પ્રતિમા પછી આગળ ન જ વધી.

રાજાના દુઃખનો પાર ન રહ્યો. રાજાએ શ્રી ધરણેન્દ્રદેવને વિનંતી કરી કે આ પ્રતિમાજી મારા નગર સુધી પહોંચે તેવી કૃપા કરો. પણ ધરણેન્દ્રદેવે કહ્યું કે આ પ્રતિમા હવે આગળ નહીં જ વધે. તમે અહીં જ જિનાલયનું નિર્માણ કરો અને આ પ્રતિમા ધરતીથી અધ્ધર રહેશે. માટે તે 'શ્રી અંતરીક્ષ પાર્શ્વનાથ' તરીકે ઓળખાશે.

રાજા શ્રીપાળે ત્યાં જિન મંદિરનું નિર્માણ કરાવ્યું પણ તે સમયે રાજાના ચિત્તમાં પોતાની ભક્તિ વિશે અહંકાર જાગ્યો અને એમ કહેવાય છે કે શ્રી અંતરીક્ષ પાર્શ્વનાથની પ્રતિમા જિન મંદિરમાં પ્રવેશી જ નહીં.

સમય જતાં મહાન જ્ઞાની જૈનાચાર્ય શ્રી અભયદેવસૂરિએ સંવત ૧૧૪૨ના મહા સુદ પાંચમને રવિવારે વિજય મુહૂર્તે પ્રતિષ્ઠા કરી. વિક્રમના અઢારના સૈકામાં શ્રી ભાવવિજયજી મહારાજે આ પ્રતિમાના પ્રભાવથી પોતાનાં બંધ થઈ ગયેલાં ચક્ષુઓ પુનઃ પ્રાપ્ત કર્યાં. જિન મંદિરનાં દર્શન

કરીને ભાવવિભોર થયેલા શ્રી ભાવ વિજયજીએ સંવત ૧૭૧૫માં ચૈત્ર સુદ છઠ્ઠને રવિવારે મંદિરને થોડું મોટું બનાવીને પુનઃ પ્રતિષ્ઠા કરી.

શ્રી અંતરીક્ષ પાર્શ્વનાથની દિવ્ય પ્રતિમા આજે પણ છે. પ્રતિમાની નીચેથી અંગલુછણું નીકળી જાય તેટલી તે ધરતીથી અધ્ધર છે : કળિકાળમાં આવો ચમત્કાર ક્યાંય જોવા મળતો નથી !

પ્રભાવના

આ ત્રણેને ચાહીએ : બહાદુરી, સજ્જતા અને સ્નેહાળતા.

આ ત્રણેથી દૂર રહીએ : અન્યાય, ગર્વ અને નિમકહરામી.

આ ત્રણેનો ત્યાગ કરીએ : પ્રમાદ, વાચાળતા અને ઉતાવળા અભિપ્રાયો.

આ ત્રણેનું જતન કરીએ : સારાં પુસ્તકો, સારાં કામો અને સારા મિત્રો.

આ ત્રણે માટે મરી ફીટીએ : દેશ, સ્વમાન અને સાચા મિત્રો.

આ ત્રણે કાબૂમાં રાખીએ : ગુસ્સો, ખોટી અભરખા અને જીભ.

આ ત્રણે માટે તૈયાર રહીએ : મૃત્યુ, દુઃખ અને પડતી.

આ ત્રણેને કદી ગુમાવીએ નહિ : સમય, સંપત્તિ અને શક્તિ.

આ ત્રણેમાં કદી ઉતાવળ કરીએ નહીં : લગ્ન, વેપાર અને પ્રવાસ.

૪૩

ગોપાળદાસનું નામ એવું કામ સૌને મદદમાં આવવાનો ધર્મ

માનવતાનો ધર્મ એટલે મોટો ધર્મ.

જેના હૃદયમાં દયાનો વાસ થાય છે તે માનવતાને પોતાનો ધર્મ માને છે.

ગોપાળદાસ શેઠ ખૂબ જ દયાળુ હતા. કોઈને પણ મદદ કરવા હંમેશાં તત્પર રહેતા. કોઈને પણ મદદ કરીને હંમેશાં રાજી થતા. ગોપાળદાસ શેઠની પરોપકારી ભાવનાની સુગંધ ચારેકોર ફેલાઈ.

ગોપાળદાસ શેઠ પાસે નાનકડું ઘર હતું, નાનકડી દુકાન હતી, નાનકડો પરિવાર હતો. કિંતુ તેમનું દિલ આકાશ જેવું મોટું હતું. કોઈને કામમાં આવવું જોઈએ એ ભાવનાથી એ બધે દોડી જતા.

ગોપાળદાસ શેઠ કોઈને પણ મદદ કર્યા પછી ભૂલી જતા. કોઈ દિવસ ચોપડામાં નાનીસરખી નોંધ પણ ન રાખતા. સૌ એમને માટે ગોપાળદાસ માસ્તર કહેતા. માસ્તર એટલે કે જાણે માતા જેવા દયાળુ, કૃપા કરીને ભૂલી જનારા.

એ વરસે વરસાદ ન વરસ્યો. દુકાળનાં એંધાણ વર્તાયાં. પાંજરાપોળના આગેવાનો ગોપાળદાસ માસ્તર પાસે આવ્યા. ગોપાળદાસ પોતાનું ઘર અને ધંધો ભૂલીને એ આગેવાનો સાથે ગામેગામ નીકળી પડ્યા. સારું એવું ફંડ કરી આવ્યા. દુકાળનો સમય હેમખેમ નીકળી

ગયો. પશુઓ બચી ગયાં.

ગોપાળદાસને હાશ થઈ.

ગોપાળદાસ માસ્તર એક દિવસ સ્કૂલ પાસેથી પસાર થતા હતા. બાળકોની પ્રાર્થનાનો સૂર સાંભળીને ગોપાળદાસ રાજી-રાજી થઈ ગયા. તે સ્કૂલમાં જઈને પ્રિન્સિપાલને મળ્યા. પૂછ્યું :

'આપણી આ સ્કૂલ સારી રીતે ચાલે છે ને ?'

આચાર્ય કહે : 'કેટલાક બાળકોને ઘણી તકલીફ છે કેમ કે સ્કૂલમાં ભરવા માટેની ફીના પૈસા નથી. જો તેની વ્યવસ્થા થાય તો તે તેજસ્વી છોકરાઓ ભણી શકે અને આગળ વધી શકે.'

ગોપાળદાસ કહે : 'કેટલી રકમ જોઈએ ?'

સ્કૂલના આચાર્યે રકમ કહી.

ગોપાળદાસ ઝડપથી દુકાને ગયા અને પાછા આવ્યા. આચાર્યને તેમની કહેલી રકમ આપી અને કહ્યું : 'જે છોકરાઓની જરૂરત છે તે માટેની આ રકમ હું તમને આપું છું. એ છોકરાઓને ખૂબ સારી રીતે ભણાવજો.'

આમ કહીને ગોપાળદાસ રાજી-રાજી થતા પાછા વળ્યા.

કોઈને પણ કામ આવવા માટે ગોપાળદાસ હંમેશાં તત્પર હોય. કોઈ એમની પ્રશંસા કરે કે કોઈ એમની નિંદા કરે એની ગોપાળદાસને પરવા નહીં. ગોપાળદાસ કહે કે જે કામ કરવાથી મારો આતમરામ રાજી તેમાં હું રાજી.

ગોપાળદાસની નજીકમાં રહેતા એક ડૉક્ટર ખુદ બીમાર પડ્યા. ગોપાળદાસને ખબર પડી. ગોપાળદાસ એમના ઘરે ગયા ત્યારે ખબર પડી કે ડૉક્ટર એકલા જ છે!

ગોપાળદાસે ડૉક્ટરની સારવારની જવાબદારી માથે લીધી અને મચી પડ્યા. બાજુના ગામથી ડૉક્ટર બોલાવીને ડૉક્ટરને સાજા કરી દીધા. ડૉક્ટર ગોપાળદાસને ભેટીને બોલ્યા : 'તમે માણસ નહીં પણ મહાન માણસ છો.'

ગોપાળદાસ રાજી થતા-થતા ચાલ્યા ગયા.

ગોપાળદાસને પરિવારમાં પત્ની અને પુત્ર હતાં. ગોપાળદાસની પડોશમાં એક મા-દીકરી રહે. વિધવા મા અને તેની સંસ્કારી દીકરી. ઉનાળાના દિવસોમાં એ વિધવા બહેન અચાનક બીમાર થયાં અને દીકરી પાસે કોઈ પણ જાતની સેવા કરાવ્યા વિના પરલોકની જાત્રાએ ઊપડી ગયાં. કિંતુ એમના અંતિમ સમયમાં ગોપાળદાસ અને તેમનાં પત્ની તેમની પાસે બેઠાં હતાં. અંતિમ

ક્ષણોમાં એ વિધવા બહેને ગોપાળદાસનો હાથ પકડીને કહ્યું : 'ભાઈ, મારી દીકરીને સાચવો. ગરીબ માની એ સંસ્કારી પુત્રી છે. એને સારા સંસ્કાર દેવામાં મેં કોઈ મણા રાખી નથી. હવે એકલી પડે છે. તમે તેને સાચવજો.'

ગોપાળદાસ કહે : 'બહેન, તમે તેની ચિંતા ન કરો. પ્રભુનું નામ લો. જ્યાં સુધી મારા ખોળિયામાં દેહ છે ત્યાં સુધી હું એને સાચવીશ.'

ગોપાળદાસનાં પત્ની કહે : 'બહેન, તમે ચિંતા ના કરો. તમારી દીકરી એ અમારી દીકરી.'

ગોપાળદાસે પોતાની પત્નીની સાથે આંખ મેળવીને ઝડપથી કંઈ વાત કરી લીધી અને પછી કહ્યું : 'બહેન, તમે સાવ નિશ્ચિંત થઈ જાવ. હું તમારી પુત્રીનો મારી પુત્રવધૂ તરીકે સ્વીકાર કરું છું.'

એ વિધવા બહેને શાંતિથી દેહ છોડ્યો.

ગોપાળદાસે તેની પુત્રીને પોતાના પુત્ર સાથે ઠાઠમાઠથી પરણાવી.

ગોપાળદાસ રાજી-રાજી થઈ ગયા.

ગોપાળદાસ એકદા ખેતરથી ઘર તરફ પાછા આવતા હતા. સમી સાંજનો વખત હતો. ઉંમરને કારણે હવે થોડું ઓછું દેખાતું હતું. પવનને કારણે ધૂળની ડમરી ઊડે. વળી પાછું ઓછું દેખાય. ગોપાળદાસને સામેથી દોડતો આવતો આખલો દેખાયો નહીં અને તે તેની સાથે અથડાયા. ગોપાળદાસ ત્યાં જ ઢળી પડ્યા.

ચારેકોર ચિંતા ફેલાઈ ગઈ. ગોપાળદાસના ઘર પાસે આખું ગામ ભેગું થઈ ગયું. ડૉક્ટર દોડી આવ્યા. ડૉક્ટરે કહ્યું કે ગોપાળદાસને તાત્કાલિક હૉસ્પિટલ ખસેડવા પડે. ગામલોકો દોડીને ટ્રેક્ટર લઈ આવ્યા. ગોપાળદાસને ઊંચકીને સાચવીને બેસાડ્યા. કિંતુ હૉસ્પિટલ પહોંચે તે પહેલા ગોપાળદાસ પરલોક સિધાવી ગયા.

આખું ગામ ધ્રુસકે-ધ્રુસકે રડી પડ્યું.

ગોપાળદાસનો પુત્ર હતો ચૈતન્ય.

ચૈતન્ય પણ ગોપાળદાસ જેવા જ સંસ્કાર ધરાવતો હતો. એ પરગજુ હતો. એ ઉદાર હતો.

એક વાર એક અજાણ્યો માણસ ચૈતન્યની દુકાને આવી ચડ્યો અને કહ્યું કે : 'ભાઈ, તમારા પિતાએ મને દસ હજાર રૂપિયા રોકડા આપેલા તે પાછા આપવા આવ્યો છું.'

આગંતુકે ખીસામાંથી કાઢીને દસ હજાર રૂપિયા ચૈતન્ય પાસે મૂક્યા.

ચૈતન્યે આગંતુકનું નામઠામ પૂછ્યું. ક્યારે પૈસા લઈ ગયેલા તે પૂછ્યું અને પછી પિતાજી ગોપાળદાસના ચોપડામાં તે માટેની વિગત શોધવા માંડી. કિંતુ ગોપાળદાસના ચોપડામાં આગંતુકના નામની કોઈ વિગત જ નહોતી. ચૈતન્યે ફરી વાર જોયું. કોઈ વિગત જોવા ન મળી. એટલે તેણે પૈસા લેવાની ના પાડી. આગંતુક કહે : 'શેઠ, તમારા પિતાની મહેરબાનીથી હું ભણ્યો, બે પૈસા રળ્યો, એટલે તેમના પૈસા પાછા આપવા આવ્યો છું. મહેરબાની કરીને તમે લઈ લો. આ પૈસા તમારા જ છે.'

ચૈતન્યે પૈસા લેવાની ના પાડી.

આગંતુકે ચૈતન્ય જો પૈસા ન લે તો ત્યાંથી ઊઠવાની ના પાડી.

ગામલોકો ભેગા થઈ ગયા.

સૌએ જ્યારે પૂરેપૂરી વાત સાંભળી ત્યારે સૌની આંખો ભીની થઈ ગઈ. સૌએ કહ્યું કે, 'ચૈતન્યે તેના પિતાના સંસ્કાર દીપાવ્યા છે.'

ગામના એક વડીલે ચૈતન્યને કહ્યું કે, 'ભાઈ, તને ખબર નથી કે તારા બાપાને સૌ માસ્તર શા માટે કહેતા હતા? માસ્તર એટલે ભૂલી જનારા. તારા બાપા સૌને મદદ કરતા પણ પછી ભૂલી જતા. જેટલાને એમણે મદદ કરી હશે તે બધાની નોંધ તારા ચોપડામાં જોવા નહીં મળે. એ તો જોવા મળશે ઈશ્વરના દરબારમાં. તારા પિતા તો માણસ નહીં ભગવાન હતા. બેટા, આ પૈસા લઈ લે.'

ચૈતન્યે વિનયથી કહ્યું : 'આપની વાત સાચી છે, પણ મારા પિતાના ચોપડામાં આ રકમ માટેની કોઈ નોંધ જોવા મળતી નથી. માટે હું પૈસા નહીં લઉં.'

આગંતુક કહે : 'શેઠ, જ્યાં સુધી તમે આ પૈસા નહીં લો ત્યાં સુધી હું અહીંથી ઊઠીશ નહીં.'

ગામલોકો આ મીઠો ઝઘડો જોઈ રહ્યા હતા ત્યારે અચાનક ચૈતન્યની પત્ની બહાર આવી અને તેણે કહ્યું : 'આ પૈસા આ ભાઈના પણ નથી અને આપણા પણ નથી. એક કામ કરો. ગામની બહાર આ પૈસામાંથી પરબ બંધાવો : સૌ મીઠું પાણી પીશે અને પિતાજીને યાદ કરશે.'

ચૈતન્યે આ વાત સ્વીકારી. સૌ રાજી-રાજી થઈ ગયા.

પ્રભાવના

નવકારવાળી રોજ ગણીએ પણ એના મણકા ૧૦૮ શા માટે છે તે પણ જાણી લઈએ તો? જૈન ધર્મની ૧૦૮ મણકાની ગણના વિશિષ્ટ છે: અરિહંતના ગુણ ૧૨, સિદ્ધના ગુણ ૮, આચાર્યના ગુણ ૩૬, ઉપાધ્યાયના ગુણ ૨૫, સાધુના ગુણ ૨૭ એમ પંચ પરમેષ્ઠિના ગુણ મળીને થશે ૧૦૮!

હવે જ્યારે પ્રભુના નામની માળા ગણીએ ત્યારે તેમના ગુણ પણ જીવનમાં અવતરે તેવો પ્રયત્ન શરૂ કરીશું?

૪૪

દીક્ષાના આગ્રહી શ્રી મુક્તિવિજયજી – શ્રી મૂળચંદજી મહારાજ

વીસમી સદીનો પ્રારંભ – જૈન સંઘમાં ક્રાંતિકારી સાધુઓનો આરંભનો સમય હતો.

તે સમયે પંજાબથી કેટલાક સ્થાનકવાસી જૈન સાધુઓ ગુજરાતમાં આવ્યા અને તેમણે શ્વેતાંબર મૂર્તિપૂજક પરંપરામાં દીક્ષાનો સ્વીકાર કર્યો. શ્રી મુક્તિવિજયજીગણી – શ્રી મૂળચંદદાસજી મહારાજ તેમાંના એક.

શ્રી મૂળચંદજી મહારાજનો જન્મ પંજાબના સીયાલકોટમાં વિક્રમ સંવત ૧૮૮૬માં થયો હતો. તેમના પિતાનું નામ સુખા શાહ તથા માતાનું નામ બકોરાબાઈ (મહતાબદેવી) હતું. તેઓ ભાવડા જૈન જ્ઞાતિમાં ઉપકેશ વંશમાં બરડ ગોત્રના હતા. શ્રી મૂળચંદજી મહારાજ તેમના ગુરુશ્રી બુટેરાયજી મહારાજ તથા તેમના ગુરુભાઈ શ્રી વૃદ્ધિચંદ્રજી મહારાજ સાથે ગુજરાતમાં ઘણો કઠિન વિહાર કરીને આવ્યા. સત્યને જાણવાની જિજ્ઞાસા માટેનું તપ કેવું હોય છે તે સમજવું હોય તો આ મુનિઓના જીવનનું દર્શન કરવું જોઈએ.

તમામ અગવડો અને મુશ્કેલીઓની વચમાં સત્યની પ્રાપ્તિ માટે પંજાબથી આવેલા સ્થાનકવાસી સાધુઓ અમદાવાદમાં શ્રી મણિવિજયજી દાદાને મળ્યા. શાસ્ત્રચર્ચા કરી ને તેમની પાસે દીક્ષા લીધી.

વીસમી સદીના પ્રારંભમાં જૈન

સાધુઓની સંખ્યા અત્યંત અલ્પ હતી. શ્રી મૂળચંદજી મહારાજે વિચારી લીધું કે જૈન શાસન આગળ વધારવું હોય તો સુપાત્ર સાધુઓની સંખ્યા વધવી જોઈએ.

શ્રી મૂળચંદજી મહારાજ સ્વયં તપસ્વી, જ્ઞાની અને ચારિત્ર્યવાન સાધુપુરુષ હતા. અનુશાસનના કડક આગ્રહી હતી.

કોઈ પણ ઘટનાને કુનેહથી ઉકેલતા. તેમણે ચારિત્ર્યની એવી સુગંધ પ્રસરાવી કે તે સમયે અનેક દીક્ષાઓ થઈ. શ્રી મૂળચંદજી મહારાજે કોઈને પોતાના શિષ્ય બનાવવાનો આગ્રહ રાખ્યા વિના ઘણાને પોતાના ગુરુભાઈ બનાવ્યા, ઘણાને પોતાના ગુરુભાઈના શિષ્ય બનાવ્યા. શ્રી મૂળચંદજી મહારાજના શ્રેષ્ઠ પ્રયત્નને કારણે સાધુઓની સંખ્યા ત્રીસ જેટલી હતી તે વધીને તે સમયે એકસો જેટલી થઈ ગઈ. શ્રી આત્મારામજી જેવા શાંત ક્રાંતિકારી સાધુને તેમણે દીક્ષા આપીને પોતાના ગુરુભાઈ બનાવ્યા.

શ્રી આત્મારામજી મહારાજે શ્રી મૂળચંદજી મહારાજને જૈન સંઘના આધુનિક 'સંપ્રતિ' રાજા કહ્યા છે. શ્રી મૂળચંદજી મહારાજે જેમને દીક્ષા આપી તેમાં મોટા ભાગના યુવાનો હતા. તે સમયના જૈન સંઘમાં શ્રી મૂળચંદજી મહારાજનો વિરોધ ઊઠ્યો. અમદાવાદમાં એક આગેવાને જાહેરસભામાં કહ્યું કે, 'શ્રી મૂળચંદજી મહારાજ માતાપિતાની સંમતિ વિના જેને તેને દીક્ષા આપી દે છે તેનો હું વિરોધ કરું છું.'

શ્રી મૂળચંદજી મહારાજે બિલકુલ વિચલિત થયા વિના કહ્યું : 'અત્યારે ઉપસ્થિત જૈન સંઘ જે નિર્ણય કરે તે મને માન્ય છે. પરંતુ હું જે કહું તે ધ્યાનથી સાંભળો. અત્યારે અહીં વ્યાખ્યાનની પાટ પર અનેક સાધુઓ બિરાજમાન છે. આ સર્વ મહાત્માઓ પ્રત્યે અત્યંત વિનય રાખીને હું જાહેરમાં પૂછું કે તેઓમાંથી કોણે પોતાનાં માતાપિતાની સંમતિ લઈને દીક્ષા લીધી ?'

સર્વ સાધુ ભગવંતને પૂછવામાં આવ્યું ત્યારે કોઈએ પણ કહ્યું નહીં કે પોતે માતાપિતાની આજ્ઞા મેળવીને દીક્ષા લીધી હતી. એ સભામાં હાજર રહેલા જૈનો સ્તબ્ધ થઈ ગયા. ત્યારે શ્રી મૂળચંદજી મહારાજે સૌને કહ્યું : 'આપ સૌ નજરોનજર જોઈ રહ્યા છો કે જેમણે પોતાનાં માતાપિતાની સંમતિ વિના દીક્ષા લીધી છે તેઓ આજે પણ જૈન શાસન શોભાવી રહ્યા છે. તમને સૌને તેઓ પ્રત્યે અપાર પૂજ્ય ભાવ પણ છે. વળી દીક્ષા લીધા

પછી તેઓનાં માતાપિતા પણ તેઓ પ્રત્યે અપાર ભક્તિભાવ અને પૂજ્યભાવ રાખે જ છે. માતાપિતાની સંમતિ સાથે દીક્ષા થાય તો આનંદની વાત છે, પણ હવે આ કળિયુગ છે. આ સમયમાં માતાપિતાની સંમતિ ન મળે અને દીક્ષા આપવી પડે તો ફક્ત એટલું જ જોવાનું હોય કે વ્યક્તિ સુપાત્ર છે અને દીક્ષાની ભાવના સાચી છે. જૈન શાસન જો આગળ વધારવું હોય તો જૈન શાસનના સૂત્રધારો તમારા ઘરમાંથી જ લાવવા પડશે. ચેલાઓ કાંઈ વૃક્ષ પર ઊગતા નથી. એ તો તમારામાંથી જ આવશે. માટે તમારે જો ઠરાવ કરવો હોય તો એવો કરો કે જેને દીક્ષા લેવાની ભાવના હોય તેનાં માતાપિતાએ સંમતિ આપવી અને જો સંમતિ ન આપે તો કોઈ પણ રીતે તેને ત્રાસ આપી હેરાન ન કરવા !'

શ્રી મૂળચંદજી મહારાજની ધારદાર દલીલ સાંભળીને સૌ વિખેરાઈ ગયા.

શ્રી મૂળચંદજી મહારાજ અમદાવાદના વાઘણપોળના ઊજમફઈના ઉપાશ્રયમાં એક યુવાનને દીક્ષા આપતા હતા. ઉપાશ્રયની બહાર તેનો પ્રચંડ વિરોધ થઈ રહ્યો હતો. યુવાનના સગાઓ બૂમાબૂમ કરતા હતા. કેટલીક સ્ત્રીઓ શ્રી મૂળચંદજીના નામે છાજિયાં લેતી હતી, પરંતુ જ્યાં સુધી યુવાનની મક્કમતા પાક્કી હતી ત્યાં સુધી શ્રી મૂળચંદજી સહેજ પણ ડગે તેમ નહોતા. તેમણે દીક્ષા આપી.

અમદાવાદના સંઘના કેટલાક આગેવાનો શ્રી મૂળચંદજી મહારાજને મળવા આવ્યા, કહ્યું કે તમે આ રીતે દીક્ષા આપો છો તે બરાબર નથી માટે બંધ કરો.

શ્રી મૂળચંદજી મહારાજે કહ્યું : 'તમે જૈન સંઘના આગેવાન છો તો મારે તમને પૂછવું છે કે જૈન શાસન આગળ ચલાવવું છે કે નહીં?'

સૌએ હામી ભણી.

શ્રી મૂળચંદજી મહારાજે કહ્યું : 'જુઓ ભાઈઓ, મને પણ આવી રીતે છાનામાના દીક્ષા આપવાનું પસંદ નથી. પરંતુ જૈન શાસનની અત્યારે જરૂરત સાધુઓની છે માટે આમ કરવું જ પડે. તમે સૌ ભેગા મળીને ઠરાવ કરો કે સંઘના જેટલા આગેવાનો છે તે સૌએ પોતાના કુટુંબમાંથી એક-એક છોકરાને દીક્ષા આપવી અને આમ કરે તેને સંઘનો આગેવાન બનાવવો.'

જે આગેવાનો આવ્યા હતા તે કશું જ બોલ્યા વિના ભાગી છૂટ્યા. આજે જૈન સંઘમાં જૈન સાધુઓની આટલી સંખ્યા દેખાય છે તેના મૂળમાં

શ્રી મૂળચંદજી મહારાજનું તપ પડ્યું છે.

શ્રી મૂળચંદજી મહારાજ જ્યાં જ્યાં પધાર્યા ત્યાં ત્યાં તેમણે જૈન શાસનની પ્રભાવના કરી.

તે સમયના યતિઓનું જોર એમણે તોડ્યું. પોતાની નિશ્રામાં રહેલા સાધુઓને તેમણે સાચા સાધુ બનાવ્યા.

તેમના ઘડતર અને વિકાસમાં શ્રેષ્ઠ ફાળો આપ્યો.

શ્રી મૂળચંદજી મહારાજ અત્યંત ગુણાનુરાગી હતા. જ્યાંથી પણ મળે ત્યાંથી સદ્‌ગુણ ચૂંટી લેતા. કોઈની પણ નિંદા ક્યારેય સહન ન કરતા. જમાને-જમાને મનુષ્યની પ્રકૃતિ ક્યારેક એકસરખી જ જોવા મળે છે. કેટલાક લોકો સાધુઓની નિંદા કરીને રાજી થતા હોય છે.

એક માણસ શ્રી મૂળચંદ મહારાજ પાસે આવ્યો અને બોલ્યો :

'સાહેબ, આપ ઓછામાં ઓછું પાણી ઢોળો છો ત્યારે પેલા વૃદ્ધિચંદજી મહારાજ! એ તો કેટલું બધું પાણી ઢોળે છે !'

શ્રી મૂળચંદજી મહારાજ બુદ્ધિશાળી હતા. તે આગંતુકની હલકી મનોવૃત્તિ સમજતા હતા. તેમણે કહ્યું :

ભાઈ, પૂર્વજન્મના સંસ્કારો કદી જતા નથી. ગયા ભવમાં વૃદ્ધિચંદજી મહારાજ બ્રાહ્મણ હતા.

ગયા ભવમાં હું મુસલમાન હતો અને ગયા ભવમાં તું ચમાર હતો. તને ખબર હતી કે નહીં તેની મને જાણ નથી. પરંતુ કહેવત છે કે, ભેંસ, બ્રાહ્મણ અને ભાજી ત્રણે પાણી દેખીને રાજી એટલે ગયા ભવના સંસ્કારને કારણે તેઓ પાણી ઘણું ઢોળે છે.

ગયા ભવમાં હું મુસલમાન હતો. મુસલમાનો અઠવાડિયામાં એક દિવસ જુમ્માના દિવસે નહાય એટલે પાણી ઓછું વાપરે.

મારામાંથી ગયા ભવના સંસ્કાર ગયા નથી એટલે હું ઓછું પાણી વાપરું છું અને ગયા ભવમાં તું ચમાર હતો.

ચામડા ચૂંથવાનું કામ કર્યા કરતો હતો એટલે આ ભવમાં તારો એ જ ધંધો ચાલુ છે અને હજુ તું સુધર્યો નથી.

આગંતુક એવો ભાગ્યો કે પછી કદી દેખાયો જ નહીં!

શ્રી મૂળચંદજી મહારાજ પ્રવચન કરવામાં કુશળ હતા અને પ્રભાવશાળી સાધુપુરુષ હતા.

સંવત ૧૯૪૫માં માગશર મહિનામાં તેઓ ભાવનગર પધાર્યા.

તેમની તબિયત બગડી. શ્રી વૃદ્ધિચંદજી મહારાજે તેમની ખડેપગે સેવા કરતા હતા. કિંતુ શ્રી મૂળચંદજી મહારાજ પોતાનો અંતિમ સમય જાણી ગયા.

તેમણે સૌને કહ્યું : 'હું જાઉં છું' અને તેમણે અનશન સ્વીકારી લીધું.

અનશન એટલે જીવનના અંત સુધીના ઉપવાસ. માગશર વદી છઠ્ઠના બપોરના ૩.૨૦ મિનિટે તેમણે ઓગણસાઠ વર્ષની ઉંમરે દેહ છોડ્યો.

શ્રી આત્મારામજી મહારાજ ત્યારે રાધનપુરમાં હતા. તેમણે કહ્યું : 'સાધુઓ, આજે જૈન શાસનના સમ્રાટ ચલા ગયા. તપાગચ્છ કા નાયક ચલા ગયા. હમારે શર પર કા છત્ર ચલા ગયા.'

આટલું કહીને તેઓ ધ્રુસકે-ધ્રુસકે રડી પડ્યા.

પ્રસિદ્ધ ત્રિપૂટી મહારાજ શ્રી દર્શનવિજયજીએ તેમને અંજલિ આપતાં લખ્યું છે :

'ગુરુ બ્રહ્મચારી ધર્મધોરી મહાવ્રતી ગુણપાવના;
પંજાબપાણી સકલવાણી મહાજ્ઞાની શુભમના;
શ્રી જૈનશાસન એક છત્ર સુરાજ્યશાસક મંડના,
તે મુક્તિવિજયગણીંદ્ર ગુરુના ચરણોમાં હો વંદના.'

પ્રભાવના

ચિત્તમાં પડેલી નાની અથવા મોટી વાસના જો અધૂરી રહી જાય તો એ ભયંકર પરિણામ લાવે છે.

તેના ઉપર કાબૂ મેળવી લેવો જોઈએ, કેમ કે વાસના મોટાં પાપ કરાવે છે. સુખી થવાનો એક જ રસ્તો છે : વાસના પર વિજય. જેણે વાસના જીતી તેણે જગત જીત્યું.

૪૫

શ્રી બુટેરાયજી મહારાજ – મહાન અને આત્માર્થી જૈન સાધુ

પંજાબમાં લુધિયાણા પાસે દુલુઆ નામનું ગામ. જાટ જાતિના ટેકસિંહ નામના જમીનદાર ત્યાં રહે. એમની પત્નીનું નામ કર્મો. તેઓ ગિલ ગોત્રના હતા. ટેકસિંહ અને કર્મો સર્વ વાતે સુખી હતાં, પણ સંતાનનું દુઃખ હતું. તેમને સંતાન થતાં હતાં પણ જીવતાં નહોતાં. એક વાર કોઈ સંત દુલુઆમાં પધાર્યા. આ સંતનું વચન સિદ્ધવચન ગણાતું. ટેકસિંહ અને કર્મો તેમની પાસે પહોંચ્યાં. પોતાનું સંતાન જીવતું નથી તે વેદના કહી. સંતે કહ્યું, 'હવે તમને એક સંતાન થશે પણ તેની ઇચ્છા સંત બનવાની હશે તે સમયે તેને રોકતાં નહીં.'

ટેકસિંહ અને કર્મોએ હામી ભણી. થોડા સમય પછી તેમને ત્યાં એક પુત્રનો જન્મ થયો. આ પુત્ર તે જૈન સંઘના મહાન સાધુ શ્રી બુટેરાયજી મહારાજ.

એમ કહેવાય છે કે બુટેરાયજીએ દીક્ષા લેતાં પહેલાં અનેક ઠેકાણે ભમીને ઉત્તમ ગુરુની તપાસ કરી હતી, પણ ઠેકઠેકાણે તેમને નિરાશા સાંપડી. છેવટે સ્થાનકવાસી પરંપરાના શ્રી નાગરમલજીનો સંપર્ક થયો. તેમના ત્યાગ અને નિર્મળ જીવનથી પ્રભાવિત થયેલા બુટેરાયજીએ તેમની પાસે દીક્ષા લીધી. તે સમયે તેમની ઉંમર પચ્ચીસ વર્ષની હતી.

જૈન ધર્મ અને સાહિત્યનો તેમણે ઊંડો અભ્યાસ શરૂ કર્યો. તેમની પારગામી અને વિચક્ષણ દૃષ્ટિએ શોધી કાઢ્યું કે જૈન ધર્મનો મર્મ સમજવા માટે મારે ઘણો પુરુષાર્થ કરવો પડશે.

શ્રી બુટેરાયજી મહારાજ ધર્મનું સત્ય પામવા માટે સ્થળે-સ્થળે ફરવા લાગ્યા. તેમણે પોતાના ગુરુ શ્રી નાગરમલજી મહારાજ ઉપરાંત અનેક ધર્મ પુરુષોનો સંપર્ક કર્યો, કિંતુ હૃદયને સંતોષ મળે તેવો પ્રત્યુત્તર ત્યાંથી સાંપડતો નહોતો. એ સમયે શ્રી નાગરમલજી બીમાર થયા. શ્રી બુટેરાયજીએ રાતદિવસ જોયા વિના તેમની ખડે પગે સેવાભક્તિ કરી. શ્રી નાગરમલજી પોતાના શિષ્યની અખંડ સેવા નિહાળીને પીગળી ગયા. જીવનના અંતિમ સમયે તેમણે પોતાની પાસે રહેલી પાંચ હસ્તપ્રત બુટેરાયજીને આપીને કહ્યું, 'ભાઈ, તેં મારી ઘણી સેવા કરી છે, આ પ્રતો તારી પાસે રાખજે અને વાંચજે. જે સત્યની પ્રતીતિ થાય તેનો સ્વીકાર કરજે. કદાગ્રહ કદી રાખતો નહીં.' આમ કહીને તેમણે દેહ છોડ્યો. પોતાના ગુરુદેવ શ્રી નાગરમલજીના આશીર્વાદ મેળવીને શ્રી બુટેરાયજી ધન્ય થઈ ગયા. તેમણે પોતાનું જીવન ત્યાગમય બનાવી દીધું. ધર્મગ્રંથોનો અભ્યાસ તેમણે ચિવટપૂર્વક કરવાનું ચાલુ રાખ્યું. જુદાજુદા સાધુઓને મળીને મુહપત્તી અને પ્રતિમા પૂજન વિશે જાણકારી મેળવી. શ્રી બુટેરાયજી સમજ્યા કે જૈન ધર્મમાં પ્રતિમાની પૂજા શાસ્ત્રીય છે અને જૈન ધર્મમાં મુહપત્તી વિશેનું વિધાન નથી.

શ્રી બુટેરાયજી મહારાજ પોતાના બે શિષ્યો શ્રી મૂળચંદજી મહારાજ અને વૃદ્ધિચંદ્ર મહારાજ સાથે પંજાબથી વિહાર કરીને ગુજરાત આવ્યા. અત્યંત કઠિન અને મુશ્કેલ વિહાર હોવા છતાં આ તપસ્વી સાધુઓ પોતાની શ્રદ્ધા અને સંયમમાંથી વિચલિત થયા વિના સત્યને પામવા માટે ગુજરાત આવ્યા હતા. અમદાવાદમાં આવીને તેઓ શ્રી મણિવિજયજી દાદાને મળ્યા અને તેમની પાસે સંવેગી દીક્ષા ગ્રહણ કરી. શ્રી બુટેરાયજીનું નામ શ્રી બુદ્ધિવિજયજી, શ્રી મૂળચંદજીનું નામ શ્રી મુક્તિવિજયજી અને શ્રી વૃદ્ધિચંદ્રજીનું નામ શ્રી વૃદ્ધિવિજયજી થયું. આ ત્રણે સાધુઓને જૈન સંઘને એક ભવ્ય અને શ્રેષ્ઠ ઇતિહાસ આપ્યો. આ ઘટનાને પગલે શ્રી આત્મારામજી સત્તર સાધુઓ સાથે ગુજરાતમાં આવ્યા અને તેઓના શિષ્ય થયા.

એક વાર શ્રી બુટેરાયજી સંધ્યાના સમયે એકાકી બેઠા હતા અને તે સમયે તેમના ધ્યાનમાં જૈન સંઘની સમગ્ર પરિસ્થિતિ પરખાઈ. તેમણે પોતાના

શિષ્ય શ્રી મૂળચંદજી મહારાજને બોલાવીને કહ્યું કે, 'દેખ ભાઈ, અત્યારે આપણું કર્તવ્ય શું છે તે આપણે વિચારવાનું છે. ધર્મનો પ્રચાર કરવો હોય તો સુપાત્ર જૈન સાધુઓ જોઈએ. અત્યારે સાધુઓ ઘણી અલ્પ સંખ્યામાં છે. મને લાગે છે કે તારે સાધુઓ વધારવા ખૂબ પુરુષાર્થ કરવો જોઈએ, તો જૈન શાસન આગળ વધશે અને ભવિષ્યની પેઢી સુધી પહોંચશે.'

શ્રી મૂળચંદજી મહારાજ માટે ગુરુનું વચન એટલે અમર શિલાલેખ. તેમના સમયમાં જૈન સંઘમાં વધુમાં વધુ ચાલીસથી પચાસ સાધુઓ હતા. શ્રી મૂલચંદજી મહારાજના પુરુષાર્થથી તે સંખ્યા વધીને સવાસો થઈ. અત્યારે વિદ્યમાન જૈન સંઘમાં જૈન સાધુઓની આટલી વિશાળ સંખ્યા નિહાળવા મળે છે તેની પાછળ શ્રી મૂળચંદજી મહારાજની કઠોર તપશ્ચર્યા પડી છે.

શ્રી બુટેરાયજી મહારાજે પોતાની નાનકડી આત્મકથા પણ લખી હતી. કદાચ, જૈનસાધુઓમાં આત્મકથા લખનાર તેઓ સર્વપ્રથમ છે. શ્રી બુટેરાયજી મહારાજે ઉચ્ચ કોટિનું જીવન જીવ્યું હતું. બ્રહ્મચર્ય મહાવ્રતનું પાલન કરવામાં તેઓ સહેજ પણ કચાશ રાખતા નહોતા. તેમની પાસે કોઈ પણ સ્ત્રી સંધ્યા સમય પછી આવી શકતી નહીં. દિવસ દરમિયાન પણ કોઈ પણ સ્ત્રીએ તેઓને મળવું હોય તો પહેલાં રજા માગવી પડતી. તેઓ કહેતા કે આપણા સંયમમાં આપણે જેટલા મજબૂત રહીએ તેટલો જ આપણો ફાયદો. શ્રી બુટેરાયજીએ જીવનમાં અનેક વાર શાસ્ત્રચર્ચા કરવાનો પ્રસંગ આવ્યો ત્યારે શાસ્ત્રચર્ચા કરી, પરંતુ મનમાં કદાપિ પ્રતિસ્પર્ધી માટે ડંખ ન રાખ્યો. પંજાબમાં અમરસિંહજી ઋષિ તેમના પ્રખર વિરોધી રહ્યા. શ્રી બુટેરાયજીએ તેમની સાથે શાસ્ત્રાર્થ કર્યો અને જ્યારે શ્રી અમરસિંહજી તેમને જવાબ આપી ન શક્યા ત્યારે શ્રી બુટેરાયજી તેમની સાથે ખમતખામણા કરીને પાછા વળી ગયા. જાણે કશું બન્યું જ નથી! કેટલાક ભક્તો અમરસિંહજી પાસે પહોંચ્યા. કહ્યું કે, 'બુટેરાયજી મહારાજે મનમાં કશો ડંખ રાખ્યા વિના તમારી સાથે ખમતખામણા કર્યા છે તેમ તમારે પણ તેમની સાથે ખમતખામણા કરી લેવા જોઈએ.'

એ સમયે હાજર રહેલા શ્રાવકોએ તોફાન મચાવી દીધું.

બીજે દિવસે એવું બન્યું કે બુટેરાયજી સવારમાં જંગલમાં ગયા ત્યારે રસ્તામાં અમરસિંહજી મળી ગયા. એમણે બુટેરાયજીને કહ્યું,

'હું તમારી પાસે ખમતખામણા કરવા આવવાનો હતો પણ લોકોએ

મને આવવા જ ન દીધો.

લોકો ભારે વિચિત્ર હોય છે. હું તમને ખમાવું છું.'

બુટેરાયજી અમરસિંહજીનું કપટી મન જાણતા હતા. તેઓ કશું જ બોલ્યા વિના આગળ ચાલ્યા ગયા.

શ્રી બુટેરાયજી મહારાજે ગુજરાત, રાજસ્થાન, પંજાબ વગેરે ક્ષેત્રોમાં વિહાર કરીને ખૂબ શાસન પ્રભાવના કરી.

તેમણે અનેક જિનમંદિરો, જ્ઞાનમંદિરો, પાઠશાળાઓ વગેરેની સ્થાપના કરી.

ગામેગામ પ્રવચનો કરીને સૌને ધર્મ સમજાવ્યો.

તેમની નિર્દોષ અને નિખાલસ વાણી તે સમયે અત્યંત લોકપ્રિય બની ગઈ.

સાદીસીધી ભાષામાં તેમને જે કહેવું હોય તે કહેતા એટલે તે વાણી વિશેષ લોકપ્રિય બની.

શ્રી બુટેરાયજી મહારાજ શિષ્ય પાસે અખંડ સંયમની શ્રેષ્ઠ આરાધના કરાવતા. પોતાનો એક પણ શિષ્ય ક્યાંય પણ કચાસ રાખે તો તે ચલાવતા નહીં.

તેઓ કહેતા કે જૈન શાસન મહાન પુણ્યથી મળે છે.

આ તક આળસમાં ગુમાવી દઈએ તો આ ભવ અને પરભવ બંને બગડે.

માટે ખૂબ સાવધાન રહીને જેટલી બને તેટલી વધારે સાધના કરી લેવી જોઈએ.

વિ. સં. ૧૯૩૮માં બુટેરાયજી મહારાજ અમદાવાદ પધાર્યા.

તે સમયે તેમની તબિયત બગડી. ફાગણ વદ અમાસની રાત્રિએ તેમણે સમાધિપૂર્વક દેહ છોડ્યો.

દેશભરના હજારો નરનારીઓ પોતાના વ્હાલા ગુરુદેવને વિદાય થતાં જોઈને રડી પડ્યા.

મૃત્યુ તો દેહનું થાય છે, આત્માનો પંથ અમર છે !

પ્રભાવના

બાર વ્રતની પૂજામાં એક પંક્તિ આવે છે કે,

જૂઠાં નરપત, ભૂમિ ભોજન
જળ છંટકાવ કર્યો રે !
મોહન મેરો, મુગતિ સે જાઈ મિલ્યો !

આ પંક્તિઓમાં એક સુંદર કથા છે. એક હરિજન સ્ત્રી કોઈ વૃક્ષની નીચે જમવા બેસે છે.

તેની પાસે બે પતરાળાં છે. ભોજનમાં માંસ છે. એ જમીન શુદ્ધ કરે છે કેમ કે જમવા બેસવું છે.

એ સમયે ત્યાંથી એક બ્રાહ્મણ પસાર થાય છે.

એ શૂદ્ર સ્ત્રીને આમ કરતી જોઈને પૂછે છે કે તારે માંસનું ભક્ષણ કરવાનું છે અને રક્તનું પાન કરવાનું છે પછી જમીન સાફ કરવાની શી જરૂર ?

બ્રાહ્મણ મજાકમાં હસે છે.

એ સમયે શૂદ્ર સ્ત્રી કહે છે :

'હે બ્રહ્મદેવતા, મારે માંસનું ભક્ષણ કરવાનું અને રક્તનું પાન કરવાનું એ તો મારા કર્મનો પ્રતાપ છે.

એનું મને દુઃખ પણ છે, પણ હું આ જમીન એટલા માટે શુદ્ધ કરું છું કે આ રસ્તા પરથી અનેક જૂઠાં, પાપી, અનીતિવાન, વ્યભિચારી માણસો પસાર થાય છે એના પુદ્ગલો મને અડી ન જાય અને હું એમના જેવી ખરાબ ન થઈ જાઉં !'

૪૬

આંતરરાષ્ટ્રીય ખ્યાતિપ્રાપ્ત ક્રાંતિકારી જૈનાચાર્ય શ્રી આત્મારામજી

સમયથી બે ડગલાં આગળ ચાલનાર શ્રી આત્મારામજી મહારાજ એટલે જૈન પરંપરાના ક્રાંતિકારી સાધુ. શ્રી આત્મારામજી મહારાજનો જન્મ વિક્રમ સંવત ૧૮૯૨ના ચૈત્ર સુદ એકમના મંગળવારે પંજાબમાં લહેરા ગામમાં થયો હતો. પિતાનું નામ ગણેશચંદ્ર. માતાનું નામ રૂપાદેવી. જન્મે શીખ.

શીખ કોમમાંથી જૈન સંઘને બે મહાન સાધુઓની પ્રાપ્તિ થઈ. એક શ્રી બુટેરાયજી મહારાજ અને બીજા શ્રી આત્મારામજી મહારાજ. શ્રી આત્મારામજી મહારાજનું સંસારી નામ દીત્તારામ હતું.

સ્થાનકવાસી સંત શ્રી જીવનરામજી મહારાજના સંપર્કમાં આવીને તેમણે દીક્ષા લીધી.

તેમનું નામ પડ્યું શ્રી આત્મારામજી મહારાજ. દીક્ષાના દિવસથી તેમણે અભ્યાસ શરૂ કર્યો.

ભાષાઓ, ધર્મગ્રંથો, ઇતિહાસગ્રંથો વગેરે તેમણે ચીવટપૂર્વક શીખવા માંડ્યા.

તે સમયે આ તેજસ્વી સાધુને રોજ મનમાં વિચાર આવવા માંડ્યો કે મુખ પર મહુપત્તી બાંધવી અને મૂર્તિપૂજા ન કરવી તે કેટલે અંશે બરાબર છે ?

આ વિચારે તેમને મૂંઝવણમાં મૂકી દીધા.

તેમના પરિચયમાં જે સાધુઓ આવ્યા અને તેમના પરિચયમાં જે પંડિતો આવ્યા તેની સાથે તેમણે ઊંડી ચર્ચાઓ કરી, પરંતુ મનનું સમાધાન ન થયું.

ઈ. સ. ૧૯૨૦માં આગ્રામાં વ્યાકરણશાસ્ત્રી શ્રી રત્નચંદ્રજી મળ્યા. આત્મારામજી મહારાજે તેમને ઘણા સવાલો પૂછ્યા. શ્રી રત્નચંદ્રજી નિખાલસ સંત હતા. તેમના મનમાં થતું હતું કે પોતે કોઈ પણ રીતે શ્રી આત્મારામજીને ખોટું કહી શકે નહીં. તેમણે કહ્યું :

'ભાઈ, આપણે સ્થાનકવાસી છીએ એટલે મૂર્તિપૂજામાં ન માનીએ તે ઠીક છે, પરંતુ જીવનપ્રતિમાની પૂજાની આપણે નિંદા ન કરી શકીએ.'

શ્રી આત્મારામજીને આટલો ઇશારો કાફી હતો.

તેઓ સત્તર સાધુઓ સાથે વિહાર કરીને ગુજરાતમાં આવ્યા. અમદાવાદમાં પોતાની જેમ પંજાબથી ગુજરાતમાં આવીને શ્વેતાંબર મૂર્તિપૂજક પરંપરામાં જોડાયેલા શ્રી બુટેરાયજી તથા શ્રી મૂળચંદજી મહારાજ મળ્યા. તેમની સાથે વાદવિવાદ કરીને છેવટે તેમણે કહ્યું : 'મને પણ તમારી જેમ સંવેગી દીક્ષા આપો.'

શ્રી આત્મારામજી મહારાજ સત્તર સાધુઓ સાથે શ્રી બુટેરાયજી – શ્રી બુદ્ધિવિજયજીના શિષ્ય બન્યા.

સમાજમાં ખળભળાટ મચી ગયો. પરંતુ સત્ય પામ્યા પછી નીડર બનીને આગળ વધવામાં શ્રી આત્મારામજીને કોઈ રોકી શકે તેમ નહોતું.

શ્રી આત્મારામજીને કોઈએ પૂછ્યું : 'આપ કહો છો કે જે જિનમંદિર બંધાવે તે જીવ સ્વર્ગમાં જાય. શું આ વાત સાચી છે ?'

શ્રી આત્મારામજી કહે : 'જી. શ્રુતકેવળી શ્રી ભદ્રબાહુસ્વામીએ આવું કહ્યું છે. માટે સત્ય છે.'

પૂછનારે ફરી પૂછ્યું : 'જો એમ જ હોય તો જે ગધેડો ઈંટ અને પથ્થર ઊંચકીને લાવે છે તે પણ સ્વર્ગમાં જ જાય ને ?'

શ્રી આત્મારામજી પૂછનારની દૃષ્ટિ સમજી ગયા. તેમણે કહ્યું : 'ભાઈ, તમે જે વાત કરો છો તેમાં સવાલ કરતાં કટાક્ષ વધારે છે. કેટલીક વાતોમાં આવી અવળી બુદ્ધિ ચલાવવી ન જોઈએ. છતાં પણ હું તમને એક સવાલ પૂછું ?'

આગંતુક મૌન રહ્યો.

શ્રી આત્મારામજી કહે : 'જે સાધુ-સાધ્વીને દાન આપે તેઓનો જીવ

સ્વર્ગમાં જાય કે નહીં ?'

'જરૂર જાય.'

શ્રી આત્મારામજી કહે : 'કોઈ તપસ્વી સંતને પારણામાં દૂધ વહોરાવે તો તેને પણ સ્વર્ગ મળે કે નહીં ?'

'જરૂર મળે.'

શ્રી આત્મારામજી કહે : 'તો પછી એ દૂધ આપનાર ભેંસને સ્વર્ગ મળે કે નહીં ?'

આગંતુક સ્તબ્ધ બની ગયો. શ્રી આત્મારામજીની જડબેસલાક દલીલ સાંભળીને ચાલતો થઈ ગયો. શ્રી આત્મારામજીએ સંવેગી દીક્ષા ગ્રહણ કર્યા પછી તેમનું નામ આનંદવિજયજી રાખવામાં આવ્યું હતું અને આચાર્ય થયા પછી તેઓ વિજયાનંદસૂરિજી તરીકે ઓળખાયા, પરંતુ લોકજીભે તો તેમનું નામ આત્મારામજી જ રહ્યું.

તેમના સમયના તેઓ અત્યંત લોકપ્રિય સાધુ હતા. જ્યાં જતાં ત્યાં તેમનો પ્રભાવ વિસ્તરતો. જ્યાં જતા ત્યાં લોકો ધર્મ પામતા. તેમની વાણી સાંભળવા હજારો લોકો આવતા. તેમનું સ્વાગત કરવા હજારો લોકો માઈલો સુધી સામે જતા.

ગુજરાતથી પંજાબ પાછા જઈને તેમણે મૂર્તિપૂજક અને સ્થાનકવાસી સમુદાયની વચમાં સમાધાન કરાવનારી ભૂમિકા ભજવી અને તેમાં તેમને ખૂબ યશ મળ્યો. પંજાબમાં તમામ સમુદાયના લોકો તેમના પ્રત્યે ભક્તિભાવ રાખતા હતા. તેમના ભક્તજનોમાં માત્ર જૈનો નહીં પણ હિંદુ, મુસલમાન, શીખ વગેરે હતા. જૈન પરંપરાના શ્રી આત્મારામજી રૂઢિચુસ્ત આગ્રહી હતા. છતાં પણ સમાજનો અને સંઘનો વિકાસ કરવા માટે જરૂરી પરિવર્તન કરવું જોઈએ તેમાં પણ તેઓ માનતા હતા. દેશવિદેશના વિદ્વાનોને તેમની પાસે આવીને જૈન ધર્મ, ઇતિહાસ અને પરંપરા વિશે અભ્યાસ કરવાનું ગમતું હતું. આ માટે તેઓ સદાય તત્પર રહેતા. શ્રી આત્મારામજી આંતરરાષ્ટ્રીય ખ્યાતિપ્રાપ્ત જૈનાચાર્ય હતા.

શ્રી આત્મારામજીના સમયમાં થયેલા વિદ્વાનોએ તેમના માટે જે વિશેષણો વાપર્યાં છે તે જોઈએ ત્યારે શ્રી આત્મારામજીની પ્રકાંડ અને તેજસ્વી પ્રતિભાનો ખ્યાલ આવે છે. રૂડૉલ્ફ હર્નલ નામના અંગ્રેજ વિદ્વાને પોતાનો ગ્રંથ શ્રી આત્મારામજી મહારાજને સમર્પિત કર્યો છે અને તેની અર્પણ પત્રિકા

સંસ્કૃતમાં શ્લોકો રચીને તૈયાર કરી છે. એક વાર આર્ય સમાજના સ્થાપક શ્રી દયાનંદ સરસ્વતી સાથે જોધપુરમાં મુલાકાત કરવાનું ગોઠવાયું પરંતુ તે મુલાકાત થઈ નહીં, કેમ કે શ્રી દયાનંદ સરસ્વતી તે પૂર્વે જ અકાળ અવસાન પામ્યા. આ બંને ક્રાંતિકારી સંતો મળ્યા હોત તો કેવું સારું થાત !

ઈ. સ. ૧૮૯૩માં અમેરિકાના શિકાગો શહેરમાં વિશ્વ ધર્મ પરિષદનું આયોજન થયું અને તે સમયે શ્રી આત્મારામજીને પ્રવચન કરવા પધારવા આમંત્રણ મળ્યું. શ્રી આત્મારામજીએ કહ્યું કે, હું વાહનમાં બેસી શકું નહીં માટે આવીશ નહીં, પરંતુ અમારા પ્રતિનિધિ તરીકે કોઈને જરૂર મોકલીશ.

મહુવાના યુવાન અને તેજસ્વી બૅરિસ્ટર શ્રી વીરચંદ રાઘવજી ગાંધી શ્રી આત્મારામજીની નજરમાં હતા. તેમણે શ્રી વિરચંદભાઈને પોતાની પાસે થોડોક સમય રાખીને બરાબર તૈયાર કર્યા અને શિકાગો મોકલ્યા. શ્રી વીરચંદ રાઘવજી ગાંધીએ વિશ્વધર્મ પરિષદમાં જે ઇતિહાસ રચ્યો તે જગતપ્રસિદ્ધ છે. શ્રી આત્મારામજીનું એ ક્રાંતિકારી પગલું જૈન સમાજના રૂઢિચુસ્ત લોકોએ વખોડ્યું, પરંતુ સત્ય પામ્યા પછી પાછા વળવામાં શ્રી આત્મારામજી માનતા નહોતા.

શ્રી આત્મારામજીના હસ્તે ગુજરાત, રાજસ્થાન, પંજાબ વગેરે ક્ષેત્રોમાં અનેક જિનમંદિરોની સ્થાપના થઈ. તેમણે અનેક પાઠશાળાઓ, સ્કૂલો, જ્ઞાનમંદિરો, પાંજરાપોળો, ભોજનશાળાઓ વગેરેની સ્થાપના પણ કરાવી. તેમના હાથ નીચે અનેક દેશવિદેશના વિદ્યાર્થીઓ ભણીને તૈયાર થયા. શ્રી આત્મારામજી ધર્મશાસ્ત્રો ઉપરાંત મંત્રશાસ્ત્રના પણ પ્રકાંડ જ્ઞાની હતા. તે જે ધારતા તે અચૂક કરતા.

શ્રી આત્મારામજી મહારાજ આત્માર્થી સાધુ પુરુષ હતા. નિરંતર સ્વાધ્યાય, જિનભક્તિ, તપશ્ચર્યા કરતા રહેતા હતા. તેમણે અનેક ગ્રંથોનું સર્જન કર્યું છે. તે સમયે તેમના ગ્રંથો અત્યંત લોકપ્રિય રહ્યા. જીવનના અંતિમ સમયમાં તેઓ પંજાબમાં વિચરતા હતા. વિક્રમ સંવત ૧૯૫૩નું ચાતુર્માસ તેઓ ગુજરાનવાલામાં કરી રહ્યા હતા. ગુજરાનવાલા અત્યારે તો પાકિસ્તાનમાં છે પણ જ્યારે તેઓ ચાતુર્માસ કરવા માટે ત્યાં પધાર્યા તે વખતે જ તેમની તબિયત બગડી. જીવનભર કરેલો કઠોર પરિશ્રમ અને કઠોર તપ જવાબ આપતો હતો. જેઠ સુદ સાતમનો દિવસ હતો. સાંજનો વખત હતો. પ્રતિક્રમણ કર્યા પછી તેમની તબિયત વધારે બગડી. ડૉક્ટર

આવે તે પહેલાં શ્રી આત્મારામજીને લાગ્યું કે જીવનનો આ અંતિમ સમય છે. પળ પારખીને તેમણે સૌને કહ્યું : 'દેખો ભાઈ, હમ તો ચલતે હૈ. ઔર સબકો ખમાતે હૈ.' આમ બોલીને તેઓ ત્રણ વાર 'અર્હમ્' બોલ્યા અને તેમણે દેહ છોડ્યો !

સમગ્ર દેશમાં શોક છવાઈ ગયો.

શ્રી આત્મારામજીના સ્મરણમાં હજારો સંસ્થાઓની સ્થાપના થઈ. જે આજે પણ ચાલુ છે. તેમને અનેક પ્રતિભાશાળી શિષ્યો થયા તેમાં એક અત્યંત જાણીતા છે અને તે છે શ્રી વલ્લભસૂરિ મહારાજ.

પ્રભાવના

મહાત્મા ગાંધીજી અને મહાદેવ દેસાઈ વચ્ચેનો સંબંધ અલૌકિક હતો. એક વાર ઉનાળાના સમયમાં મહાત્મા ગાંધીજી આડેપડખે થયા હતા. ભયંકર ગરમી હતી. મહાદેવ દેસાઈ તેમને પંખો નાખતા હતા. એમ કરતાં-કરતાં મહાદેવ દેસાઈની આંખો નમી અને તેઓ અચાનક જાગ્યા ત્યારે એમણે શું જોયું ? ગાંધીજી એમને પંખો નાખી રહ્યા હતા !

મહાદેવ દેસાઈ એટલે અગ્નિકુંડમાં ઊગેલું ગુલાબ.

૪૭

શ્રી વૃદ્ધિચંદ્રજી મહારાજ ન શિષ્યની ખેવના, ન નામનો મોહ

ધર્મનિષ્ઠ અને ચારિત્ર્યવાન સાધુ એટલે આ ધરતીની અમૂલ્ય સંપત્તિ.

શ્રી વૃદ્ધિચંદ્રજી મહારાજ મહાન સાધુ હતા. પંજાબથી શ્રી બુટેરાયજી મહારાજ, શ્રી મૂળચંદજી મહારાજ, શ્રી વૃદ્ધિચંદ્રજી મહારાજ નામના ત્રણ સાધુઓ ગુજરાતમાં આવ્યા અને શ્વેતાંબર મૂર્તિપૂજક પરંપરામાં જોડાયા તે પછી શ્રી વૃદ્ધિચંદ્રજી મહારાજ ક્યારેય પંજાબ ન ગયા : તેઓ વિશેષતઃ કાઠિયાવાડમાં ફર્યા અને ખાસ કરીને ભાવનગર જિલ્લામાં ફર્યા. ભાવનગર અને તેની આસપાસના જૈનોને શ્રી વૃદ્ધિચંદ્રજી મહારાજનું એવું ઘેલું લાગ્યું કે એમને ક્યારેય પોતાને ત્યાંથી જવા જ ન દીધા. શ્રી વૃદ્ધિચંદ્રજી મહારાજે ભાવનગરમાં ઓગણીસ ચોમાસાં કર્યાં !

શ્રી વૃદ્ધિચંદ્રજી મહારાજનો જન્મ પંજાબના ગુજરાનવાલા જિલ્લામાં રામનગરમાં થયો હતો. વિ. સં. ૧૮૯૦ના પોષ સુદી ૧૧ના રોજ તેમનો જન્મ થયો હતો. તેમના પિતાનું નામ લાલા ધર્મયશજી અને માતાનું નામ કૃષ્ણાદેવી હતું. કૃપારામ નામનું આ બાળક આગળ જતાં જૈન ધર્મના મહાન સાધુ શ્રી વૃદ્ધિચંદ્રજી મહારાજ બનશે એની કોઈને કલ્પનાય ક્યાં હતી ?

શ્રી વૃદ્ધિચંદ્રજી મહારાજે દીક્ષા લેતાં

પહેલાં ખૂબ કષ્ટ વેઠ્યું. માતાપિતા દીક્ષા લેવા સંમતિ આપતાં નહોતાં. સગાંસંબંધીઓ દીક્ષા લેવામાં રોકતાં હતાં. વારંવાર ધમકી, મારપીટ, ખાવાપીવાનો ત્રાસ સહન કરી રહેલા કૃપારામ દીક્ષા લેવા માટે મક્કમ હતા. તેમના પિતા લાલા ધર્મરાયજી રામનગરમાં શ્રીમંત અગ્રણી હતા. તેમણે રામનગરના તહસીલદાર પાસે જઈને ફરિયાદ કરી કે મારો દીકરો પરાણે દીક્ષા લેવા માંગે છે! તહસીલદાર શેખ જાતિનો મુસલમાન હતો. તેણે કૃપારામને બોલાવીને ધમકાવ્યા, સતાવ્યા, ઓરડીમાં પૂરી દીધા પણ કૃપારામ એકના બે ન થયા, ઊલટાનું કૃપારામે તહસીલદારને સંસાર કેવો અસાર છે તે સમજાવવા માંડ્યું!

તહસીલદારે લાલા ધર્મયશજીને બોલાવીને કહ્યું : 'તમારો દીકરો જન્મજાત સંત છે. એને સંસારમાં ન રાખો. એને સાધુ બનવા દો.'

કૃપારામે શ્રી બુટેરાયજી મહારાજ પાસે જઈને દિલ્હીમાં દીક્ષા ગ્રહણ કરી તે સમયે તેમના જીવનમલ નામના મિત્રે પણ દીક્ષા ગ્રહણ કરી. કૃપારામનું નામ રાખવામાં આવ્યું મુનિ વૃદ્ધિચંદ્રજી.

મુનિ વૃદ્ધિચંદ્રજી જ્યાં પણ ગયા ત્યાં તેમને યશ મળ્યો. શ્રી બુટેરાયજી, શ્રી મૂળચંદજી, શ્રી વૃદ્ધિચંદ્રજી ત્રણે જ્યારે પંજાબમાંથી ગુજરાતમાં આવ્યા ત્યારે તેમને અજમેરથી કેસરિયાજી જઈ રહેલા એક સંઘમાં સાથે રહેવાનો મોકો મળ્યો. તે દરમિયાન આ સાધુઓના વિશુદ્ધ ચારિત્ર્યની એવી સુવાસ પ્રસરી કે ગુજરાતમાં તેમના માટે સૌના દિલમાં ભક્તિ છવાઈ ગઈ. કોઈએ અમદાવાદના નગર શેઠ હેમાભાઈને સમાચાર મોકલ્યા કે ત્રણ પંજાબી સાધુઓ અમદાવાદ આવે છે. તેઓ બહુ વિદ્વાન છે, ચારિત્ર્યવાન છે, ગુણવાન છે. પરિચય કરવા જેવા છે. હેમાભાઈએ આ ત્રણે સાધુઓને જોયા અને તેઓ તરત જ અમદાવાદની દોશીવાળાની પોળમાં ડેહલાના ઉપાશ્રયમાં સૌભાગ્યવિજયજી મહારાજ બિરાજતા હતા તેમની પાસે લઈ ગયા. શ્રી સૌભાગ્યવિજયજી મહારાજે આ હળુકર્મી સાધુઓને જોઈને પ્રસન્નતા વ્યક્ત કરી. ત્રણે સાધુઓ તેમનાં દર્શન કરીને પાલિતાણા તીર્થની યાત્રા કરવા નીકળ્યા. તેના થોડાક સમય પછી ત્રણે સાધુઓએ સં. ૧૯૧૨માં અમદાવાદમાં શ્રી મણિવિજયજી દાદા પાસે દીક્ષા ગ્રહણ કરી અને તેમનો પ્રભાવ ગુજરાત, રાજસ્થાન, પંજાબ વગેરે પ્રદેશોમાં ફેલાયો.

શ્રી વૃદ્ધિચંદ્રજી મહારાજે ચોવીસ વર્ષની ઉંમરે ભાવનગરમાં પ્રવચન

આપવાની શરૂઆત કરી અને ભાવનગરના લોકોને પ્રભાવિત કર્યા. તે સમયે તેમણે ભાવનગરમાં જૈન ધર્મ પ્રસારક સભા નામની સંસ્થાની સ્થાપના કરી જે આજેય ચાલુ છે.

શ્રી બુટેરાયજી મહારાજ, શ્રી મૂળચંદજી મહારાજ, શ્રી વૃદ્ધિચંદ્રજી મહારાજ પાલિતાણા શત્રુંજય તીર્થની યાત્રા કરવા આવ્યા હતા. તે સમયે બપોરે શ્રી મૂળચંદજી મહારાજ ગૌચરી વહોરવા ગયા. તે સમયે કોઈક શ્રાવિકાએ દૂધ વહોરાવ્યું. એ શ્રાવિકાએ દૂધમાં ખાંડને બદલે મીઠું નાખી દીધેલું. આ વાતની ખબર શ્રાવિકાને પણ નહોતી. મૂળચંદજી મહારાજ દૂધ લઈને ઉપાશ્રય આવ્યા. શ્રી બુટેરાયજી મહારાજે એ દૂધ આરોગ્યું અને બોલ્યા : 'મૂળા, મારી જીભ ખરાબ થઈ ગઈ છે. દૂધ ખારું લાગે છે.'

મૂળચંદજી મહારાજે દૂધ ચાખ્યું તો ખારું ઝેર ! એમણે તરત કહ્યું : 'ગુરુદેવ, દૂધમાં ખાંડને બદલે મીઠું છે. આપ આરોગશો નહીં હું પી જઈશ.'

એ સમયે શ્રી વૃદ્ધિચંદ્રજી મહારાજ ત્યાં આવ્યા અને કહ્યું : 'આપ બંને આ દૂધ આરોગશો નહીં અને આપણા ધર્મના નિયમ મુજબ તેને ફેંકી પણ દેવાય નહીં માટે હું જ પી જઈશ.'

શ્રી વૃદ્ધિચંદ્રજી મહારાજ એ દૂધ તરત જ ગટગટાવી ગયા. એમણે એ દૂધ પી તો લીધું, પરંતુ તે દિવસથી એમને જીવનભરનો સંગ્રહણીનો વ્યાધિ થયો જે ક્યારેય મટ્યો નહીં.

તેમના સમયમાં સાધુઓની સંખ્યા ઘણી ઓછી હતી. ગુરુદેવની આજ્ઞાથી મૂળચંદજી મહારાજે સાધુઓની સંખ્યા વધે તે માટે પ્રચંડ પુરુષાર્થ કર્યો હતો. કિંતુ તેઓ પોતાના શિષ્ય બનાવવાને બદલે પોતાના ગુરુદેવના જ શિષ્ય બનાવતા હતા. એકદા અચાનક શ્રી બુટેરાયજી મહારાજે મૂળચંદજી મહારાજને કહ્યું : 'મૂળા, હવે બે ચેલા વૃદ્ધિચંદના બનાવજે.'

વૃદ્ધિચંદ્રજી મહારાજ પણ શિષ્ય બનાવવાની ઇચ્છા રાખતા નહોતા. રાત્રિના એકાંતમાં વૃદ્ધિચંદ્રજીએ મૂળચંદજી મહારાજને કહ્યું : 'મારે શિષ્ય બનાવવા નથી તો હું શું કરું ?'

મૂળચંદજી મહારાજ કહે : 'તમારી ભાવના બરાબર, પરંતુ ગુરુ મહારાજની આજ્ઞા છે એટલે હવે તમારા શિષ્ય બનાવવા જ પડે.'

વૃદ્ધિચંદ્રજી મહારાજ કહે : 'તમારે પણ શિષ્ય ક્યાં છે ? તમારો પણ એક ચેલો કરીએ.'

મૂળચંદજી મહારાજ કહે : 'જેમ ગુરુની આજ્ઞા હોય તેમ થાય. ગુરુ મહારાજની આજ્ઞા છે કે તમારા બે શિષ્ય કરવા એટલે તેમ કરવું પડે. મારી શિષ્ય કરવાની ઇચ્છા નથી.'

મૂળચંદજી મહારાજે બે યુવકોને દીક્ષા આપી અને તેમને વૃદ્ધિચંદ્રજી મહારાજના શિષ્ય તરીકે શ્રી ગંભીરવિજયજી અને શ્રી ચારિત્ર્યવિજયજી તરીકે ઘોષિત કર્યા.

વૃદ્ધિચંદ્રજી મહારાજ એ જ સમયે ગુરુદેવ પાસે પહોંચ્યા અને કહ્યું : 'ગુરુદેવ, મને બે શિષ્યો થયા, પરંતુ મૂળચંદજી મહારાજને એક પણ શિષ્ય નથી.'

ગુરુદેવ હસ્યા. તેમણે કહ્યું : 'મૂળા, હવે જે દીક્ષા લેવા આવે તેને તારો શિષ્ય બનાવજે.'

એમ જ થયું. તે પછી જેને દીક્ષા અપાઈ તે યુવક શ્રી મૂળચંદજી મહારાજના શિષ્ય. શ્રી ગુલાબવિજયજી તરીકે ઘોષિત થયા.

આ વિરલ સાધુઓ શિષ્ય કરવા પ્રત્યે પણ કેટલા નિસ્પૃહ હતા તે આ ઘટના પરથી સમજાય છે.

શ્રી વૃદ્ધિચંદ્રજી મહારાજ જ્યાં જતા ત્યાં ધર્મ પ્રભાવના કરતા. પરંતુ પોતાનું નામ રાખવામાં કે પોતાનો ફોટો રાખવામાં માનતા નહોતા. સં. ૧૯૪૮ના પર્યુષણ પછી ભાવનગરના શ્રેષ્ઠીઓએ અત્યંત આગ્રહ કરીને તેમનો એક ફોટો પડાવી લીધો જે આજે પણ પ્રચલિત છે. તે સમયના આગેવાનોએ તેમનું જીવનચરિત્ર લખવા માટે વિગતો માંગી પણ તેમણે કદીયે સંમતિ ન આપી. શ્રી વૃદ્ધિચંદ્રજી મહારાજ ભાવનગરમાં સં. ૧૯૪૯માં વૈશાખ મહિનામાં કાળધર્મ પામ્યા. શ્રી મૂળચંદજી મહારાજ પણ ભાવનગરમાં કાળધર્મ પામ્યા હતા. તેમની અને વૃદ્ધિચંદ્રજી મહારાજની ઉંમરમાં ચાર વર્ષનું અંતર રહ્યું. આ બંને ગુરુબંધુઓનાં સ્મૃતિમંદિર ભાવનગરની દાદાવાડીમાં પાસપાસે બનાવવામાં આવ્યાં છે.

ત્યાગ અને સંયમથી શોભતા શ્રી વૃદ્ધિચંદજી મહારાજ પુણ્યશાળી સાધુપુરુષ હતા. તેમને અનેક શિષ્ય થયા તેમાં બે અત્યંત જાણીતા છે : એક ધર્મસૂરિ કાશીવાળા અને બીજા વિજયનેમિસૂરિ મહારાજ.

પ્રભાવના

એક ભક્ત અંધ હતો. બધિર પણ. રોજ રાતે હાથમાં ફાનસ લઈને રામકથા સાંભળવા જાય. કોઈએ પૂછ્યું કે, 'તમે તો બહેરા છો છતાં રામકથા સાંભળવા જાવ છો ને અંધ છો છતાં ફાનસ રાખો છો. આમ કેમ ?

ભક્તે કહ્યું કે તે ભૂલી ન શકાય તેવું છે : 'હું બહેરો છું પણ રામકથા સાંભળવા એ માટે જાઉં છું કે અન્ય લોકો પણ શીખે કે રામકથા સાંભળવા જવું જોઈએ. હું અંધ છું પણ ફાનસ એ માટે રાખું છું કે કોઈ મને અથડાઈ ન જાય ને એને વાગી ન જાય !'

27